ஆளப்பிறந்தவர் நீங்கள்!

AF850474

டாக்டர் **சோம. வள்ளியப்பன்**

பங்குச்சந்தை வர்த்தகம், பொருளாதாரம், உணர்வு மேலாண்மை, சுயமுன்னேற்றம், நிர்வாகவியல், மனித வள மேம்பாடு, நிதி நிர்வாகம் உள்ளிட்ட துறைகளில் பல புகழ்பெற்ற நூல்களை எழுதியவர். துறைகள் சார்ந்த செழிப்பான அனுபவமும் நிபுணத்துவமும் கொண்டிருக்கும் இவர் தொலைக்காட்சி மற்றும் பத்திரிகைத்துறை ஊடகங்களில் தொடர்ந்து இயங்கிவருகிறார். Emotional Intelligence-ல் ஆய்வுசெய்து சென்னை பல்கலைக் கழகத்தில் PhD. பட்டம் பெற்றவர். சொற்பொழிவுகள் மற்றும் பயிற்சி வகுப்புகள் மூலம் பல ஆயிரக்கணக்கான மக்களுடன் தொடர்ந்து உரையாடி வருபவர்.

ஆளப்பிறந்தவர் நீங்கள்!

சோம. வள்ளியப்பன்

கிழக்கு

ஆளப்பிறந்தவர் நீங்கள்!
Aalappiranthavar Neengal

Kizhakku First Edition: August 2005
Kizhakku Second Edition: December 2022

264 Pages
Printed in India.

ISBN : 978-93-90958-66-5
Kizhakku - 1279

Kizhakku Pathippagam
177/103, First Floor, Ambal's Building, Lloyds Road,
Royapettah, Chennai - 600 014. Ph: +91-44-4200-9603
Email : support@nhm.in Website : www.nhm.in

kizhakkupathippagam kizhakku_nhm

Author's Email: writersomavalliappan@gmail.com
Author's Website : www.writersomavalliappan.in
www.facebook.com/Soma Valliappan
www.youtube.com/Soma Valliappan

Kizhakku Pathippagam is an imprint of New Horizon Media Private Limited

முனைவர் தினமணி பிரகதீஸ்வரன் அவர்களுக்கு

பொருளடக்கம்

என்னுரை

தொட்டதெல்லாம் பொன்னாகும், காலம் உங்கள் காலடியில், அள்ள அள்ளப் பணம் 1, உஷார் உள்ளே பார் ஆகியவற்றைத் தொடர்ந்து, ஆகஸ்ட் 2005ல் ஆளப்பிறந்தவர் நீங்கள் புத்தகம் கிழக்குப் பதிப்பகத்தின் வெளியீடாக வந்து, வாசகர்களிடையே வரவேற்பைப் பெற்றது.

பல அரசியல் தலைவர்களுக்கு அவர்களுக்கு வேண்டியவர்களால் வாங்கிக் கொடுக்கப்பட்டது என்பதை வாங்கிக் கொடுத்த வாசகர்கள் சொல்லித் தெரிந்து கொண்டேன். திரு.இல. கணேசன், மாஃபா திரு.பாண்டியராஜன் ஆகியோர் பொற்றாமரை அமைப்பின் ஒரு கூட்டத்தில் ஆளப்பிறந்தவர் நீங்கள் புத்தகத்தை வெகுவாகப் பாராட்டினார்கள். எழுத்தாளர் ஞாநி, ஜெயா டிவி புத்தக விமரிசனத்தில் பாராட்டினார்.

அரசியல் கட்சிகளில், அமைப்புகளில், நிறுவனங்களில் என எல்லா இடங்களிலும் இயங்கும் தலைவர்கள் பற்றிய இந்தப் புத்தகத்தில், அதிக எண்ணிக்கையிலான உதாரணங்களும், இந்தத் தலைமுறையினர் அதிகம் அறியாத தலைவர்களின் படங்களும் இடம்பெற்று வெளிவர வேண்டும் என்று விரும்பினேன். அதுபோலவே இப்புத்தகம் திருப்திகரமாக அமைந்தது.

ஆங்கிலத்தில் இருப்பது போன்று தமிழில் நிர்வாக இயல் மற்றும் மேலாண்மை புத்தகங்கள் இல்லை என்ற குறை சொல்வோர் உண்டு. அவர்கள் சொல்லுவது முற்றிலும் தவறு அல்ல. தமிழில் செறிவான செய்திகளுடன் தரமான புத்தகங்கள் தரவேண்டும் என்று பலரும் முயற்சி செய்கிறார்கள். அவர்களில் நானும் ஒருவன்.

ஜூன் 2012 **சோம.வள்ளியப்பன்**
சென்னை

அத்தியாயம் 1

தலைப்பு அறிமுகம்

~

எங்கெல்லாம் ஒன்றுக்கு மேற்பட்ட
மனிதர்கள் உள்ள அமைப்புகள் இருக்கின்றனவோ
அங்கெல்லாம் தலைமை என்று ஒன்று உண்டு.

வார்த்தைகளில் இல்லை அர்த்தம். அது, அந்த வார்த்தைகளைப் படிப்பவர்களின் எண்ணங்களில்தான் இருக்கிறது என்பார்கள். உண்மை. அதனால்தான் வார்த்தைகளைப் பயன்படுத்தும்போது கவனமாகப் பயன்படுத்த வேண்டியிருக்கிறது. 'தலைவன்' என்ற சொல்தான் நாம் இந்தப் புத்தகத்தில் அதிகம் பயன்படுத்தப் போகும் வார்த்தை. அந்த ஒரு தமிழ் வார்த்தைக்குத்தான் எத்தனை அர்த்தங்கள்!

சங்க இலக்கியங்கள் படித்தவர்களிடம் போய், தலைமை என்பதற்கு என்ன அர்த்தம் என்று கேட்டால், 'காதலன்' அல்லது 'பெண்ணை நேசிக்கும் ஓர் ஆண்' என்று அவர்களிடமிருந்து பதில் வரும்; இல்லையா? இன்றைக்கு ஏதாவதொரு அரசியல் கட்சியைச் சார்ந்திருப்போரிடம் போய்த் தலைவன் என்ற

வார்த்தையைப் பயன்படுத்தினால், அவர்களுக்கு, உடனே கரை வேட்டியும் துண்டும் அணிந்துள்ள அவர்களின் கட்சித் தலைவர்தான் நினைவுக்கு வருவார் அல்லது தலைவிதான் நினைவுக்கு வருவார். ஆம், தலைவர் என்றாலே அந்த வார்த்தை அரசியல்வாதிகளைத்தான் குறிக்கும் பலரைப் பொறுத்தவரை.

அதே 'தலைவன்' என்ற சொல் இன்றைய இளைய தலை முறையினரில் சிலருக்கு, திரைப்பட ஆர்வம் மிக்கவர்களுக்கு, அவர்களின் மனம் கவர்ந்த கதாநாயகர்களை குறிக்கும். அவர்களைப் பொறுத்தவரை, அவர்களின் மனம் கவர்ந்த நடிகர்தான் தலைவ(ன்)ர்.

'சிவில் சப்ளை'க்காரர்கள், ரேஷன் கடைக்காரர்களைப் பொறுத்தவரை 'தலைவர்' என்றால் அது குடும்பத் தலைவரை குறிக்கும்.

நிறுவனங்களில் பணிபுரிபவர்களிடம் போய்க் கேட்டால், தங்களுடைய மேலதிகாரிகளை 'பாஸ்'சை தலைவர் என்பார்கள். நிறுவனத்தின் தலைமை நிர்வாகிகள், மற்றும் தொழிற்சங்கத் தலைவர்களையும் தலைவர்கள் என்பார்கள்.

இவற்றையெல்லாம் தாண்டி, தலைவர் என்பதற்கு என்ன பொருள் சொல்ல முடியும் என உங்களில் சிலர் இந்நேரம் யோசிக்கத் தொடங்கியிருக்கலாம். நிற்க... அவசரப்பட வேண்டாம்...!

தலைவன் என்பவன் தலைமை ஏற்பவன். (எழுதுவதற்கும் வாசிப்பதற்கும் ஏதுவாகப் புத்தகம் முழுவதும் தலைவன் என்றே ஆண்பாலில் குறிப்பிட்டிருக்கிறோம். ஆனால், தலைவன் என்று குறிப்பிடுவது தலைவி, தலைவன், தலைவர், தலைமையிடம் என்ற நான்கையுமே குறிப்பதுதான்.)

இந்திய கிரிக்கெட் அணிக்கு ஒரு தலைவன், அதாவது கேப்டன். இதுபோல எல்லா விளையாட்டு அணிகளுக்குமே கேப்டன்கள் உண்டு. கப்பற்படை, தரைப்படை, விமானப்படை என்ற முப்படைகளும் தனித் தனியாகவும், சேர்த்தும் (நம் குடியரசுத் தலைவர்தான் முப்படைகளுக்கும் தலைவர்), தேசத்திற்கும் தொழிற்சங்கங்களுக்கும், வியாபார நிறுவனங்களுக்கும், சாதி, சமய, இன, மொழி அமைப்புகளுக்கும் மாணவ, மாணவியர் களுக்கும், ஏன் ஆசிரியர்களுக்கும்கூட, என்று எல்லா இடங்களிலும் தலைவர்கள் உண்டு.

ஆக எங்கெல்லாம் ஒன்றுக்கு மேற்பட்ட மனிதர்கள் உள்ள அமைப்புகள் இருக்கின்றனவோ அங்கெல்லாம் தலைமை என்று ஒன்று உண்டு.

அந்தத் தலைமை, முறைப்படி நியமிக்கப்பட்டதாகவோ அல்லது தேர்ந்தெடுக்கப்பட்டதாகவோ அல்லது இயல்பாக உருவான தாகவோ இருக்கலாம். ஆனால் நிச்சயம், எல்லா இடங்களிலும் தலை உண்டு, தலை இல்லாதது முண்டம்; தலைவன் இல்லாத கூட்டம் என்று எங்குமே கிடையாது.

ஏன் தலைமை?

'பிறப்பொக்கும் எல்லா உயிர்க்கும்' என்பார் திருவள்ளுவர். ஆனால்... எல்லா உயிரினங்களும் ஒரே மாதிரியாகவா படைக்கப்பட்டு இருக்கின்றன? படைப்பில் யானை எங்கே? கொசு எங்கே? உருவம், உடல் அமைப்பு, எடை, நிறம், குணம், தேவைகள், பழக்க வழக்கங்கள் என்று எதில்தான் இவைகளுக்குள் ஒற்றுமை உள்ளது? எல்லாமே வேறுவேறு தன்மையுடையன.

மனிதர்களிடம் மட்டும் என்னவாம்? எல்லோரும் ஒன்று போலவா இருக்கிறோம்? உருவ அமைப்பு, முடி அமைப்பு முதலியவற்றை விடுங்கள், திறன்களில், குணாதிசயங்களில், மனப்பாங்குகளில்தான் நமக்குள் எவ்வளவு வேற்றுமைகள்!

இன்று நேற்றல்ல, உயிரினம் தோன்றிய காலத்திலிருந்தே இந்த வித்தியாசங்கள் இருந்திருக்கும் என்றுதான் தோன்றுகிறது. ஒவ்வொரு காலகட்டத்திலும் ஒவ்வொரு இடத்திலும், ஒவ்வொரு கூட்டத்திலும், சிலர் மற்றவர்களைவிட அதிகத் திறன் உடையவர்களாகவும், முன் மாதிரிகளாகவும், அதனால் மற்றவர்களை வழிநடத்தும் ஆளுமை பெற்றவர்களாகவும் இருந்திருக்கிறார்கள். இப்பொழுதும் அப்படிப்பட்டவர்கள் இருக்கிறார்கள்.

அந்த ஒரு சிலர்தான் 'லீடர்ஸ்' எனப்படும் தலைவர்கள். அந்த ஒரு சிலர்தான் தங்கள் துறைகளில், தங்கள் வேலைகளில், தாங்கள் இருக்கும் இடங்களில் மற்றவர்களைக் காட்டிலும் கூடுதல் திறன் பெற்றவர்களாகத் திகழ்கிறார்கள். அவர்களைத்தான் மற்றவர்கள் பின்பற்றுகிறார்கள். அவர்கள்தான் 'தலை', இயக்கும் 'இயந்திரம்', அவர்கள்தான் 'மென்பொருள்' (Software) எல்லாம்.

ஓர் உதாரணம்

காந்தி, நேரு, ஆபிரகாம் லிங்கன், கென்னடி என்று உலகப்புகழ் பெற்ற பல தலைவர்களைப் பற்றி நமக்குத் தெரியும். அப்படியென்றால் உலகப்புகழ் பெற்றவர்கள் மட்டும்தான் தலைவர்களா? அப்படியெல்லாம் இல்லை. வேறு ஒருவரைப் பற்றி இந்த இடத்தில் கொஞ்சம் பார்ப்போம். அதன்பின்பு இதுபற்றிய ஒரு முடிவுக்கு வருவோம்.

நாகாவார நாராயண மூர்த்தி. இவரைத் தெரியுமா உங்களுக்கு? இவருடைய பெயரைச் சுருக்கிச் சொன்னால் உடனே தெரிந்து விடும். நாராயண மூர்த்தி. அதைவிட இவருடைய நிறுவனத்தின் பெயரை சேர்த்துச் சொன்னால் சட்டென்று எல்லோருக்கும் புரிந்துவிடும். இன்ஃபோசிஸ். இப்பொழுது புரிந்திருக்குமே... ஆம், இன்ஃபோசிஸ் தொடங்கிய அதே நாராயண மூர்த்திதான் இவர்.

இவருடைய தனிப்பட்ட சொத்து மதிப்பு என்ன தெரியுமா? சுமார் 8000 கோடி ரூபாய்கள். அப்படியென்றால் எத்தனை லட்சங்கள் தெரியுமல்லவா? எட்டு லட்சம், லட்சங்கள். இவர், இவருடைய பணத்தின் காரணமாக மட்டும் உயர்ந்தவராகப் பார்க்கப்படுபவர் அல்ல. சாதாரண ஏழை ஆசிரியரின் மகனாகப் பிறந்து, பணத்திற்குச் சிரமப்பட்டாலும் விடாமுயற்சியுடன் படித்து, சில நிறுவனங்களில் வேலையில் இருந்து பலவிதமான அனுபவங்களைப் பெற்றபின், அதை விட்டு வெளியே வந்து, நண்பர்களுடன் சேர்ந்து தொழில் தொடங்கி, அதில் பெரும் பணம் ஈட்டியவர். இவர் தொடங்கிய நிறுவனத்தின் மொத்த மதிப்பு ரூபாய் 40 ஆயிரம் கோடிக்கும் மேல் என்பதால் மட்டும் உயர்ந்தவராகப் பார்க்கப்படுபவரல்ல இவர். இவரை யாரும் பணத்தால் உயர்ந்தவர் என்ற கண்ணோட்டத்துடன் மட்டும் பார்க்கவில்லை. இவரைத் தொழில்துறையின், இன்றைய தலைமுறையினரின் தலைவராகவே பார்க்கிறார்கள். ஆக இவரும் ஒரு தலைவர்தான்.

இதையெல்லாம் தாண்டி, உலகத்தில் பலரும் இவரை மதிப்பதற்குக் காரணம், ஒரு தலைவனாகப் பார்ப்பதற்குக் காரணம் அவருடைய நேர்மையான அணுகுமுறை.

தொழில் ஆரம்பிப்பது என்றால் அரசாங்கத்தை அனுசரித்துக் கொண்டு போய்த்தான் ஆகவேண்டும். இல்லையென்றால்

தொழில் தொடங்குவது சிரமம் என்றிருந்த காலகட்டத்தில், தொழில் தொடங்கி, இன்றுவரை கிட்டத்தட்ட 30 ஆண்டுகளாக அதை மிகவும் நேர்மையாக நடத்தி வருவது இவரது தலைமைப் பண்பைக் காட்டுகிறது. தொடக்கத்தில் பணமில்லாமல் சிரமப்பட்டபோதிலும் நேர்மையாகவும், குறுகிய காலத்தில் இவ்வளவு அதிகமாகவும் பணம் சம்பாதிக்க முடியும் என்று செய்துகாட்டியவர் நாராயண மூர்த்தி. அவருடைய நிறுவனமான இன்ஃபோசிஸ், மிகச் சிறப்பாக நடத்தப்படும் உலகின் முதல் 25 நிறுவனங்களில் ஒன்றாகத் தேர்வு செய்யப்பட்டது.

அதுமட்டுமல்ல, இவ்வளவு பெரிய நிலையை அடைந்தபிறகும் கூட இன்றும் மிக எளிமையான மனிதராகவே வாழ்ந்து வருகிறார் நாராயண மூர்த்தி.

இவரைப் போல சொல்ல விட்டுப்போன சிறந்த தலைவர்கள் இன்னும் பலர் இருக்கிறார்கள். வியாபாரம், அரசியல், சமுதாயம், தொழில்துறை போன்றவற்றில் மட்டுமல்ல, இன்னும் பல்வேறு துறைகளிலும் நிறைய பேர் இருக்கவே செய்கிறார்கள். நாம் மேலே பார்த்தது ஒரு சிறு பட்டியல்தான். உதாரணத்துக்குத்தான்.

தலைமை பற்றிய கேள்விகள்

- இந்தத் தலைமைப் பண்பு, திறன் ஏன் சிலரிடம் மட்டும் உள்ளது; பெரும்பாலோரிடத்தில் இருப்பதில்லை?
- அந்தச் சிலரிடமும், அந்தப் பண்புகள் பிறவியிலேயே இருந்ததா? அல்லது அவர்கள் முயன்று தாங்கள் அவ்வாறு விளங்குவதற்குத் தங்களைப் பழக்கிக் கொண்டார்களா?
- அப்படி அதைப் பழக்கிக்கொள்ள முடியுமா?
- அந்தச் சிலருக்கு, அந்தப் பண்புகள் பிறவியிலேயே வந்ததா? அல்லது அவர்கள் முயன்று பழக்கிக் கொண்டார்களா?
- அப்படி அதைப் பழக்கிக்கொள்ள முடியுமா?
- பிறவிக்குணமோ அல்லது பழக்கிக்கொள்ளக் கூடியதோ, ‘இதுதான்’ அல்லது ‘இவைதான்’ என்று எல்லாத் தலைமைக்கும் பொருந்தக்கூடிய பண்புகள் என்று பட்டியல் ஏதும் உண்டா?
- அப்படியொன்றைத் தயாரித்துவிட முடியுமா?
- பலருக்கும் தலைமை ஏற்க ஆசையாக இருக்கிறதே! தலைமையேற்கத் தகுதிகள் என்ன?

- தலைமை என்பது என்ன? அது ஒரு பொறுப்பா? அல்லது ஒரு பதவியா? அல்லது அது ஒரு வாய்ப்பா?
- அது மணி மகுடமா? அல்லது முள் கிரீடமா?
- ஒருமுறை தலைமைப் பண்பு பெற்றுவிட்டால், நாம் நிரந்தரமாகவே தலைவர்தானா?
- அது என்ன ஒரு கல்லூரிப் பட்டம் போன்றதா? அதைப் பெற்றுவிட்டால் போதுமா?
- நேர் எதிரெதிர் குணம் கொண்ட வெவ்வேறு மனிதர்கள், ஒரே துறையில் வெற்றிகரமான தலைவர்களாக இருக்கிறார்கள்! அப்படியென்றால் அணுகுமுறைகளுக்கும் தலைமைக்கும் சம்பந்தம் இல்லையா?
- தலைமையினால் உண்டாகும் தாக்கம் என்ன?
- தலைமை என்றாலே தனிநபர்தானா?
- அல்லது கூட்டுத் தலைமைக்கும் வாய்ப்பு உள்ளதா? அது சாத்தியம்தானா?
- கூட்டுத் தலைமையென்பது தேவையின் காரணமாக உருவாவதா அல்லது சமரசத்தின் வெளிப்பாடா?
- நாம் பார்க்கிற எல்லாத் தலைவர்களுமே கவர்ச்சியாகவோ, புத்திசாலிகளாகவோ இல்லையே! அப்படியென்றால் ஒரு தலைமையை ஏற்றுக்கொள்கிறவர்கள் எல்லோருமே தங்கள் அறிவு வழிதான் நடக்கின்றார்களா?
- அல்லது மனம் வழி செல்கிறார்களா?
- பணி செய்யும் இடங்களில் மேலதிகாரிகளாக இருக்கிறார்களே, அவர்கள் எல்லாரும் தலைவர்களா?
- தலைமை என்பது நிறுவனம் ஒருவருக்குத் தரும் அதிகாரமா?
- அப்படியிருக்க முடியுமா?

யார் தலைவன் அல்லது தலைவர் அல்லது தலைவி?

அதென்ன தலைப்பிலேயே இவ்வளவு வேறுபாடுகள் இருக்கின்றதே என்று நினைக்கலாம். ஆனால் உண்மை நிலை இதுதான். 'தலைமை என்பதுதான் மாறாதது. தலைமைப் பொறுப்பில் இருந்துகொண்டு யார் வேண்டுமானாலும் தலைவராகச் செயல்பட முடியும். அதில், பரிமளிப்பதற்கு வயதோ, ஆண்/பெண் என்ற வேறுபாடோ தடையாக இருக்க

முடியாது. அதுமட்டுமல்ல, படிப்பு, அனுபவம், சீனியாரிட்டி, பொருளாதார நிலை போன்றவைகூடப் பல சமயங்களில் தடையாக இருக்காது. அதனால்தான் நமக்கு மேலே தலைமைப் பதவிக்கு நம்மைவிட வயதில் சிறியவர்களோ, நம்மைவிடச் சில தகுதிகளில் குறைந்தவர்களாக இருப்பவர்களோகூட வரலாம், இருக்கலாம்.

வழிகாட்டுபவன் தலைவன். அவன் சொல்வதைக் கேட்க ஆட்கள் தயாராக இருக்க வேண்டும். அவர்கள் மனம் ஒப்பி, அவன் சொல்வதைக் கேட்க வேண்டும். சொன்னதைச் செய்ய வேண்டும். அவ்வளவுதான். அப்படிப்பட்ட தகுதி கொண்டவர்கள் யாராக இருந்தாலும் அவர்கள் தலைவர்கள்தான்.

பெரும்பாலான குடும்பங்களில் கணவனும், சில குடும்பங்களில் மனைவியும் தலைமை ஏற்று குடும்பத்தை நடத்திச் செல்கிறார்கள். இதில் எவரிடம் வழிநடத்தும் திறன் அதிகமிருக்கிறதோ அவரே தலைவி அல்லது தலைவர். அவ்வளவுதான். அவர் காட்டுகிற வழியில்தான் வண்டி ஓடும். இதனைத்தான் நம்மவர்கள் பூடகமாக உங்கள் வீடு எப்படி, சிதம்பரமா? மதுரையா? என்று கேட்பார்கள். (மதுரை என்றால் அல்லி ராணி ராஜ்யம். சிதம்பரம் என்றால் சிவனிடம் சக்தி தோற்ற தில்லையம்பதி.)

தலைமைப் பொறுப்பில் சிவன்தான் இருக்க வேண்டும் என்ற கட்டாயமில்லை. சக்தியுமிருக்கலாம். இன்னும் சில குடும்பங்களில் சிவனும் இல்லாமல், சக்தியும் இல்லாமல் அவர்களின் மகன்/குமாரன் குடும்பத்திற்குத் தலைமையேற்று நடத்திச் செல்லும் நிலை இருக்கலாம். குடும்பங்களைப் போலவே நிறுவனங்கள், தேசங்கள் என்று எல்லா இடங்களிலும் இப்படிப்பட்ட நிலையைப் பார்க்க முடியும்.

அன்னை இந்திரா, மார்கரெட் தாட்சர், ஜான்சி ராணி, செல்வி ஜெயலலிதா போன்ற தலைவிகள், கிரண் பேடி, மேதா பட்கர், அன்னை தெரசா, இந்திரா நூயி போன்ற ஒப்பற்ற தலைமைப் பண்புடன் விளங்கிய, விளங்கும் பெண்மணிகள் அநேகர் உண்டு.

திராவிட முன்னேற்றக் கழகம் (தி.மு.க.) என்ற கட்சியைத் தொடங்கி ஆட்சியையும் பிடித்த அண்ணாதுரை திடீரென்று காலமானார். அதனால் அந்தக் கட்சியின் தலைமையிடம் காலியானது. அடுத்த தலைவர், அதாவது தமிழக முதல்வர்

யாரென்ற கேள்வி அப்பொழுது எழுந்தது. அதுசமயம், கட்சியிலும், ஆட்சிப் பொறுப்பிலும் அண்ணா அவர்களுக்கு அடுத்த இடத்தில் இருந்தவர் மறைந்த நாவலர் நெடுஞ்செழியன்.

எனவே பெரும்பாலானவர்கள் கட்சி சார்ந்தவர்கள், கட்சிக்கு வெளியிலிருந்தவர்கள், அரசியல் நோக்கர்கள் எல்லோருமே சீனியரான நெடுஞ்செழியன்தான் தலைவராக வருவார் என்று கணித்தார்கள். ஆனால் நடந்தது வேறு. தலைமைப் பண்பு அதிகமிருந்த கலைஞர் கருணாநிதி பெரும்பாலான எம்.எல்.ஏக்களின் ஆதரவுடன் முதல்வரானார். தலைமை அவர் கைக்குள் வந்தது. தலைமைப் பொறுப்பை அவருடைய திறமை வாங்கிக் கொடுத்தது.

எவரும் எவரையும் தலைவனாகத் திணிக்க முடியாது. அப்படித் திணித்தாலும் அது நீண்டநாள்கள் நிலைக்காது. நாம் இவரைத்தான் பின்பற்றவேண்டும் என்று மக்கள் தங்கள் மனதில் யாரை ஏற்றுக்கொண்டு பின்பற்றுகிறார்களோ அவர்களே தலைவர்கள்.

தலைமைப் பொறுப்பைத் தக்க வைத்துக்கொள்ளவும், காப்பாற்றிக்கொள்ளவும், சொந்தத் தலைமைப் பண்புகள்தான் உதவும்.

இப்படி, ‘தலைமை’ பற்றி நிறைய கேள்விகள் பலரிடமும் உண்டு. இவற்றுக்கெல்லாம் இப்புத்தகத்தில் நாம் விடைகாண இருக்கிறோம். அதற்கு முன்பு, உங்களைச் சில கேள்விகள் கேட்கவேண்டும். அதற்கு நீங்கள் சரியான பதில்களைத் தரவேண்டும். யாருக்கு பதில் தரவேண்டும்? நீங்கள் உங்களுக்குத்தான் பதில் தரவேண்டும்!

நீங்கள் யார்?

- *உங்களை உங்களுக்குத் தெரியுமா?*
- *நீங்கள் யார்? எப்படிப்பட்ட மனிதர்?*
- *தலைமைப் பண்புள்ளவரா? இல்லை தலைமைப் பண்பு இல்லாதவரா?*
- *நீங்கள் எப்படி? நீங்கள் சொல்வதை ஒரு சிலராவது கேட்டு நடக்கிறார்களா?*
- *இல்லை, வேறு எவரேனும் சொல்வதைச் செய்ய வேண்டிய நிலையில் நீங்கள் இருக்கிறீர்களா?*

- உங்களுக்கு எது பிடித்திருக்கிறது? நீங்கள் வழி நடத்திச் செல்வதா?
- இல்லை, வழி நடத்துபவர் சொல்லும்படிக் கேட்டு நடப்பதா?
- உங்கள் பழக்கம் என்ன? முன்னே நடந்து வழிகாட்டுவதா?
- இல்லை கூட்டத்துடன் கூட்டமாக நடந்து செல்வதா?

சுற்றி வளைக்காமல் நேரடியாகவே கேட்கலாமா? நீங்கள் தலைவரா(வியா) இல்லையா?

'இதென்ன கேள்வி? அதெப்படி நான் தலைவராக இருக்க முடியும்?' என்று சிலர் கேட்கலாம்.

கேளுங்களேன், தாராளமாய்க் கேளுங்கள்.

'எத்தனை பேர் தலைவனாக இருக்க முடியும்? அவ்வளவு தலைமையிடங்களா இருக்கின்றன?' என்று நீங்கள் கேட்கலாம். உங்கள் கேள்வி சரியானதுதான். நன்றாகக் கேளுங்கள்.

இதற்கான விடைகளை, நாம் விரிவாகப் பார்க்கத்தான் போகிறோம். ஆனால் அதற்கெல்லாம் முன்னால், தலைக்கு மேல், பெரியதொரு கேள்விக்குறியாகத் தொங்கி ஆடிக் கொண்டிருக்கும், கேள்விக்கான உங்கள் பதிலை, உங்கள் உள்ளிருந்தே தோண்டி வெளியே எடுங்கள், உங்களை நீங்களே துருவிப் பாருங்கள்.

கீழே கொடுக்கப்பட்டுள்ள நான்கு வகைகளில் நீங்கள் எந்த வகையைச் சேர்ந்தவர்?

1. முதல் வகையினர் - ஏற்கெனவே தலைவர்

- நீங்கள் தலைமைப் பண்புள்ளவர்.
- தலைமைப் பொறுப்பை ஏற்கெனவே ஏற்றுக் கொண்டிருப்பவர்.
- உங்களைச் சிலர் பின்பற்றுகிறார்கள்.
- உங்களால் வேறு சிலரை வழி நடத்திச் செல்ல முடிகிறது.
- உங்களுக்குப் பின்னே ஒரு குழுவோ கூட்டமோ உண்டு.
- உங்கள் சொல்லுக்கு மரியாதை இருக்கிறது.
- நீங்கள் காட்டும் திசையில் பயணிக்க மனிதர்கள் இருக்கிறார்கள்.

- மற்றவர்களுக்காக நீங்கள் முடிவெடுக்க வேண்டி இருக்கிறது.
- உங்கள் உத்திரவுக்காகச் சிலர் காத்திருக்கிறார்கள்.
- மற்றவர் வாழ்க்கையை நீங்கள் தீர்மானிக்கிறீர்கள்.
- வேறு சிலரது வாழ்க்கைப் போக்கும், உயரமும், திசையும் உங்கள் கைகளில் இருக்கின்றன.
- மற்றவர்களின் செயல்பாடுகளை உங்கள் எண்ணங்கள் தீர்மானிக்கின்றன.

நன்றாக யோசித்துப் பாருங்கள். மேலே சொல்லப்பட்ட 'மற்றவர்கள்', 'வேறு சிலர்', 'மக்கள்', 'குழுக்கள்', 'கூட்டம்' என்பதெல்லாம் எந்த எண்ணிக்கையிலும் இருக்கலாம். அவை நூறுகளில், ஆயிரங்களில்... லட்சங்களில்... கோடிகளில்தான் இருக்க வேண்டுமென்ற கட்டாயம் இல்லை. அவ்வளவு எண்ணிக்கை உள்ளவர்களால் பின்பற்றப்படுபவர்களும் இருக்கிறார்கள். ஆனால் தலைமைக்கு அதுமட்டுமே இலக்கணம் இல்லை. பின்பற்றுபவர்கள் இருந்தால்தான் அது தலைமை. அது எவ்வளவு என்பது முக்கியம் இல்லை.

உங்கள் பேச்சைக் கேட்பவர்கள், கேட்டு நடப்பவர்கள், விரல் விட்டு எண்ணிவிடக் கூடியவர்களாக இருந்தால்கூடப் போதும். அப்படியிருந்தால் நீங்கள் ஏற்கெனவே தலைமைப் பண்புள்ளவர்தான். 'தலைமை'யில் இருப்பவர்தான். நீங்கள் அப்படி இருந்தால் வாழ்த்துகள். அப்படியில்லையா, அதனாலென்ன? வாருங்கள் நீங்கள் அடுத்த வகையைச் சேர்ந்தவரா என்று பார்ப்போம்.

உ. இரண்டாம் வகையினர் - தலைவராகப் போகிறவர்கள்

- உங்களுக்குத் தலைமைக்கு வரவேண்டுமென்ற ஆசை இருக்கிறது.
- உங்களுக்கு இன்னும் அந்த வாய்ப்புக் கிடைக்கவில்லை, அவ்வளவுதான்.
- சிலர் செய்வதைப் பார்க்கும்பொழுது, உங்களுக்கும் சில யோசனைகள் வருகின்றன.
- உங்களாலும் தலைமை ஏற்க முடியும் என்ற நம்பிக்கை இருக்கிறது.
- தற்பொழுது உள்ள தலைமைக்கு உறுதுணையாக இருக்கிறீர்கள்.

- நீங்கள் ஒரு நாள் தலைமைக்கு வந்து விடுவீர்கள். வரவேண்டும் என்ற ஆசை இருக்கிறது.
- உங்களிடம் தலைவனாகும் விதை உள்ளது.
- அது முளைத்து, கிளர்ந்து எழ வேண்டியதுதான் மிச்சம்.

You are a Leader in the making.

உங்களிடம் தலைமைப் பண்பு மறைந்து கிடக்கிறது. அதை வெளிக் கொணர்ந்து உரிய இடத்தில் அமர்த்த வேண்டும். அதை நீங்கள் செய்யத்தான் போகிறீர்கள். நிச்சயம் ஒருநாள் நீங்கள் தலைவர்தான்.

இப்படிப்பட்டவரா நீங்கள்? சிலர் இப்படிப்பட்ட எண்ணம் உள்ளவர்களாக இருக்கலாம். இருந்தால் உங்களுக்கும் வாழ்த்துகள். விரைவில் நீங்கள் தலைவராக ஆவதற்கு. சரியா?

இல்லையே! நான் இந்த வகையில் இருப்பதாகப் படவில்லையே என்ற எண்ணம் வருகிறதா? அதனால் என்ன, மூன்றாவது வகையினரின் குணாதிசயத்துடன் உங்கள் நிலை ஒத்துப் போகிறதா என்று பார்த்துவிடுவோம்.

3. மூன்றாம் வகையினர் - தலைவரைத் தேர்வு செய்பவர்கள்

- நான் சொல்லி யார் கேட்கப் போகிறார்கள்!
- நாம் எதையாவது சொல்லப் போக, அவர்கள் எதையாவது செய்து வைக்க, அது ஏதாவது வம்பில் முடிந்தால்... வேண்டவே வேண்டாம் இந்த வேலை. நமக்கேன் இந்த வம்பு?
- தலைவனாவதென்பது எல்லாம் நம்மால் முடியாது. விஷயம் தெரிந்தவர்கள் யார் என்று தேடிக் கண்டுபிடித்து அவர்களைத் தேர்ந்தெடுத்து, அவர்கள் சொல்வதுபோலக் கேட்டு நடப்பதுதான் சரியாக இருக்கும்.
- எல்லோருமே பல்லக்கில் ஏறிவிட்டால், பின்பு யார்தான் பல்லக்கைத் தூக்குவதாம்?

இப்படிப்பட்ட சிந்தனை உள்ளவரா நீங்கள்? தலைமைகள் வெற்றி பெறுவதற்கு நீங்கள்தான் காரணம். கோபுரம் தாங்கிகளே, நீங்கள் வாழ்க.

இதெல்லாம் போக இன்னும் ஒரு வகையுண்டு.

4. நான்காம் வகையினர் - 'தலைவர் தெரியும்... தலைமை பற்றித் தெரியாது என்றிருப்பவர்கள்'

நாம் மேலே பார்த்த பலவிதமானவர்களைப் பற்றிச் சுருக்கமாகச் சொல்வது என்றால்...

- தலைமைப் பொறுப்பில் ஏற்கெனவே இருப்பவர்கள்
- வருங்காலத்தில் தலைமைப் பொறுப்பு ஏற்க இருப்பவர்கள், அதற்காகத் தயாராகி வருபவர்கள்
- தற்சமயம் அந்த எண்ணம் இல்லாதவர்கள். இப்போதைக்கு நல்ல தலைமையைத் தேர்ந்தெடுத்துப் பின்பற்றுபவர்கள்
- தலைமை, பின்பற்றுதல் முதலியவற்றைப் பற்றி இன்னமும் கவனம் வரப்பெறாதவர்கள்

நாம் எல்லோருமே மேலே சொன்ன ஏதாவது ஒருவகையில் நிச்சயமாக இருப்போம். எந்தப் பிரிவில் இருந்தால் என்ன? தலைமையைத் தக்கவைத்துக்கொள்ள, தலைமையைப் பிடிக்க, தலைமையைத் தேர்ந்தெடுக்க, தலைமை பற்றித் தெரிந்துகொள்ள என்று அனைத்துப் பிரிவினருக்குமே இந்தத் தலைமை விஷயங்கள் எல்லாமே முக்கியமானவைதான்.

வாருங்கள், அப்படிப்பட்ட 'தலைமை' பற்றி ஓர் அலசு அலசிவிடுவோம்.

அத்தியாயம் 2

தலைவன் என்றால்...

சமுதாயத்தில் இவர்கள்தான் முடிவெடுப்பவர்கள்,
முதல் அடி எடுத்து வைப்பவர்கள், முன் மாதிரிகளாக
இருப்பவர்கள், முனைந்து செய்து முடிக்க முடியும்
என்று மற்றவர்களுக்குக் காட்டுபவர்கள்.

தலைவன் என்கிற ஒரு சொல்லுக்கு மனிதர்கள் பல்வேறு காலகட்டங்களில் பல்வேறு விதமாக விளக்கங்கள் கொடுத்திருக்கிறார்கள். அவற்றில் இரண்டு அதிசயிக்கத்தக்க உண்மைகள் இருக்கின்றன.

ஒன்று, தலைமை என்பதற்கான இலக்கணம் என்ன என்று விளக்கம் சொல்ல ஆரம்பித்தல் என்பது வெகு காலத்துக்கு முன்னதாகவே தொடங்கி விட்டது. அதாவது இது ஒன்றும் 20, 19 அல்லது 18-ஆம் நூற்றாண்டு சமாச்சாரம் இல்லை. தலைமையைப்பற்றி, தலைமையின் நிலை பற்றி, தலைமையின் முக்கியத்துவம் பற்றி கால அளவில் சொல்வதென்றால் கிறிஸ்துவின் பிறப்புக்கு முன்பே உணரப்பட்டுள்ளது. உலகின்

ஏதோ ஒரு பகுதியில் மட்டுமல்ல, மனித நாகரிகம் வளர்ந்து கொண்டிருந்த எல்லா இனங்களிலும் இடங்களிலும் 'தலைமை' பற்றிய கவனம் இருந்திருக்கிறது.

இரண்டாவது, வியக்கத்தகு உண்மை என்னவென்றால், இன்றைக்கும்கூட, 'தலைமை என்றால் என்ன?' என்பதற்கு முழுமையான பதில் கிடைக்காத 'மில்லியன் டாலர்' கேள்விக்கு மிகச் சாதாரணமாக, அதே சமயம் மிக அற்புதமான, பண்பட்ட விளக்கங்களை அநாயாசமாகப் பலரும் கொடுத்திருக்கிறார்கள்! எப்போது? வெகு காலத்துக்கு முன்பே...

வெகுகாலம் என்றால்... சுமார் 2,600 ஆண்டுகளுக்கு முன்பே! அப்படிப்பட்ட தலைவன் என்ற சொல்லுக்கான ஒரு 'பொருள்' பற்றித்தான் நாம் இப்பொழுது பார்த்துக் கொண்டிருக்கிறோம்.

தலைவன் என்றால்...

சில விஷயங்களை மனிதனால் இன்னதுதான் என்று முடிவாகவும், தெளிவாகவும் புரிந்துகொள்ள முடியாது. கடவுள், மனம் என்பது போல இன்னும் சிலவும் அந்தப் பட்டியலில் இருக்கின்றன. அதில் ஒன்றுதான் இந்தத் 'தலைமை' என்றால் எது...? என்பதும்.

வேடிக்கையாகச்சொல்வார்கள், நான்கு பொருளாதார நிபுணர்கள் ஓரிடத்தில் இருந்தால் அங்கு..... கருத்துகள் இருக்கும் என்று. புள்ளி வைத்த இடங்களை உங்களை நிரப்பச் சொன்னால் என்ன எழுதுவீர்கள்? அதிகபட்சம் நான்கு என்றுதானே! அதுதான் இல்லை. நான்கு பொருளாதார நிபுணர்கள் ஓரிடத்தில் இருந்தால் அங்கே ஐந்து விதமான கருத்துகள் நிலவுமாம். அவ்வளவு கருத்து வேறுபாடுகள் அவர்களுக்கிடையே இருக்கும்.

அதுபோலத்தான், 'லீடர்ஷிப்' என்றால் என்ன? வெற்றி பெறும் தலைமை என்றால் என்ன? என்றெல்லாம் கேட்டாலும் அப்படிப்பட்ட பதில்தான் வரும். காலங்காலமாக, பத்தி பத்தியாக இவற்றுக்கு விளக்கம் சொல்லி வருகிறார்கள். ஆனாலும் இன்னும் முடிந்தபாடில்லை. எல்லாவற்றையும் படித்துப் பார்த்துவிட்டுத் தலைமை என்பது பற்றிக் கொஞ்சம் எளிமையாக விளக்கிச் சொல்ல முடியுமா என்றால்...

'தலைவன் என்பவன், மற்றவர்களின் எண்ணங்களில் தாக்கத்தை ஏற்படுத்தி, அவர்களை அவன் எண்ணுகிற விதமாகவே செயல்பட வைக்கிறவன்' என்று சொல்லலாம். அவ்வளவுதான்.

இப்போதைக்கு இதை இத்துடன் விட்டுவிடுவோம். அடுத்து சில ஆயிரம் ஆண்டுகளுக்கு முன்பாகவே (நம் திருவள்ளுவர் போல்) யார் யாரோ இது பற்றிச் சிறப்பாக விளக்கி இருப்பதாகப் பார்த்தோமே, அதை என்னென்னவென்று ஒரு நோட்டம் விட்டு விடுவோம்.

ஆதியென்றால் சுமார் 5000 ஆண்டுகளுக்கு முன்பு. அப்போதே மனித இனத்தால் கவரப்பட்டு பல்வேறு விவாதங்களுக்கும் விளக்கங்களுக்கும் உட்படுத்தப்பட்டது இந்தத் தலைமை என்ற விஷயம். அக்காலத்தில், எகிப்து தேசத்தில் வாழ்ந்த அந்த மக்களுக்குத் தனிப்பட எழுதுதல், அதற்கான எழுத்து வரிவடிவங்கள் என்றெல்லாம் எதுவும் கிடையாது. ஆனால் படங்களாக வரைந்து தகவல்களைப் பதிவு செய்திருக்கிறார்கள். விலங்குகள் தாவரங்கள் முதலியவற்றின் உருவச் சித்திரங் களையும் சின்னங்களையும் பயன்படுத்தி எழுதும் முறை அது. அந்தப் படங்களைப் பார்த்தவர்கள் அதில் 'தலைமை' என்ற விஷயம் தெரிகிறது என்கிறார்கள்.

லாவோ ட்சு

லாவோ ட்சு சீனத்தைச் சேர்ந்தவர். சுமார் 2,600 ஆண்டுகளுக்கு முன்பு வாழ்ந்த கவிஞர், தத்துவ ஞானி. அவர் Tao Te Ching என்ற ஒரு நூல் எழுதினார். அதற்கு 'எப்படி விஷயங்கள் நடக்கின்றன?' (How things work) என்று அர்த்தம்.

அவர் எழுதியிருப்பதைப் படித்தால் ஆச்சரியமாக இருக்கிறது. தலைமை பற்றிய இந்தப் புத்தகத்தின் கடைசியில் எழுத வேண்டிய அளவுக்கு, மிகச் சமீபத்திய ஆய்வாளர்கள் சொல்லக் கூடிய, மிகவும் முன்னேற்றமான கருத்துகளை அவர் அப்புத்தகத்தில் கூறியிருக்கிறார். ஆனால் அவருடைய அந்தக் கருத்துகள் இன்றும் நடைமுறைக்கு வராதவை எனலாம்.

அவர் எழுதியதோ சீன மொழியில். தமிழில் நாம் அதைப் படிப்பதற்கு, ஆங்கிலத்தில் உள்ளதைத்தான் மொழிபெயர்க்க வேண்டும். முதலில் ஆங்கிலத்தில் பார்த்து விடுவோம். பின்பு தாய்த் தமிழில், செம்மொழியில்.

> A leader is best
> when people barely know he exists
> not so good when people obey
> and acclaim him

> But of a good leader, who talks little
> when his work is done, his aim fulfilled,
> They say: We did it ourselves
>
> *- Lao Tsu (quoted in Manz and Sims 1991 - 35)*

அட... என்ன அற்புதமான விளக்கம்!

தலைவன் என்று இருப்பதே தெரியாத அளவுக்கு (அவன் நடவடிக்கைகள்) இருப்பதுதான் சிறந்த தலைமை. அவனைக் கொண்டாடியோ, அவனுக்குக் கீழ்ப்படிந்தோ மக்கள் நடந்தால், அவன் அவ்வளவு சிறந்த தலைவனாக இருக்க முடியாது. நல்ல தலைமைக்கு அடையாளம் அதிகம் பேசாமல் இருப்பது. மேலும் தலைவன் நினைத்த செயல் முடிக்கப்பட்டு விட்டதும், தலைவனின் குறிக்கோள் நிறைவேற்றப்பட்டதும், மக்கள் அவனைப் பின்பற்றிச் செயலில் ஈடுபட்டவர்கள், 'நாங்களே (தான்) அதைச் செய்து முடித்தோம்' என்று நினைக்க வேண்டும், சொல்ல வேண்டும்.

எப்படியிருக்கிறது பார்த்தீர்களா விளக்கம்? நல்ல அரசு நிர்வாகி மக்கள்மீது வரிவிதிக்கும் பொழுது, அவர்களிடம் இருந்து வரியை வசூலிக்கும் பொழுது, மலர்களில் இருந்து வண்டுகள் தேனை உறிஞ்சுவதைப் போல மென்மையாக, அவற்றைக் கசக்காமல் அவற்றுக்கு வலிக்காமல் செய்ய வேண்டும் என்பார்களே, அப்படியல்லவா இருக்கிறது இந்த விளக்கம்.

தலைவன் இருக்க வேண்டும். ஆனால் அப்படி ஒருவன் இருந்துகொண்டு வழிநடத்துகிறான் என்பது அப்பட்டமாகத் தெரியக்கூடாது என்றால் தலைவன் எப்படி நடந்துகொள்ள வேண்டும்? அவனைப் பின்பற்றும் கூட்டம் எப்படிப்பட்ட புரிதலுடன் செயல்பட வேண்டும்!

ஆர்ப்பாட்டங்கள், ஆடம்பரங்கள், அதிகாரம், முன்னறிவிப்புகள், பரிவாரங்கள், உபசாரங்கள், கட்டளைகள், மீறினால் தண்டனைகள் என்று இருக்கும் தலைமைகள் பற்றி நமக்குத் தெரியும். ஆனால் லாவோ ட்சு சொற்படி 'நல்ல தலைவன்' என்பவன் எப்படி இருக்க வேண்டுமாம்? அப்படி ஒருவன் இருப்பதே தெரியக் கூடாதாம்!

அதேபோல 'தலைமைதான் எல்லாம். அது மிகப்பெரிய விஷயம்... அது... 'அவ்வளவு'. அது... 'இவ்வளவு'

என்றெல்லாம் தலைமையைப் பார்த்துப் பின்பற்றுபவர்கள் பிரமிக்கக்கூடாது.

லாவோ ட்சு காட்டும் நல்ல தலைமை என்பது 'கொண்டாடப்பட வேண்டியதே' இல்லை. அது தவிர, ட்சு இன்னும் கூடுதலாகச் சொல்கிறார், 'பின்பற்றுபவர்கள் தலைமைக்குக் கீழ்ப்படியத் தேவையில்லை, கீழ்ப்படிதல் கூடவே கூடாது' என்கிறார்.

எல்லாவற்றையும் விட அதிக பிரமிப்புத் தருவது, அவரிடமிருந்து வந்த கடைசி வரிகள்தான். தலைமை ஏன் வேண்டும்? ஒரு குறிக்கோளை நிறைவேற்றத்தானே! கூட்டத்தை ஒரு செயலை முடிக்க வைக்கத்தானே! அவை இரண்டுமே நடைபெற வேண்டும். அதற்கு தலைமை தேவைதான். ஆனால் அவை நிறைவுற்றதும் மக்கள் அதற்கான நல்ல பெயரை (Credit ஐ) தலைவனுக்குத் தரக்கூடாதாம். முழுவதையும் என்றுகூட அவர் சொல்லவில்லை. எதையுமே தரக்கூடாது என்கிறார்!

'நாங்களேதானே முடித்தோம்' என்று செய்தவர்கள் சொல்ல வேண்டுமாம். சொல்ல மட்டுமல்ல, அவர்கள் அவ்வாறு நினைக்கவும் வேண்டும் என்கிறார். அவ்வளவு 'பக்குவப்பட்ட' மனப்பக்குவம் உள்ள தலைமை. 'பக்குவப்பட்ட' பின்பற்றும் கூட்டம். இன்றைய உலகிலும் அப்படிப்பட்டவர்கள் இருக்கத்தான் இருக்கிறார்கள். என்ன, கொஞ்சம் கவனமாகத் தேட வேண்டும், அவ்வளவுதான்.

தன் கீழ் உள்ளவர்கள் செய்தவற்றுக்குக்கூடத் தாங்களே பெயரெடுத்துக்கொள்ள நினைப்பவர்கள் எல்லாம் தலைவர்களே அல்ல. நிஜமான தலைவர்கள், மற்றவர்களைச் செய்யத் தூண்டி, அனுமதித்து, அவர்களுக்கு உதவி செய்து, உறுதுணையாக இருந்து, அவர்கள் அந்தக் காரியத்தை முடித்துவிட்டு நிமிர்ந்து பார்த்தால், 'நீயேதான் செய்தாய்...' என்று சொல்ல வேண்டும். அந்தக் காரியத்தைச் செய்து முடித்தவர்களின் முதுகைத் தட்டிக் கொடுத்து, 'அட.... நன்கு செய்திருக்கிறாயே' என்று பாராட்டவும் வேண்டும். அதுதான் தலைமை!

கலிலியோ சொன்னது

நமக்கு கலிலியோவைத் தெரியும். அவருடைய சீடர் ஆண்ட்ரியா என்பவரைப் பற்றி அதிகம் பேருக்குத் தெரியாது. அவர்கள் இருவருக்குள்ளும் ஓர் உரையாடல் நடக்கிறது. அதிலும்

தலைமை பற்றி வருகிறது. அதில் அவர்கள் தலைவனை 'லீடர்' என்று குறிப்பிடவில்லை. 'ஹீரோ' என்கிறார்கள்.

ஆண்டிரியா, 'Unhappy is the land that breeds no Heroes' (நாயகர்கள் இல்லாத பூமி, வருத்தமுடனிருக்கும்) என்று சொல்கிறாள். அதை மறுத்து கலிலியோ சொல்கிறார். 'No. Unhappy the land that is in need of Heroes' (இல்லை, நாயகர்கள் தேவைப்படும் பூமி வருத்தமாயிருக்கும்) என்று. அதாவது நாட்டின் மகிழ்வுக்கும் சுபிட்சத்துக்கும் தலைவர்கள் அவசியம் எனும் பொருள்பட இப்படிச் சொல்லியிருக்கிறார்.

நமது தேசத்தில் மிகவும் பழமையான இதிகாசங்களிலும் பகவத் கீதையிலும் ஆட்சியாளன் எப்படியிருக்க வேண்டும் என்று நிறையவே சொல்லியிருக்கிறார்கள். நல்ல ஆட்சியாளன் எப்படி இருக்க வேண்டும் என்று பகவான் கிருஷ்ணர் இப்படிச் சொல்வதாகச் சொல்லப்படுகிறது.

(Prabhavanand and Isherwood 1982 - 261)

the leaders duty
ordained by his nature,
is to be bold,
unflinching and fearless
subtle of skill
and open handed;
great hearted in battle
a resolute ruler

அவனுடைய குணாதிசயம் காரணமாக
தலைவனுடைய கடமையானது,
துணிவுடன் இருப்பது.
பின்வாங்காத் தன்மை, பயமற்று இருப்பது
உள்ளார்ந்த திறமை,
திறந்த கைகளுடன்
போர்களில் தளராத மனத்துடன்
(இருப்பவன்தான்)
எடுத்த செயல் முடிக்கும் ஆட்சியாளன்.

இங்கு ஆட்சியாளனுக்குச் சொல்லப்படுபவைகளை எல்லாம், தலைவனுக்குச் சொல்வதாகத்தான் தலைமையைக் குறிப்பதாகத்தான் எடுத்துக்கொள்ள வேண்டும். அவன்தான் மக்களின் நலன் காக்கும்

ஆட்சிக்குத் தலைமை தாங்கிக் கொண்டு இருப்பவன். இங்கு பெரும்பாலும், தலைவனின் கடமை என்பது துணிவு, பயமற்ற தன்மை ஆகியவைகள்தான் எனச் சொல்லப்பட்டுள்ளன.

சன் ட்சு

ஆம், இவரும் ஒரு சீனர்தான். ஆனால் வேறு நபர். இவரும் மிகப் பிரபலமானதொரு நூலை எழுதியிருக்கிறார். இவருடைய காலம் கி.மு.500-ஆம் ஆண்டு. இவர் 'The art of war' என்ற புத்தகத்தை எழுதியவர். அன்று முதல் இன்றுவரை மனிதன் தன் அடிப்படையில் மாறவேயில்லை என்பதும், அன்று பயன்பட்ட முறைகளே இன்றும்கூடப் பயன்பட முடியும் என்றும் அவர் எழுதியுள்ள விஷயங்களைப் பார்த்தால் தெரியும்.

அவருடைய 'போர்க் கலை' என்ற நூலைத் தழுவியே The art of war for Executives *(1995)* என்று, 'நிர்வாகிகளுக்கான போர்க் கலை' என்ற பொருள்படும் ஒரு புத்தகம் வெளிவந்திருக்கிறது.

அதில் ஆயிரக்கணக்கான ஆண்டுகளுக்கு முன்பு ஆட்சியாளர் களுக்கு சன் ட்சு சொல்லியிருக்கும் விஷயங்களைப் பற்றிச் சுருக்கமாகப் பார்ப்போம். எல்லாம் ரத்தினச் சுருக்கமான 'நெத்தியடி' விஷயங்கள். அதனால்தான் அவற்றைச் சுருக்கி 1995ல், நிர்வாகிகளுக்கான மந்திரமாக ஆக்கியிருக்கிறார்கள். அந்தப் பத்துக் கட்டளைகள்.

Learn to fight	-	போரிடக் கற்றுக்கொள்
Do it right	-	சரியாகச் செய்
Expect the worse	-	மோசமானதற்குத் தயாராக இரு
Burn the Bridges	-	நீ வந்த வழிகளையெல்லாம் அழித்துவிடு
Pull together	-	ஒன்று சேர்
Show the way	-	வழிகாட்டு
Know the facts	-	உண்மைகளைத் தெரிந்துகொள்
Seize the day	-	சந்தர்ப்பத்தைக் கவர்ந்துகொள்
Do it better	-	கூடுதல் சிறப்புடன் செய்
Keep them guessing	-	உன் நடவடிக்கைகளை அவர்கள் கணித்துவிடாமல் பார்த்துக்கொள்

இவை இன்றைக்கும் எவருக்கும் பயன்படக்கூடிய விஷயங்கள்தான், இல்லையா?

சில ஆண்டுகளுக்கு முன்னால் நான் பெப்ஸி நிறுவனத்தில் பணியாற்றினேன். அது அமெரிக்காவைத் தலைமையிடமாகக் கொண்ட நிறுவனம். அந்த நிறுவனத்தில் ஒருமுறை ஒரு பெரிய திட்டம் ஒன்றைக் கொண்டு வந்தார்கள். அது மிக நல்ல திட்டம்தான். மேலாளர்கள் உயரதிகாரிகளுக்கானது அந்தத் திட்டம். அவர்கள் எப்படித் தங்கள் பணிக்காலத்தில் உயர் பதவிகளை அடைவது? (Career Development) என்பதைப் பற்றியது. அதற்குக் கூடுதல் கவர்ச்சியாக ஒரு 'வாக்கியம்' கொடுத்தார்கள். அதுதான் அந்தத் திட்டத்தின் Catch word.

அந்த வாக்கியம் பிரெஞ்சு மொழியில் இருக்கும். அந்த வாக்கியம், Carpie diem. இதைச் சொன்னால் நாங்கள் எல்லாம் உடனே சந்தோஷமாகி விடுவோம். அதன் ஆங்கில மொழிபெயர்ப்பு என்ன தெரியுமா?... Seize the day. அதாவது சன் ட்சுவின் 'சந்தர்ப்பத்தைக் கவர்ந்து கொள்...' என்பதுதான். இந்தப் புத்தகத்தை எழுதத் தகவல் தேடுகையில்தான், அது சன் ட்சுவின் வார்த்தைகள் என்று எனக்குப் புரிந்தது. அதுவரை அந்த நிறுவனத்தின் 'ஆலோசகர்கள்' மூலம் அவ்வாக்கியம் சொந்தமாக உருவாக்கப்பட்டது என்று நினைத்திருந்தேன்.

மேலே சொல்லப்பட்டிருக்கும் பத்து விஷயங்களைப் பற்றியும் ஒவ்வொன்றாக விளக்குவதற்கு எடுத்துக் கொண்டால் அதைப் பற்றி பக்கம் பக்கமாக எழுதலாம். அவ்வளவு விஷயங்கள் அவற்றில் இருக்கிறது. இங்கே வேண்டாம். பின்னால் பார்த்துக்கொள்ளலாம். இப்போது 'தலைமை' என்பது பற்றி முற்காலத்திலேயே இன்னும் சில பெரியவர்கள் என்ன சொல்லியிருக்கிறார்கள் என்று மேலோட்டமாக ஒரு பார்வை பார்த்துவிடுவோம்.

திருக்குறள்

நம் பாரத நாடு எவ்வளவோ பழமையான நாகரிகங்கள் கொண்ட நாடு. அதிலும் கல்தோன்றி மண்தோன்றாக் காலத்து முன் தோன்றிய மூத்தகுடி நம் தமிழ்க் குடி. அப்போதைய நூல்களில் தலைமை/தலைவன் பற்றி ஏதும் சொல்லப்படவில்லையா எனக் கேள்வி வருவது நியாயம்தான்.

அறிவார்ந்த நம் பெரியோர் சொல்லாமல் இருப்பார்களா என்ன?

திருவள்ளுவர் சொல்லியிருக்கிறார். அவர் எழுதிய திருக்குறளில் தெளிவாகத் தலைவன்... அதாவது, அரசன் மற்றும் அமைச்சு பற்றிச் சொல்லியுள்ள இரண்டு கருத்துக்களைப் பார்ப்போம்.

முதலாவது தலைவனுக்கு எப்படிப்பட்ட வல்லமை தேவை? அல்லது தலைவனுக்குத் தேவையான எல்லா வல்லமைகளிலும் எது சிறந்தது, எது முக்கியமானது என்று வள்ளுவர் கூறுகிறார். தலைவன் என்பவன் தனி மனிதனல்ல... அவனுடைய வலிமை மட்டுமே அவன் தலைவனாவதற்குப் போதாது என்கிறார்.

தம்மிற் பெரியார் தமரா ஒழுகுதல்
வன்மையு ளெல்லாந் தலை (444)

தம்மைக் காட்டிலும் அறிவு, ஆற்றல் ஆகியவற்றில் சிறந்த பெரியவராய் இருப்பவரோடு உறவுகொண்டு அவர் வழி நடப்பது தமக்குள்ள எல்லா வல்லமையிலும் சிறந்த வல்லமையாகும் என்பது அவர் சொல்லும் கருத்து. இரண்டாயிரம் ஆண்டுகளுக்கு முன்பே மிகவும் தெளிவாகச் சொல்லியிருக்கிறார் வள்ளுவர்.

இரண்டாவதாக,

பல்லார் பகைகொளலிற் பத்தடுத்த தீமைத்தே
நல்லார் தொடர் கைவிடல் (450)

என்ற குறளில், தமக்குத் துணையாக உள்ள பெரியவர்களுடைய நட்பையும் ஆதரவையும் கைவிட்டுப்போகும்படி ஒருவன் தவறியும் நடந்துகொள்ளக்கூடாது. அது பல பேரைப் பகைத்துக் கொள்வதைவிடப் பல மடங்கு தீமை உண்டாக்கக் கூடியது என்கிறார்.

இவையிரண்டும் - 'தலைமை' என்றால் என்ன என்று முழுமையாக விளக்கவில்லைதான். ஆனாலும் அவை தலைவனுக்கு அறிவுரை கூறும் விதமாக அமைந்துள்ளன. அவர் காலத்தில் தலைமை என்பது அரசரைத்தான் குறிக்கும். அது தெரிந்த விஷயம்தான் என்பதால் அதை விளக்கவில்லை என்றே நினைக்கிறேன். இந்த இரண்டு மட்டுமா? திருவள்ளுவர், தலைமை குறித்து ஏராளமாக சொல்லியிருக்கிறார்.

டால்ஸ்டாயின் உவமை

உலகத்தின் சிறந்த எழுத்தாளர்களுள் டால்ஸ்டாயும் ஒருவர் என்பது தெரியும். அவர் எழுதிய ஒரு புத்தகம் 'War and Peace'

(போரும் அமைதியும்). அதில் 12 அத்தியாயங்களை அதிகாரம் மற்றும் தலைமை பற்றிய விஷயங்களை விளக்குவதற்காக அவர் பயன்படுத்தியிருக்கிறார். 'எப்படி ஒரு தனி மனிதனால் ஒரு தேசத்தையே தான் நினைத்தபடிச் செயல்பட வைக்க முடிகிறது' என்று அவருக்கு அடங்காத ஆச்சரியம். அதற்கான விடையைத் தேடி அலசுகிறார் அவர்.

அதில் அவர் தலைமை பற்றி எழுதும்போது தலைமைக்கு ஓர் உருவகம் சொல்கிறார். அந்த உருவகத்தைச் சொல்லாமல், எவராலும் தலைமைப் பற்றி பேசவோ, எழுதவோ முடியாது. அவ்வளவு அருமையான, சிந்திக்க வைக்கக்கூடிய எளிமையான உதாரணம் அது.

தலைமையையும், தலைமையைப் பின்பற்றுபவர்களையும் அவர் Bow & Waves உடன் ஒப்பிடுவார். Waves தெரியும் கடலலைகள்... (சுனாமிக்குப் பிறகு அதன் பயங்கரம் பற்றி நமக்கு மிக நன்றாகவே தெரியுமே). Bow என்றால் கப்பலின் முன்புறச் சட்டம். அதுதான் 'போ'. தண்ணீரில் படும் கப்பலின் முன்புறம் உள்ள மரத்தாலான பொருள். கப்பல் போகும் திசை நோக்கியே இருக்கும் கூர்மையானதொரு பொருள்.

கப்பல் வேகமாகப் போவதும், மெதுவாகப் போவதும் எதனால் என்று நமக்காகத் தெரியும். அதேபோல் கப்பல் எந்தத் திசையில் போகவேண்டும் என்பதைத் தீர்மானிப்பது எது என்றும் தெரியும். எல்லாம் கப்பலில் உள்ள விஷயங்கள்தான். நிச்சயமாக அலைகள் இல்லை. (நடுக்கடலில்) கப்பலில் அல்லது மோட்டார் படகில் ஏறிப்போகும்போது விளிம்பில் நின்றுகொண்டு முன்பக்கம் குனிந்து பார்த்தால் தெரியும், கப்பல் எந்தப் பக்கம் திரும்பினாலும், அது வெட்டும் அலைகள் கப்பலுக்கு முன்னால் போவதைப் பார்க்க முடியும். கப்பல் அல்லது படகு சடாரென்று திரும்பினால், அந்த அலைகளும் உடன் திரும்பி, அதுவும் விடாமல் கப்பலுக்கு முன்னால் ஓடும். எத்தனை முறை படகு திசைமாறினாலும், அத்தனை முறையும் அலையும் விடாமல்... கப்பல் எந்தப் பக்கம் திரும்பப் போகிறது என்பதை முன்னரே துல்லியமாகக் கணித்து வைத்திருந்ததைப் போலத் தவறாமல் பாய்ந்து ஓடும்.

டால்ஸ்டாய் சொல்கிறார், பெரிய நிகழ்வுகளைத் தங்கள் கட்டுப்பாட்டில் வைத்திருப்பவர்களைப் போலத் தலைவர்கள்

தெரிந்தாலும் (உண்மையில்) நடைபெறும் நிகழ்வுகளின்மீது அவர்களுக்கு எந்தக் கட்டுப்பாடுகளும் இல்லை.

அவர்கள்தான் முன் நிற்கிறார்கள். அதில் சந்தேகம் இல்லை. ஆனால் அவர்கள் ஏதும் செய்வதில்லை. நடைபெற்றே தீரும் விஷயத்துக்கு அவர்கள் தலைமை தாங்குகிறார்கள் அவ்வளவுதான்.

யோசித்துப் பார்த்தால் அவர் சொல்வது பல சமயங்களில் எவ்வளவு பெரிய உண்மை என்பது புலப்படும். சாதி மதக் கலவரங்கள், பெரிய போர்கள்... எனப் பல சம்பவங்கள் நடைபெற்றனவே... உண்மையில் அவையெல்லாம் தலைமை தூண்டித்தானா நடந்தது? அல்லது நடைபெற்ற சில நிகழ்ச்சிகளுக்கு வேறு வழியின்றி சிலர் தலைமையேற்றார்களா?

நாடு, அரசியல் என்று மட்டுமில்லை.தொழிற்சாலைகளில் கூட இப்படிப்பட்ட நிலைமைகளைப் பார்க்க முடியும். சில ஊர்வலங்கள், போராட்டங்கள் வன்முறையில் முடியும். தலைமை தடுத்தாலும்கூட அவற்றை நிறுத்த முடியாது. தலைமை என்று ஒன்று அங்கு இருக்கும். ஆனால், அதனால் கூட்டத்தின் வெளிப்பாட்டைக் கட்டுப்படுத்த முடியாது.

மாற்றுபவர்களா? மாற்றப்படுபவர்களா?

இதையே கார்டனர் என்பவர் சற்று மாற்றி அழகாகச் சொல்வார். தலைவர்கள் தனித்தன்மையானவர்கள் அல்லர். அவர்கள் மக்களை மாற்றுபவர்கள். அதே நேரம் மக்களால் மாற்றவும் படுபவர்கள்.

கருத்து, உணர்வு, வேகம் எல்லாம் இங்கிருந்து அங்கும், அங்கிருந்து இங்கும் இரண்டு பக்கமும்தான் போகும். தலைவனிடமிருந்து மற்றவர்களுக்குப் போகும் ஒருவழிப்பாதையல்ல. (முழுவதும் 'டாப் டவுன்' அல்ல) தலைவனின் குணம் மக்களுக்கு வருவது மட்டுமல்ல, மக்கள் குணம் கொஞ்சம் தலைவனுக்கும் வரும், வரவேண்டும். அப்பொழுதுதான் அவன் அவர்களின் தலைவன். இல்லையென்றால் அந்நியப்பட்டுப் போவான்.

ஆகத் தலைமை என்பது ஒருவிதமான வித்தியாசமான செயல்முறை. அது வழி நடத்துபவரும், வழி நடப்பவரும் ஒருவரை ஒருவர் மாற்றுகிற மேன்மையான வழிமுறை (Subtle Process). சாதாரண உஷ்ண நிலையில் இருக்கும் ஒரு தம்ளரில்

கொதிக்கும் பாலை ஊற்றி ஆற்றுகிறோம். அப்போது பாலின் சூடுமட்டுமா குறைகிறது? முன்பு இருந்த நிலையிலிருந்து அதைத் தாங்கி இருக்கும் தம்ளரின் சூடு அதிகரிக்கிறதே! அப்படித்தான் இதுவும். அதிகம் வெளித்தெரியாத அவர்களின் எண்ணங்கள், உணர்வுகள் முதலியவற்றின் கூட்டுச் சொந்த செயல்பாடு இது. இதில் வேடிக்கை என்னவென்றால், இந்த ரசவாதத்தால் இரு சாராரின் தேவைகளுமே நிறைவேறுகின்றன.

மீண்டும் ட்சு

மீண்டும் ட்சு, ஆமாம். அதே 'லாவோ ட்சு'தான். என்ன செய்வது? மனுஷன் தலைமைக்குப் பொருத்தமான பலவற்றை அழுத்தமாகச் சொல்லியிருக்கிறாரே! தலைவன் என்றால் எப்படி இருக்கவேண்டும் என்று அவருடைய வேறு சில வரிகளுடன் இந்த ஆதி (மற்றும் சீன) புராணத்தை முடிப்போம்.

The wicked leader is one whom People despise
The good leader is one whom People revere
The great leader is one of whom
People say 'We did it ourselves'

தலைவர்களை மூன்று வகைகளாகப் பிரிக்கலாம்

1. மக்களால் அலட்சியம் செய்யப்படும் தலைவர்கள்

2. மக்களால் மரியாதையுடன் வணங்கப்படும் தலைவர்கள்

3. மக்கள், நாங்கள்தான் செய்து முடித்தோம் என்று சொல்ல வைக்கும் தலைவர்கள்

அதேதான். லாவோ ட்சு என்ன இதை மாற்றியா சொல்லப் போகிறார்! அவரும் இதையேதான் சொல்கிறார்.

மக்களால் அலட்சியம் செய்யப்படும் தலைவர்கள்! இவர்கள் யார் தெரியுமா? ஒழுக்கமில்லாத, தவறான செயல்களைச் செய்யும் தலைவர்கள். இது ஒரு பிரிவு.

அடுத்தது நல்ல செயல் செய்யும் தலைவர்கள். இப்படிப்பட்ட தலைவனை மக்கள் வணங்கவே செய்வார்கள். இவர்களைவிட லாவோ ட்சு மேலே உயர்த்திச் சொல்வது, மூன்றாவது வகையான மக்களை உயர்வாக, தன்னிறைவாக, தாங்களே சாதித்து விட்டதாக நினைக்க வைக்கும் தலைவர்களைப் பற்றித்தான்.

ஆக, தலைவன் என்பவன் மக்களை, தன்னைப் பின்பற்று பவர்களை, தன் கீழுள்ளவர்களைச் செயல்பட வைப்பவன். அவர்களை மரியாதைக்கு உரியவர்களாகச் சுயமாகச் சிந்திக்கத் தெரிந்தவர்களாக ஆக்கி, அவர்கள் தங்களுக்கு வேண்டியதை உணர்ந்து, தாங்களே பெறும் ஆற்றலைப் பெற வைப்பதுதான் தலைவனின் பணி. இதுதான் இறுதிக்கட்ட பணி. இப்படிப்பட்டத் தலைமைதான் மிகவும் உன்னதமான தலைமை. தலைமைக்காக ஆசைப்படும் தலைவன் தலைவனில்லை. தன்னை, தன் புகழைப் பாட ஒரு கூட்டம் வேண்டுமென்பதற்காகப் பாடுபடும் தலைவனும் தலைவன் இல்லை.

தலைவனுக்குச் செயலைச் செய்து முடிப்பதுதான் முக்கியம். அதை அவனால் தனியாகச் செய்ய முடியாது. அதற்கு மக்கள் சக்தியின் துணை வேண்டும். மக்களை அதை உணரவைத்து, அதைச் செய்யவும் வைக்க வேண்டும். அதைச் செய்த மக்கள் தாங்கள்தான் செய்தோம் என்ற பெருமையும் கொள்ளவேண்டும். இதுதான் மிகச் சிறந்த தலைமையின் உச்சம்.

•

நிறுவனங்களில் பலவிதமான பயிற்சி வகுப்புகள் நடக்கும். அதில் ஒரு முக்கியமான பயிற்சி இந்தத் தலைமைப் பண்பை உருவாக்கும் பயிற்சி (Leadership Development Course). தொழிற் சாலைத் தலைவர்கள், அதிகாரிகள், துறைத் தலைவர்கள் எனப் பலவிதமான ஊழியர்களுக்கும் கொடுக்கப்படும் பயிற்சி இது.

அப்படி நடைபெறும் பயிற்சிகளின் தொடக்கத்தில் இந்தப் 'பொருள்' பற்றிய கவனத்தை வகுப்பில் இருப்பவர்களுக்குக் கொண்டு வரவும், பயிற்சியைச் சுலபமாகத் தொடங்கவும் ஒரு பொதுவான கேள்வி கேட்கப்படுவது வழக்கம்.

'உங்களுக்குத் தெரிந்த சில தலைவர்களின் பெயர்களைச் சொல்லுங்கள்.'

மிகவும் சுலபமான கேள்வி என்பதால் இதற்கு வேக வேகமாக எல்லோரும் பதில் சொல்வார்கள். ஆளாளுக்கு ஒரு தலைவன் பெயரைச் சொல்வார்கள். பெரும்பாலான பயிலரங்குகளில் சொல்லப்படும் முதல் பத்துப் பெயர்கள் கிட்டத்தட்ட ஒரே மாதிரியானதாகத்தான் இருக்கும். கீழ்க்கண்ட பெயர்கள் ஒரு குறிப்பிட்ட பயிற்சி வகுப்பில் சொல்லப்பட்டவை.

1. மகாத்மா காந்தி
2. நேரு
3. ஜான் எஃப் கென்னடி
4. சத்ரபதி சிவாஜி
5. இந்திரா காந்தி
6. அம்பேத்கர்
7. நெல்சன் மண்டேலா
8. அப்துல் கலாம்
9. கபில்தேவ்
10. பில் கேட்ஸ்
11. அன்னை தெரசா
12. இன்ஃபோசிஸ் நாராயண மூர்த்தி
13. ரத்தன் டாட்டா

இந்த வரிசை இதோடு நிற்கவில்லை. நிற்கவும் நிற்காது. தலைவர்களுக்கா பஞ்சம். அது பாட்டுக்கு மடமடவென்று வந்து விழும். நம்மால் அரங்கில் உள்ள 'போர்ட்'டில் எழுதி மாளாத அளவிற்கு இந்தப் பட்டியல் நீளும்.

கொஞ்சம் தயக்கத்துக்குப் பிறகு, சமயத்தில் சிரிப்போடு (சீரியசாகச் சொல்லவில்லையாம்) வீரப்பன், ஒசாமா பின்லேடன் போன்ற பெயர்களையும் சொல்வார்கள். அந்தப் பெயர்களையும் நாம் போர்டில் எழுத, வேறு சிலர் இவர்கள் தலைவர்களா! என்று கேட்பார்கள். அந்த விஷயத்துக்குப் பின்னால் வருவோம்.

'இவர்களை எல்லாம் ஏன் நாம் தலைவர்கள் என்கிறோம். அதற்குக் காரணம் என்ன?'

அடுத்து இப்படி ஒரு கேள்வியைக் கேட்க, பயிற்சிக்கு வந்திருப் பவர்கள் கொஞ்சம் யோசிப்பார்கள். கொஞ்ச நேரம்தான். பின்பு தயக்கமின்றி அவர்களிடமிருந்து பதில்கள் வரத் தொடங்கும்.

- இவர்கள் மற்றவர்களை வழிநடத்துகிறார்கள்.
- இவர்களை நிறைய பேர் பின்பற்றுகிறார்கள்.
- இவர்களால் மற்றவர்களை எதையோ செய்ய வைக்க முடிகிறது.
- இவர்கள் மற்றவர்களுக்கு முன்மாதிரியாக நடந்து கொள்பவர்கள்.

- இவர்கள் குழுக்களை உருவாக்கி அவற்றை நிலைநிறுத்தப் பாடுபடுபவர்கள்.
- இவர்கள் மதிக்கத்தக்கவர்கள்... இவர்களிடம் புதிய சிந்தனைகள், யோசனைகள் நிறைய உண்டு.
- இவர்கள் செயல்படுபவர்கள், செயல் வீரர்கள்.

நேரம் ஆக ஆக காரணங்கள் கூடிக் கொண்டேபோகும். ஆக, சிலர்தான் தலைவர்கள். அவர்களை நம்மால் அடையாளம் காண முடியும். அவர்களுக்கெனத் தனி அடையாளங்கள் உண்டு.

இவைதானே கேட்கப்பட்ட இரண்டு கேள்விகளுக்கும் கிடைத்த பதில்களின் சாரம்.

அப்படியென்றால்... பலருக்கும் தெரிந்த மிகப்பெரிய தலைவர்கள் மட்டும்தான் தலைவர்களா? என்ற கேள்வி வருகிறதல்லவா? சிலருக்கு வரலாம். இதற்கு பதில் என்ன தெரியுமா? இல்லை என்பதுதான்.

அவர்கள் பலருக்கும் தெரிந்த பிரபலமான பெரிய தலைவர்கள். அவ்வளவுதான். அவை மட்டுமே ஒரு தலைவனுக்குரிய குணங்கள் அல்ல.

'அப்படியென்றால் பிரபலமில்லாத சிறிய தலைவர்களும் உண்டு என்கிறீர்களா?' என்றால் ஆமாம், நிச்சயமாக. நாம்தான் அவர்கள். ஒவ்வொரு இடத்திலும், ஒவ்வொரு மட்டத்திலும் ஒவ்வொரு தளத்திலும் தலைமை என்பதும் உண்டு. தலைவர்கள் என்பவர்களும் உண்டு.

நமது அரசியல் கட்சிகள் அமைப்பு அடிப்படையில் சொல்வது என்றால் அகில இந்திய, மாநில, மாவட்ட, வட்ட, ஒன்றியம் என இருப்பதுபோல் பல்வேறு மட்டங்களில் தலைமை இடங்கள் இருக்கின்றன. இவை ஒவ்வொன்றிலும் தலைவர்கள் இருக்கிறார்கள்.

மனிதர்கள் ஒன்றுக்கு மேற்பட்டு இருக்கும் எல்லா இடங்களிலும் தலைமையும் உண்டு. தலைவனும் உண்டு. எவன் ஒருவன் சொல்வதை மற்றவர்கள் பின்பற்றுகிறார்களோ அல்லது செய்கிறார்களோ அங்கே தான் சொல்வதைப் பின்பற்றிச் செய்கிற அவனே தலைவன்தான். அவனும் தலைவன். அவனுக்குக் கீழ் அல்லது அவனைப் பின்பற்றி இருப்போர் எண்ணிக்கை இங்கே முக்கியமில்லை.

முன்பு காந்தி முதல் இன்போசிஸ் நாராயண மூர்த்திவரை ஒரு பட்டியல் பார்த்தோமே. அதில் இருந்த பதின்மூன்று பெயர்களில் உங்களுக்கு அந்தப் பதின்மூன்று பேரையுமே தெரிந்திருக்கலாம். அப்படியொரு பட்டியல் அது. இப்பொழுது வேறு ஒரு பட்டியல் தருகிறேன். அதையும் பாருங்கள்.

1. பெரியசாமி
2. V. உதயகுமார்
3. C.T. சோமையா
4. பா. ராகவன்
5. பாலா

இந்த ஐந்து பேரையும் உங்களுக்குத் தெரியுமா? இதே பெயர்களில் உள்ள வேறு நபர்களை உங்களைத் தெரிந்திருக்கலாம். இவர்கள் எல்லாம் நேரு, கென்னடி, தெரசா அளவு புகழ் பெறாதவர்கள். ஆனால் இவர்களும் தலைமையில் உள்ளவர்கள்தான். தங்கள் அளவுகளில், தங்கள் இடங்களில்.

எதற்காக இந்த 5 பேரைப் பற்றி இங்கே குறிப்பிடுகிறேன் என்றால், இவர்களை இவர்கள் வட்டம் தவிர வேறு எவருக்கும் தெரியாது. ஆனால், இவர்கள் வைத்துக் கொண்டுள்ள இலக்குகளும், அதை அடைவதில் இவர்களுக்கு உள்ள சவால்களும், அதை அடைய இவர்கள் எடுக்கும் முயற்சிகளும் எந்தப் பிரபலமானத் தலைவனின் முயற்சியுடனும் ஒப்பிடத் தகுந்த அளவுகளில் உள்ளவையே.

இவர்கள் ஐவர் மட்டுமில்லை, எனக்குத் தெரிந்து இப்படிப் பட்டவர்கள் நூற்றுக்கணக்கில் இருக்கிறார்கள். உதாரணத்திற்காக இந்த ஐவரை மட்டும் குறிப்பிட்டேன். உங்கள் ஒவ்வொருவரிடமும் இப்படிப்பட்ட ஒரு பட்டியல் இருக்கும்.

பள்ளிகளில், வழிபாட்டு இடங்களில், விளையாடும் இடங்களில், பணி செய்யும் இடங்களில், குடியிருக்கும் இடங்களில் என எல்லா இடங்களிலும் தலைமைப் பண்புள்ளவர்கள், மற்றவர்களை வழிநடத்துபவர்கள் இருக்கிறார்கள். மற்றவர்கள் ஏதாவதொரு பிரச்னை என்றாலும் ஆலோசனை என்றாலும் இவர்களைத்தான் கேட்பார்கள். இவர்கள் சொல்வதற்கு மதிப்பு இருக்கும். அவர்கள் எல்லா வேலைகளையும் எடுத்துப் போட்டுக் கொண்டு செய்வார்கள். மற்றவர்களுக்காகக் குரல் கொடுப்பார்கள், குரல்

கொடுக்க வைப்பார்கள். நல்லது கெட்டது என்று தன்னுடன் இருப்பவர்களின் செயல்கள் பற்றிக் கருத்துச் சொல்வார்கள். இதைச் செய்யலாம், அதைச் செய்ய வேண்டாம் என்று தெளிவாக எடுத்துப் பேசுவார்கள்.

சமுதாயத்தில் இவர்கள்தான் முன்னே அடி எடுத்து வைப்பவர்கள். மற்றவர்கள் அதைப் பின்பற்றுவார்கள். இவர்கள்தான் முடிவெடுப்பவர்கள், முதல் அடி எடுத்து வைப்பவர்கள், முன் மாதிரிகளாக இருப்பவர்கள், முனைந்து செய்து, முடியும் என்று மற்றவர்களுக்குக் காட்டுபவர்கள். அதனால் தலைவர்களாக ஏற்றுக்கொள்ளப்படுபவர்கள்.

தலைமை என்று ஒன்று தேவையா?

இதென்ன இது? அடிப்படையிலேயே சந்தேகமா? அடி மடியில் கை வைப்பது போலிருக்கிறதே இந்தக் கேள்வி என்று தோன்றலாம்.

ஒரு விஷயத்தை எடுத்துக்கொண்டு அலசி ஆராய்ந்து நின்று முடிவெடுத்த பிறகு, இப்படியெல்லாம் எல்லாப் பக்கங்களில் இருந்தும்தான், எந்தவித Prejedgement என்று சொல்வார்களே... அதாவது எந்தவித முன் முடிவும் இல்லாமல் திறந்த மனத்துடன் அணுக வேண்டும். இல்லையா? அதனால்தான் இந்தக் கேள்வி. இதை இப்பொழுது கேட்டால்தான் உண்டு. போகப் போக இதைப்பற்றிப் பேசவே முடியாது.

சரி, கேள்விக்கு வருவோம். தலைமை என்று ஒன்று தேவையா? அது இல்லாமல் எதுவுமே செய்ய முடியாதா? இந்தக் கேள்விக்குப் பதிலாக, இன்னொரு கேள்வியையே முன் வைக்கலாம்.

தலைவன் என்றதும் நம் நினைவுக்கு வருகிறார்களே அவர்கள் சாதித்தது என்ன? மகாத்மா காந்தி ஒரு தலைவர். அவர் சாதித்தது, இந்தியாவின் விடுதலையை. அவர் இல்லாமல் அது முடிந்திருக்குமா? இந்திய சுதந்தரப் போராட்டத்தை நினைவு கூர்ந்தால் காந்தியின் உழைப்பும் சாதனையும் கண்முன் விரிந்து பிரமிப்பூட்டும்.

இதுபோல, ஒவ்வொரு தலைவரைப் பற்றியும் யோசித்துப் பார்க்க முடியும். பெரிய, சிறிய தலைவர்கள் அனைவரும் ஏதோ ஒருவகையில் சாதித்தவர்கள்தான். நோயல் எம். டிச்சி என்பவர்,

அமெரிக்காவைச் சேர்ந்த பேராசிரியர். தலைமைக் குணம் பற்றி நிறுவனங்கள் சார்ந்த தலைமைகள் பற்றி நிறைய ஆராய்ந்தவர், எழுதியவர். 'கண்ட்ரோல் யுவர் டெஸ்டினி, ஆர் சம் ஒன் எல்ஸ் வில்' என்ற புத்தகத்தின் (ஜேக் வெல்ஷ் பற்றியது) கூட்டாசிரியர்.

அவர் சொல்கிறார், 'ஒப்புக்கொள்ளலாம், ஒரு தனி மனிதனால் (தலைவனால்) இந்தப் பெரிய உலகையோ அல்லது அதன் ஒரு பகுதியையோ மாற்றிவிட முடியாதுதான். அதற்குப் பலருடைய யோசனைகளும், ஒருமுகப்படுத்தப்பட்ட ஆர்வமும், ஆற்றலும் தேவை. ஆனால், ஒரு தலைவனில்லாமல் எந்த ஓர் இயக்கமும் ஆரம்பமே ஆகாது. அப்படியே வேகமெடுக்க ஆரம்பித்தாலும் கூட அது போகவேண்டிய திசை தெரியாமலும், வேகமெடுக்க முடியாமலும் சீக்கிரமே செத்துவிடும். எப்படிப் பார்த்தாலும் தலைவனில்லாமல் கிடைக்கும் வெற்றி என்பது தற்செயலான தாகத்தான் இருக்க முடியும். அதைத் தக்கவைத்துக்கொள்ள முடியாது.'

நாடோ, நிறுவனமோ அல்லது கட்சியோ, குடும்பமோ அது எது சம்பந்தப்பட்ட விஷயமாக இருந்தாலும் சரி, ஒரு தலைமை தேவைப்படும் நேரம், அல்லது தலைமையின் தேவை உணரப் படும் நேரம், ஒரு சிரமமான நேரமாகத்தான் இருக்கும்.

அமைதியான காலங்களில் நல்ல நிர்வாகிகள் வேண்டும். போர்க்காலங்களில் நல்ல தலைவர்கள் வேண்டும் என்று ஜான் பி.கோட்டார் சொல்வார். அடிமை இந்தியாதான் ஒரு காந்தியை, ஒரு சுபாஷ் சந்திரபோசை தலைவர்களாக அடையாளம் காட்டியது. சதி என்ற சமூகக் கொடுமைதான் ராஜாராம் மோகன் ராய் அவர்களை இதோ ஒரு தலைவர் இருக்கிறார் என்று உலகுக்குத் தெரியச் செய்தது.

ஆக, சிரமமான சூழ்நிலை ஏற்பட்ட பிறகு மாறுதல் கேட்டுக் கதறுகின்ற நிலை உருவாகிறது. அந்த நிலைமையை மாற்றத்தான் தலைவர்கள் தோன்றுகிறார்கள். 1920களின் பிந்தைய காலம் அமெரிக்காவில் பெரிய பொருளாதார வீழ்ச்சி ஏற்பட்டது. Great Depression என்று பொருளாதார நிபுணர்கள் அதற்குப் பெயரிட்டார்கள். தொழில்கள் தொடர்ந்து நசிந்த வண்ணம் இருந்தன. அமெரிக்காவின் எதிர்காலமே இருளடைந்து காணப்பட்ட நேரம் அது. அந்தக் காலகட்டத்தில்தான் ரூஸ்வெல்ட் அமெரிக்காவின் தலைவராக உயர்ந்தார், நாட்டை வழிநடத்தினார், சரிவிலிருந்து மீட்டார். அதேபோல, இரண்டாம்

உலகப்போரின்போது, பிரிட்டிஷ் சாம்ராஜ்யத்துக்கு வின்ஸ்டன் சர்ச்சில் தலைமை தாங்கி வெற்றி பெற்றுத் தந்தார்.

அடிமைத்தனம், போர், பொருளாதார வீழ்ச்சி, சமூகக் கொடுமைகள், ஆக்கிரமிப்புகள் எனப் பலவிதமான பிரச்னைகளில் இருந்து மக்களை மீட்க அந்தந்தக் காலகட்டங்களில் எவரேனும் ஒருவர் தேவைப்பட்டுக் கொண்டு இருக்கிறார்கள். அந்த இக்கட்டான சூழ்நிலையில் தோன்றும் தலைவர்கள்தான் சரித்திரத்தில் இடம்பிடிக்கிறார்கள்.

அப்படியென்றால் பிரச்னைகளை சமாளிக்க, வென்றெடுக்க வேண்டுமானால் தலைவர்கள் தேவை. அப்படித்தானே?

அப்படியும் வைத்துக்கொள்ளலாம். எப்படியென்றால்...

அதுபோன்ற நேரங்களில் தலைவர்களின் தேவை மற்றவர்களால் நன்றாக உணரப்படும். அப்படியல்லாத நேரங்களிலும், தலைவர்கள் தேவைதான். ஆனால் அந்த மாதிரி சமயங்களில் அவர்களின் திறமை அவ்வளவாக வெளித் தெரிவதில்லை அல்லது வெளி வருவதில்லை.

Boiled frog syndrome பற்றித் தெரிந்திருக்கலாம். ஒரு சாதாரணத் தண்ணீர் உள்ள பாத்திரத்தில் ஒரு தவளையைப் போட்டு, அந்தப் பாத்திரத்தை அடுப்பில் வைத்து மெதுவாகச் சூடேற்றினால், அந்த வித்தியாசத்தை உணராமல், தவளை தண்ணீரிலேயே சும்மா கிடக்கும். அந்த இளஞ் சூட்டின் சுகத்தை அனுபவிக்கும். ஆனால் மெதுவாக எரிந்தாலும் தொடர்ந்து நெருப்பு எரிந்துகொண்டே இருப்பதால் தண்ணீரின் சூடு மெல்ல மெல்ல அதிகமாகி, கொதிக்கிற நீரில் தவளை மெல்ல வேக ஆரம்பிக்கும். தவளைக்கு அது தெரியாது. அதிகரிக்கிற சூட்டால் கடைசியில் தவளை வெந்து செத்தே போகும். இதுதான் வெந்து சாகும் தவளை கோட்பாடு.

அதே தவளையை கொதிக்கும் நீரில் தூக்கிப்போட்டால், அது சுடுகிறது என்பதை உணர்ந்து உடனே தாவிக் குதித்து வெளியே வந்துவிடும்.

பச்சைத் தண்ணீர் மெல்ல மெல்ல வெந்நீராக சூடேறுவதுபோல கொஞ்சம் கொஞ்சமாக தாங்கள் இருக்கும் நிலை மோசமாகிக் கொண்டே வந்தால் பாதிக்கப்படுபவர்களுக்கு அதிகரிக்கிற வித்தியாசம் தெரியாது. பாதிக்கக்கூடிய நிலைமையை உணராமல் அதிலேயே கிடக்கும் தவளையைப்போல, மனிதர்களும்

மெல்லச் சீரழியும் சூழ்நிலையின் தன்மையை உணராமல் மல்லாந்து கிடப்பார்கள். Complecency எனப்படும் மல்லாந்த மனநிலை. இது மனிதனை அழித்துவிடும்.

புதிய பொருளாதாரக் கொள்கை நம் நாட்டுக்குள் வரும்முன் பல்வேறு நிறுவனங்களும் இப்படிப்பட்ட நிலையில்தான் இருந்தன. பின்பு விழித்துக் கொண்டு சில நிறுவனங்கள் வெளியே குதித்துவிட்டன. வேறு சில இது என்ன பெரிய மாறுதல், கொஞ்சம் தானே என்று மெல்ல மெல்ல வெந்து செத்தன.

நிறுவனங்கள் மட்டுமல்ல... இப்படி அழிந்த, அழிந்து கொண்டிருக்கும் தேசங்கள் பல. பல குடும்பங்களிலும் இத்தகைய நிலை ஏற்படுவது உண்டு. உழைக்காமல் உட்கார்ந்தே தின்பவர்கள். To challenge the status quo என்பார்கள். இருக்கும் நிலையை எதிர்த்துக் கேள்வி கேட்பது.

இளஞ் சூடுதானே... ஒன்றும் பிரச்னை இல்லையே, தவிர, இது நன்றாகத்தானே இருக்கிறது என அரை மயக்கத்தில் மாற்றத்தை உணராத உறக்கத்தில் கிடக்கும் மக்களைத் தட்டி எழுப்ப வேண்டிய நிலையில் உள்ள தலைவர்களின் வேலை கொஞ்சம் சிரமமானதுதான்.

இன்றைய நிலைக்கு இது சரி. சமாளிக்க முடிகிறது. ஆனால்... இப்படியே போனால், நாளைக்கு என்ன கதியாவோம்! இதைத் தானும் யோசித்து இந்தக் கேள்வியை மக்கள் மனத்திலும் நட்டு, வளர்த்து, அறுவடை செய்ய வேண்டிய தலைவர்களும் இந்த நாட்டிற்குத் தேவை.

இத்தகைய தலைமைக் குணம் மிக்கவர்களால் நடத்தப் பட்டவைதான் மொழிப்போர்கள், வர்க்கப் போர்கள்.

பாரதி பாடுவானே...

> கஞ்சி குடிப்பதற்கு இலார்
> அதன் காரணங்கள் இவையேனும்
> அறிவும் இலார்

என்று... அப்படி.

அமெரிக்கன் எக்ஸ்பிரஸ் நிறுவனத்தில் ஆண்டி என்பவர், 'கன்வென்ஷனல் விஸ்டம் என்பதாலேயே ஒன்றை ஏற்றுக்கொள்ள வேண்டும் என்றில்லை. அதை(யும்) எதிர்த்துக்

கேள்வி கேட்க வேண்டும். அது தலைவனின் முக்கிய குணங்களில் ஒன்று என்கிறார்.

காலம் காலமாக நம்பப்பட்டு, செய்யப்பட்டு வந்த ஒன்றைத் தைரியமாக வேண்டாம் என்று மறுத்து, தான் மாறுவது மட்டுமல்ல, உறுதியாக மற்றவர்களையும் அப்படிச் செய்ய வேண்டாம் என்பதுதான் தைரியம். அதற்கு எவ்வளவு தெளிவான சிந்தனையும் மன உறுதியும் வேண்டும். அப்படி கேள்வி கேட்பவர்கள் தலைவர்கள். இப்படிப்பட்ட தலைமைதானே மக்களுக்குத் தேவை.

ஆக, தலைவன் என்பவன் என்றுமே தேவை. ஏன் எனில், மாற்றங்கள் தொடர்ந்து தேவைப்பட்டுக் கொண்டேயிருக்கின்றன. சிரமத்திலிருந்து நல்லதுக்கும், நல்லவற்றிலிருந்து நாளைய மாறுபட்ட தேவைகளுக்கும். எதிர்காலம் எப்படிப்பட்டதாக இருக்க வேண்டும் என்று முடிவுசெய்து, அதை மக்களின் மனக் கண்களில் கொண்டு வந்து காட்டவும், அதற்காக மக்களை முயற்சி எடுக்க வைப்பவனுமே தலைவன் என்கிற தகுதியை அடைகிறான்.

அவன் தேவைதான்.
நிச்சயமாக,
எப்பொழுதும்,
எங்கும்,
தலைவன் என்று ஒருவன் தேவைதானா?

என்ற கேள்விக்குப் பதில் கிடைத்துவிட்டது? சரி, அடுத்து ஒருவரின் மனதில் வரக்கூடிய கேள்வி.

தலைவர்கள் பிறக்கிறார்களா? உருவாகிறார்களா?

•

அத்தியாயம் 3

தலைவர்கள் உருவாகிறார்களா அல்லது பிறக்கிறார்களா?

~

தலைமைப் பண்பு பிறவியிலேயே இருக்கவேண்டிய ஒரு திறன் என்றால், அதை இப்பொழுது பெறுவது சாத்தியமில்லை. முயன்று பயின்றுவிட முடியும் என்றால், நாமும் அதற்குத் தாராளமாக முயற்சி செய்யலாம்.

தேசமோ, நிறுவனமோ, சமுதாயமோ, குடும்பமோ எல்லா இடங்களிலும் தலைவன் என்பவன் நிச்சயம் தேவை என்று பார்த்தோம். அப்படிப்பட்ட தலைவர்கள் எங்கிருந்து வருவார்கள்? நமக்குத் தெரிந்து எந்த ஓர் இடத்திலும் தலைமைப் பண்புகளுக்கான பள்ளிகளோ, கல்லூரிகளோ கிடையாது. யாரும் அப்படி ஒரு படிப்பைப் படித்து முடித்துவிட்டுத் தலைவனாக வந்துவிடுவதில்லை.

இப்படிப் பல செயல் முடிக்கும் தலைவர்கள், மிகவும் தேவைப்படும் தலைவர்கள் எங்கிருந்து வருகிறார்கள்? எப்படி வருகிறார்கள்? இயற்கையிலேயே சிலர் தலைமைக்

குணங்களுடனேயே பிறக்கிறார்களா! அது சிலரிடம் இயல்பாக மிகுந்துள்ளதா! அல்லது முறையான பயிற்சிகளைக் கொடுத்து ஒரு தலைவனை உருவாக்கிவிட முடியுமா? இது சாத்தியம் தானா?

இவை எல்லாம் காலம் காலமாகத் தொடர்ந்து கேட்கப்படும் கேள்விகள். தலைமைப் பண்பு, தலைமைக் குணங்கள் ஒருவருக்கு இயல்பிலேயே, பிறவியிலேயே இருந்தால்தானா அல்லது அதை ஒருவர் கற்கவும், ஒருவருக்குப் பயிற்றுவிக்கவும் முடியுமா?

அதைப் பற்றியெல்லாம்தான் இந்த அத்தியாயம் முழுவதும் பார்க்கப் போகிறோம். இது தெரிந்துகொள்ள வேண்டிய முக்கிய விஷயங்களில் ஒன்று. ஏன் என்றால் அனைவருக்குமே அல்லது நம்மில் பெரும்பாலானவர்களுக்குத் தலைமையிடத்திற்கு வர வேண்டுமென்கிற ஆசை இருக்கிறது. அது பிறவியிலேயே வந்திருக்க வேண்டிய ஒரு திறன் என்றால், அதை இப்பொழுது பெறுவது என்பது சாத்தியமில்லாததாகப் போய்விடும். அதை முயன்று பயின்றுவிட முடியும் என்றால், நாமும் அதற்குத் தாராளமாக முயற்சி செய்யலாம்.

அதனால்தான் இந்தக் கேள்விகளுக்கான பதில்கள் முக்கியத்துவம் பெறுகின்றன. இதற்கு ஒற்றை வார்த்தையில் ஆம் அல்லது இல்லை என்ற பதில் சொல்லிவிட முடியாது. ஏன் என்றால், இரண்டு பக்கத்துக்குமே நிறைய ஆதாரங்கள், சான்றுகள் உள்ளன. எல்லாவற்றையுமே தெரிந்துகொண்ட பிறகு நமக்குள்ளே ஒரு பொறி மட்டும் தட்டும். 'ஆம்' அல்லது 'இல்லை' என்று.

அதற்கு முன், சில குறிப்பிட்ட சம்பவங்களையும், தலைவர்களின் வாழ்க்கையில், குறிப்பாக அவர்களின் இளமைப் பிராயத்தில் நடந்த சம்பவங்களையும் பார்ப்போம். அவர்கள் தலைவர்கள் ஆனது, அவர்களது வாழ்க்கையின் பிற்காலத்தில்தான். அதற்கும்முன், அவர்கள் தங்கள் இளமைக் காலத்தில் எப்படி இருந்திருக்கிறார்கள்? அப்பொழுதே அவர்கள் ஒவ்வொருவரும் ஒவ்வொரு மாதிரி நடந்து கொண்டிருக்கிறார்களா? இல்லை அவர்களின் நடவடிக்கைகளில் ஏதேனும் கவனிக்கத்தக்க ஒற்றுமைகள் இருந்திருக்கிறதா? அதையும்தான் பார்த்து விடலாமே.

இயற்கையிலேயே தலைமைப் பண்புள்ளவர்கள்

இயற்கையிலேயே தலைமைப் பண்புள்ளவர்கள், தலைமைக்குத் தேவைப்படுவது மாதிரியானதொரு சூழ்நிலை உருவாகும்

பொழுது, தானாகவே கிளம்பிவிடுவார்கள். நன்கு சூடேறிய பால், வேகமாகப் பொங்குவதுபோல வேகமாக, நிச்சயமாக, அவர்கள் தானாகவே எழுவார்கள். எவரும் கேட்டுக் கொள்ளாமலேயே, அவர்கள் சுயமாகச் செயல்பட ஆரம்பித்து விடுவார்கள். ஆனால் அதற்குத் ‘தலைமையே வா’ என்று கதறுகின்ற ஒரு சூழ்நிலை அப்போது இருக்கவேண்டும். அது முக்கியம்.

முப்பது ஆண்டுகளுக்கு முன்னால் நடந்த சம்பவம் ஒன்றை விவரிக்கிறேன். ஓரிடத்தில் அப்படி ஒரு சூழ்நிலை உருவானது. அது திருச்சி பெல் தொழிற்சாலையின் நிர்வாக அலுவலகம். நானும் இன்னும் மூன்று மேலாளர்களும், எங்களுடைய மேலதிகாரியின் அறையில் அமர்ந்து ஒரு விஷயத்தைப் பற்றி விவாதித்துக் கொண்டிருக்கிறோம்.

அப்பொழுது மின்சாரம் தடைப்படுகிறது. அவரது அறையில் ஓடிக் கொண்டிருந்த ஏ.சி. நின்று போனது. அதனால் அறையினுள் புழுக்கம் நிலவ, அதைப் போக்க மூடியிருந்த கதவையும் மேலதிகாரியின் பின்புறமிருந்த ஜன்னலையும் திறந்து விட்டோம்.

மேலதிகாரியின் முதுகுப் பக்கம் ஜன்னல் இருந்தது. ஜன்னலைத் திறந்ததும் வேறு ஓர் அலுவலக அறை கண்களில் பட்டது. அது அட்மினிஸ்ட்ரேஷன் எனப்படும் நிர்வாகத்துறை செயல்படும் அறை. ஜன்னலைத் திறந்துவிட்டதால் அந்த அறையில் நடப்பது இப்பொழுது மேலதிகாரிக்கு எதிரில் அமர்ந்திருக்கும் எங்கள் மூவருக்கும் நன்கு தெரிந்தது.

அங்கு சுமார் 12 நபர்கள் அமர்ந்து வேலை செய்து கொண்டிருந்தார்கள். அது மிகப் பெரிய அறை. நிர்வாகத் துறை என்பதால் அங்கு வருவோரும் போவோருமாக நடமாட்டம் அதிகமாக இருந்தது. நாங்கள் கவனித்த அந்த நேரமும் பல தொழிலாளர்கள் அங்கு வருவதும் போவதுமாக இருந்தனர்.

நாங்கள் எங்கள் மேலதிகாரியிடம் பேசிக்கொண்டிருக்கையில், எங்கள் பேச்சில் கவனம் செலுத்த முடியாத அளவுக்கு, ஜன்னல் வழியாகத் தெரிந்த நிர்வாகத் துறை அலுவலகத்திலிருந்து அதிக சத்தம் வந்து கொண்டேயிருந்தது. ஜன்னல்களைத் திறந்து வைத்திருந்ததுதான் அதற்குக் காரணம். உற்றுக் கவனித்துப் பார்த்தபோது, யாரோ ஒரு தொழிலாளி, அலுவலர் ஒருவரிடம் சத்தமாகக் கத்தி, விவாதம் செய்து கொண்டிருந்தது தெரிந்தது.

பொறுத்துப் பொறுத்துப் பார்த்தோம். அந்த இரைச்சல் அதிகம் ஆகிக் கொண்டிருந்ததே தவிர, குறையும் வழியாகக் காணோம். எங்கள் மேலதிகாரி, 'என்னய்யா பிரச்னை அங்கே? இப்படிக் கத்துறாங்க!' என்று எரிச்சலுடன் கேட்டார். பின்பு, 'நீங்க அங்க போய் சத்தம் போட வேண்டாம்ன்னு சொல்லிவிட்டு வாங்க' என்று எங்களில் மூவரில் ஒருவரான குமார் என்பவரை அனுப்பிவைத்தார். குமார் எழுந்து போனார்.

நாங்கள் தொடர்ந்து பேசிக் கொண்டிருந்தோம். ஆனால் அந்த நிர்வாகத் துறை அறையிலிருந்து வந்த சத்தம் குறையவில்லை. அதனால் எங்கள் பேச்சைத் தொடர முடியாமல் போனது. வேறுவழியின்றி சங்கடத்துடன் பேச்சை நிறுத்திவிட்டு ஜன்னல் வழியாக அங்கு என்னதான் நடக்கிறது என்று கவனித்தோம்.

குமார் அங்கு போனார். அங்கு நிற்பவர்களிடம், அமைதியாக இருக்கும்படியும், சத்தம் போடாமல் பேசும்படியும் எடுத்துச் சொன்னார். என்ன வினோதம்! அங்கிருந்த யாரும் இவரைக் கண்டுகொண்டதாகவே தெரியவில்லை. அவ்வளவு சுவாரசியமாக, தீவிரமாக அவர்கள் விவாதம் செய்து கொண்டிருந்தனர். சண்டை போட்டவர்கள் தவிர அறையில் வேலை செய்து கொண்டிருந் தவர்களும் கூட தத்தம் இருக்கைகளில் இருந்து எழுந்து நின்ற படியும், தங்கள் பங்குக்கு ஏதேதோ சொல்லியபடியும் இருந்தனர். மேலும் கூடுதல் எண்ணிக்கையில் வேடிக்கைப் பார்க்கும் தொழிலாளர்களும் சேர்ந்து அந்த இடமே சந்தைக்கடை போலக் காட்சியளித்தது. இதில் வேடிக்கை என்னவென்றால் அதைக் கட்டுப்படுத்தப் போன சீனியர் மேனேஜரான குமாரை அவர்கள் கண்டுகொள்ளவேயில்லை.

அடுத்த அறையில் இருந்து இவற்றைக் கவனித்துக் கொண்டிருந்த எங்களுக்கு படு எரிச்சல். எங்கள் மேலதிகாரிக்கோ கோபம். மீதம் இருந்த இருவரில், சுந்தரம் என்பவரைப் பார்த்து, 'நீங்க போய்ப் பார்த்து, அவர்களை அமைதிப்படுத்திவிட்டு வாங்க' என்று சொன்னார்.

சுந்தரம் கிளம்பிப்போனார். நாங்கள் இப்போது என்ன நடக்கிறது என்று மேலும் உன்னிப்பாகக் கவனிக்க ஆரம்பித்தோம்.

சுந்தரம் அங்கே போனதும், குமார் அவரிடம், 'என்னப்பா, சொன்னா இவங்க கேட்க மாட்டேங்கிறாங்க!' என்பது போல அங்கலாய்த்துக் கொண்டார். அவரைச் சர்வசாதாரணமாக ஒதுக்கி

விட்டு, அந்த அறைக்கு நடுநாயகமான ஓர் இடத்தில் போய் நின்றுகொண்டார் சுந்தரம். பின்பு தன் கைகள் இரண்டையும் உயரத் தூக்கி, நன்கு சத்தம் வரும்படி பலமாக 'பட பட' வென்று தட்டினார்.

கும்பலாக நின்று சத்தம் போட்டவர்களும், எழுந்து நின்று வேடிக்கைப் பார்த்துக் கொண்டிருந்தவர்களும் இந்தக் கைத்தட்டல் சத்தத்தினால், கவனம் மாறி, அவரைத் திரும்பிப் பார்த்தார்கள். இருந்தாலும் அந்த அறையின் சத்தம் முழுவதுமாகக் குறைந்துவிடவில்லை. இப்பொழுது சுந்தரம், தனது அடித்தொண்டையில் இருந்து கத்தினார். 'என்ன இது , ஆபீசா, இல்லை சந்தைக்கடையா? இங்கு யாரும் தேவையில்லாமல் நிற்கக்கூடாது. அவங்க அவங்க டிபார்ட்மெண்டுக்குப் போங்க' அவர் சொல்லிய விதத்தில் கண்டிப்புத் தெரிந்தது.

அவர் இப்படிச் சொன்னதும் கொஞ்சம் பேர் முணுமுணுத்த படியே அந்த அறையை விட்டு வெளியேறினார்கள். இருப்பினும் இன்னும் ஒரு சிலர் அங்கேயே நின்றுகொண்டிருந்தார்கள். அதுவரை சத்தமாகப் பேசிச் சண்டை போட்டுக் கொண்டிருந்த அந்த ஊழியர், மீண்டும் தனது சண்டையைத் தொடர்ந்தார்.

அவரை விட்டுவிட்டசுந்தரம் இப்பொழுது, தன் கவனத்தை அந்த அறையில் இருந்த, இந்தப் பிரச்னையினால் எழுந்து நின்று கொண்டு பதிலுக்குக் கருத்துகளைச் சொல்லிக்கொண்டிருந்த நிர்வாகத் துறை ஊழியர்கள் பக்கம் திரும்பினார்.

'எல்லாரும் அவங்கவங்க 'சீட்'டுல உட்காருங்க. யாரும் நிற்கக்கூடாது. உட்கார்ந்து அவங்கவங்க வேலைகளைப் பாருங்க' என்று குரலை உயர்த்தி உத்தரவு போட்டார். அவர் குரலில் இருந்த உறுதியைப் பார்த்துவிட்டு 'சடா'ரென்று உட்கார்ந்த அவர்கள் தங்கள் வேலைகளில் கவனம் செலுத்த ஆரம்பித்து விட்டார்கள்.

அதுவரை சந்தைக்கடை போலிருந்த அந்த அறையில் இருந்து தேவையற்றவர்கள் வெளியேறி, அங்கிருந்த அலுவலர்களும் தத்தம் இருக்கைகளில் அமர்ந்துவிட, இப்பொழுது சண்டையில் ஈடுபட்டிருந்த மூவர் மட்டுமே அமைதியாகிவிட்ட அந்தப் பெரிய ஹாலில் தனித்து நின்றுகொண்டிருந்தார்கள். மற்றெந்தச் சத்தமும் குழப்பமும் இல்லாத அந்த அறையினில் அவர்களாலும் சத்தமாகப் பேசமுடியவில்லை. வேறு வழியின்றி அமைதியானார்கள்.

சுந்தரம் அதோடு விட்டுவிடவில்லை. தொடர்ந்து அந்த அறையில் வேலை பார்க்கும் அலுவலர்களை, தங்கள் வேலையை விட்டுவிட்டுச் சண்டையில் கலந்து கொண்டதற்காகவும், கூடச் சேர்ந்து சத்தம் போட்டதற்காகவும் கண்டித்துவிட்டு, மெதுவாகத் திரும்பி சண்டைக்குக் காரணமான அந்த மூவரையும் ஒரு பார்வை பார்த்தார்.

அவ்வளவுதான். அவர்கள் மூவரும் ஒரே குரலில் சமாதானமாக அவரிடம் ஏதோ சொல்ல முற்பட, அவர்களை ஒரு வார்த்தைகூடப்பேசவிடாமல், சத்தமாகக் கடிந்துகொண்டுவிட்டு அவர்களில் முக்கியமாக அதிகம் சத்தம் போட்டுக் கொண்டிருந்தவரின் கையிலிருந்த விண்ணப்பத்தை 'டக்'கென்று வாங்கிக்கொண்டு, 'என் பின்னால் வாருங்கள்' என்று சொல்லியபடியே அந்த அறையைவிட்டு விருட்டென்று வெளியேறிவிட்டார். அவர்களும் வேறு வழி தெரியாமல் அவர் பின்னாலேயே ஓடினார்கள்.

தொடர்ந்து என்ன நடக்கிறது என்று பார்ப்பதற்காக நானும் அறையிலிருந்து வெளியே வராண்டாவிற்கு வந்தேன். சுந்தரம் அவருடைய தனி அறைக்குள் போனார். நானும் உடனடியாக அங்கே போனேன். தன் அறைக்குப் போன சுந்தரம், தன் மேசைக்குப் பின் இருந்த நாற்காலியில் அமர்ந்துகொண்டு, சடாரென கால் மேல் கால் போட்டுக் கொண்டார். இப்பொழுது அவர் எதிரில் அந்த மூவரும், மௌனமாக, அடுத்து என்ன நடக்குமோ என்ற மிரட்சியுடன் நின்றுகொண்டிருந்தார்கள்.

அவருடைய தனி அறையில் அவருக்கு முன்னால் நின்றுகொண்டிருந்த அந்த மூவரையும் ஒருசேரப் பார்த்து கோபமாகக் கேட்டார். 'என்னய்யா நினைச்சிக்கிட்டு இருக்கீங்க? இது ஆபீசா இல்லை வேறேதுவுமா?' அதற்கு அவர்கள் மூவரும் சேர்ந்து ஏதோ சமாதானம் சொல்ல முற்பட, அதைக் காதில் போட்டுக்கொள்ளாமலேயே, 'உங்க 'டிபார்ட்மெண்ட் மேனேஜர் போன் நம்பர் என்ன?' என்று கேட்க, அந்த மூவரும், 'இல்லை சார்... அது... வந்து...' என்று சொல்லிவிட்டுக் கெஞ்சி, அந்த விண்ணப்பப் பேப்பரை வாங்கிக்கொண்டு, விட்டால் போதும் என்று ஓடியே போய்விட்டார்கள்.

இந்தச் சம்பவம் சொல்லும் செய்தி என்ன? குழப்பமான சூழ்நிலையைச் சுலபமாகத் தன் கட்டுப்பாட்டுக்குள் கொண்டு

வந்தார் சுந்தரம். அதற்குமுன் அதே நோக்கத்திற்காக, அதே இடத்துக்கு அனுப்பப்பட்ட குமாரால் கட்டுப்பாட்டைக் கொண்டுவர முடியவில்லை. இதுதானே.

சுந்தரம் போன்ற பலரை நீங்களும் பார்த்திருப்பீர்கள். அங்கு நிலவியது ஒரு கட்டுப்பாடற்ற குழப்பமான சூழ்நிலை. அதாவது ஒரு low control situation. சுந்தரம், அங்கு என்ன நடந்தது? ஏன் நடந்தது? நீ சரியா? இல்லை அவர் சரியா? என்றெல்லாம் கேட்டுக் கொண்டு பிரச்னையைத் தீர்த்துவைக்க முயற்சிகள் மேற்கொண்டிருக்கவில்லை.

சுந்தரம் மேற்கொண்ட ஸ்டைல் 'ஆட்டோ கிராடிக் ஸ்டைல்' (பின்னால் அதுபற்றிப் பார்க்கப் போகிறோம்.) அதிகம் யோசிக்கவில்லை. கூடுதலாகப் பேசவில்லை. அதிரடியாகச் சில வேலைகள் செய்தார். வெற்றி பெற்றார்.

இப்படிப்பட்ட தலைமைப் பண்புள்ளவர்கள், எப்படி இத்தகைய பண்பைப் பெற்றார்கள்? இயற்கையிலேயே அவர்களுக்கு இந்தக் குணாதிசயங்கள், பண்புகள் இருக்கின்றனவா? அல்லது அவர்கள் இந்தத் திறமையைத் தங்களிடம் / இப்படிப்பட்ட அணுகுமுறையைத்தான் இதுமாதிரி சமயங்களில் செயல்படுத்த வேண்டும் என்று முயன்று அக்கலையைத் தங்களிடம் வளர்த்துக் கொண்டார்களா?

மேலே பார்த்த சூழ்நிலையில் நடந்தவை நமக்குச் சொல்லும் செய்தி என்ன? அந்தச் சூழ்நிலையில் சுந்தரம் அவர்களால் நினைத்ததை முடிக்க முடிந்தது. அவர் இப்படித்தான் செய்யவேண்டும் என்று முன்கூட்டியே திட்டமிடவில்லை. அதற்கெல்லாம் அவருக்கு நேரம் எங்கேயிருந்தது? திடீரென்று அந்த இடத்திற்குப் போனார், தலைமைப் பொறுப்பை ஏற்றுக் கொண்டு, தான் நினைத்ததை வெற்றிகரமாகச் செய்து முடித்தார்.

அந்த இடத்திற்கான குறுகிய நேர வேலைதான். என்ன வேலை? குழப்பமானதொரு சூழ்நிலையைத் தன் கட்டுப்பாட்டுக்குள் கொண்டு வருவது. அதுதான் அந்தச் சமயத்தில் தலைமை, அங்கே சாதிக்க வேண்டிய விஷயம். அதை மிகச் சரியாகச் சுந்தரம் செய்துமுடித்தார். இந்தத் தலைமைப் பண்பு சுந்தரத்துக்கு எப்படி வந்தது? அவர் இயற்கையாகவே அத்தகைய குணம்/ திறமை கொண்டவரா? இல்லை அதுபோன்ற ஒரு திறமையை முயற்சி செய்து அவர் தமக்குள் வளர்த்துக் கொண்டாரா?

கவிதையும் தலைமையும்

சிலர் இயற்கையிலேயே கவிதை எழுதும் திறமை பெற்றவர்களாக இருப்பார்கள். தங்கள் இளமைக் காலத்திலேயே இவர்கள் பாடுவார்கள். எழுதுவார்கள். தேவாரம் பாடிய திருஞான சம்பந்தருக்கு இப்படிப்பட்டத் திறமைகள் இருந்ததாகச் சொல்கிறார்கள். குழந்தையாக இருந்தபோதே மிக அற்புதமான பாடல்களைப் பாடியவர் இவர். வயது ஒருபுறம் இருக்கட்டும். ஒரு மொழியில் எழுத வேண்டுமென்றால் முறையான கல்வி அறிவு அவருக்கு இருந்திருக்க வேண்டும். அந்த மொழிக்கான இலக்கணங்களும் அவருக்குத் தெரிந்திருக்க வேண்டுமல்லவா?

முறையாகக் கற்காதவர்களும் கூட சரளமாகப் பாடினார்கள் என்று கேள்விப்பட்டிருக்கிறோம். சாகுந்தலம் பாடிய காளிதாசைப் பற்றி அப்படிச் சொல்வார்கள். சமீபத்திய உதாரணங்கள் வேண்டுமானால் கவியரசு கண்ணதாசனைச் சொல்லலாம். ஞானபீட விருது பெற்ற எழுத்தாளர் ஜெயகாந்தன், குறளோவியம் உள்ளிட்ட பல நூல்களை இயற்றிய கலைஞர் கருணாநிதி ஆகியோர் கூட முறையான கல்வி ஏதும் கற்காதவர்கள்தான்.

எதற்கு இவர்களைப் பற்றியெல்லாம் சொல்கிறோம் என்றால் இவர்களுக்கு இந்தத் திறன் எப்படி வந்தது? பிறக்கும்பொழுதே இவர்கள் இந்தத் திறன்களுடன் பிறந்தார்களா? அல்லது பின்னால் இவர்கள் முனைந்து மற்றவர்களைப் பார்த்து, தானும் முயற்சி செய்து இவற்றைக் கற்றுக்கொண்டார்களா? கலைகள் கைவரப் பெற்றது எப்படி? பிறப்பிலேயே இருந்ததாலா? அல்லது முயன்று பயின்று கொண்டதாலா?

தலைமைப் பண்பு வந்ததெப்படி?

அதே கேள்விதான் இங்கும். சுந்தரம் நம்மைப் போன்ற ஒரு மனிதர். அவர் நாடறிந்த தலைவர் இல்லை. ஆனால் அவர் மட்டும், அவர் சூழ்நிலைகளில் தலைமையேற்பவராக இருக்கிறார். அவர் ஒரு Natural Leader. எந்தக் குழப்பமான சூழ்நிலைகளிலும் ஓர் அதட்டு அதட்டி, சரியான வழிக்குக் கொண்டுவர முயற்சிப்பார். பெரும்பாலும் வெற்றி பெறுவார். எனக்கு அவரை நன்றாகவே தெரியும். ஏனென்றால் ஓரிரு ஆண்டுகள் பெல் நிறுவனத்தில் நான் அவருக்குக் கீழே பணியாற்றியிருக்கிறேன்.

ஆக, சிலர் இயல்பாகவே தலைவர்கள். அவர்கள் இயற்கையிலேயே தலைமைப் பண்பு உள்ளவர்கள். நீங்கள் உங்கள் தெருவில்,

அலுவலகங்களில், ஊர்களில் சுந்தரம் போன்ற சிலரைக் கண்டிப்பாகப் பார்த்திருப்பீர்கள்.

கூட்டம் கூடுமிடங்களில், குழப்பம் சர்ச்சைகள் ஏற்படும் இடங்களில், மக்களில் ஒருவராக நின்று வேடிக்கைப் பார்த்துக் கொண்டிருக்காமல் திடீரென்று இவர்கள் மேல் எழும்புவார்கள். தாங்களே அதிகாரத்தைக் கையில் எடுத்துக் கொண்டு விளக்கங்கள் தந்தோ, அதட்டியோ, கட்டுப்படுத்தியோ, சமாதானம் செய்து பேசியோ, சத்தம் போடவோ செய்து நிலைமையைக் கட்டுக்குள் கொண்டு வருவார்கள்.

•

நாடறிந்த தலைவர்கள்

மாணவர் தலைவர் சுபாஷ்

சாதாரண மனிதர்களைச் சற்று நேரம் மறந்துவிட்டு, நாடறிந்த சில பிரபலங்களின் சரித்திரத்தைப் புரட்டிப் பார்த்தாலும் இதைப் போன்ற குணங்கள் சிலரிடம் இருப்பது தெரிய வரும். சுபாஷ் சந்திரபோஸைத் தெரியாமல் இருக்க முடியாது. பெரிய சுதந்திரப் போராட்டவீரர். காந்தியடிகள் ஒருபுறம் இந்தத் தேசத்தின் விடுதலைக்காக அகிம்சா வழிப் போராட்டங்களுக்குத் தலைமை தாங்கி நடத்திக் கொண்டிருக்கையில், அதே நோக்கத்துக்காக இந்திய தேசிய ராணுவம் (INA) என்ற அமைப்பை உருவாக்கிப் போராடிய தலைவர். வங்காளத்தில் பிறந்தவர், சுபாஷ் சந்திரபோஸ்.

அவர் கல்லூரியில் படிக்கும்போது நடைபெற்ற சம்பவம் இது. அவருடைய தலைமைப் பண்பும் குணமும் வெளிப்பட்ட நிகழ்ச்சியாகவும் அவருடைய இந்தக் கல்லூரிப் போராட்ட நிகழ்ச்சியைச் சொல்லலாம்.

சுபாஷுக்கு அப்போது வயது 18. அவர் FA படித்துக் கொண்டிருக்கிறார். அவருடன் படித்த சக மாணவர் ஒருவரை, சிதி வோட்டன் என்கிற பேராசிரியர் (ஆங்கிலேயர்) கன்னத்தில் அறைந்துவிடுகிறார். சுபாஷ் சந்திரபோஸால் அதைப் பொறுத்துக் கொள்ள முடியவில்லை. சக மாணவர்களைத் திரட்டுகிறார். பேராசிரியர் வோட்டன் மன்னிப்புக் கேட்டாக வேண்டும் என்று நிர்ப்பந்திக்கிறார். நிலைமை முற்றி, பின்பு கல்லூரி முதல்வர் அழைத்துப் பேசி, பேராசிரியரைக் கண்டித்து, விஷயத்யை முடிக்க வேண்டியதாயிற்று.

சுபாஷ், மாணவர் சங்கத் தலைவராகத் தேர்ந்தெடுக்கப்படுகிறார். மீண்டும் அந்தப் பேராசிரியர் தவறாக நடந்து கொள்கிறார். சுபாஷ் தலைமையில் மாணவர்கள் இந்த முறை அந்தப் பேராசிரியரை ஓட ஓட விரட்டி அடிக்கிறார்கள். அதனால் கல்லூரியில் இருந்து அவர்கள் சஸ்பெண்ட் செய்யப்படுகிறார்கள்.

பின்னாள் ராணுவ உடை தரித்து ஆயுதமேந்தி, வெள்ளையர் களைக் கதி கலக்கியவர் நேதாஜி. இளமையிலேயே அவர் அந்தப் போராட்ட குணம் கொண்டிருந்தது தெரிகிறதல்லவா?

'போராளி' அம்பானி

ரிலையன்ஸ் திருபாய் அம்பானியைப் பற்றி இன்று பலருக்கும் தெரிந்திருக்கும். (முகேஷ் மற்றும் அனில் அம்பானிகளின் தந்தை). வியாபாரத்தில் வெற்றி பெற்ற தலைவர். தன்னுடைய இளமைக் காலத்தில் மிகவும் சிரமப்பட்டவர். அதுவும் தெரியும். ஆனால் பலருக்கும் தெரியாத ஒரு விஷயம் பள்ளி நாட்களிலேயே சம்பாதிப்பதற்காக ஒரு வேலையும் செய்தவர் இந்த அம்பானி. பள்ளிச்சிறுவனாக இருக்கையிலேயே குஜராத் கிர்னர் மலை திருத்தலத்தில் பஜ்ஜி சுட்டு அங்கு வரும் மக்களிடம் விற்றுப் பணம் சம்பாதித்தவர்.

வெறும் பணம் சம்பாதிப்பது மட்டும் அவருடைய திறமை இல்லை. அவரிடம் போராடும் குணம் இருந்தது. அம்பானிக்கு 16 அல்லது 17 வயது இருக்கலாம். அவருடைய நண்பன் ஒருவனை மதக் கலவரத்தைத் தூண்டியதாகக் குற்றம் சாட்டி போலீசார் பிடித்துக் கொண்டு போய்விடுகிறார்கள். அவன் குற்றமற்றவன் என்று அம்பானி நினைக்கிறார். தவறு செய்யாத தன் நண்பனுக்காக ஆதரவு திரட்டி, ஊர்க்காவல் துறை அதிகாரியைப் பார்த்து அங்கேயே உள்ளிருப்புப் போராட்டம் நடத்தி இருக்கிறார். இப்படியெல்லாம் செய்தால் உன்னையும் கைது செய்வோம் என்கிறது காவல்துறை. பரவாயில்லை செய்யுங்கள் என்று சொல்லி, விடாமல் தொடர்ந்து போராடி அவனை விடுதலை செய்தபின்தான் அமைதியாகி இருக்கிறார் அம்பானி.

ஒரு லட்சம் கோடி ரூபாய்கள் சொத்துள்ள ரிலையன்ஸ் என்ற மாபெரும் சாம்ராஜ்ஜியத்தை தன் வாழ்நாளிலேயே தனி ஒருவராக உருவாக்கி நிலைபெறச் செய்துவிட்டுச் சென்றிருக்கும் அம்பானி என்ற தலைவனின் தலைமைப் பண்புக்கான அந்த நெருப்பு, அப்பொழுதே அந்தச் சிறு வயதிலேயே ஒரு பொறியாக இருந்திருக்கிறது.

'சேனை'த் தலைவி இந்திரா

இந்தியாவின் முதல் பெண் பிரதமர், அண்டை நாடுகளுக்கும் மற்ற பல பெரிய தேசங்களுக்கும்கூடச் சிம்ம சொப்பனமாய்த் திகழ்ந்தவர். இந்தியாவின் முதல் அணுகுண்டை வெடித்துச் சோதனை செய்து பார்த்த பின்னர், 'புத்தர் சிரிக்கிறார்' என்று அதற்குப் பெயரிட்டவர், இந்திரா காந்தி.

ஒரு Tough minded leader, நெஞ்சுரம் மிக்கவர் என்று அவருடைய எதிரிகளாலேயே ஒப்புக்கொள்ளப்பட்டவர். இவர் பிறப்பிலேயே தலைமைப் பண்புகளைக் கொண்டிருந்தாரா? அவருடைய சரிதம் ஒரு சுவாரஸ்யமான சம்பவத்தைப் பற்றிக் கூறுகின்றது.

நாட்டுக்காகத் தானும் ஏதாவது செய்ய வேண்டும் என்று பதின்மூன்று வயதிலேயே இந்திராவுக்குத் தோன்றியிருக்கிறது. பிரிட்டிஷ் அரசை எதிர்த்துப் போராடும் காங்கிரசில், தந்தை நேருவைப் போல, தானும் சேர்ந்து போராடலாம் என்று முடிவுசெய்தவர், காங்கிரஸ் அலுவலகம் போய் விசாரிக்கிறார்.

அதற்கு அவர்கள் சொன்ன பதில் அவரைக் கோபம்கொள்ள வைக்கிறது. '21வயது நிறைந்தவர்கள்தான் காங்கிரஸ் கமிட்டியில் சேரலாம் என்பது விதி (Rule). உனக்கு இன்னும் 18 வயதுகூட ஆகவில்லையே' என்கிறார்கள். அப்பொழுது இந்திராவின் வயது 13தான். எத்தனை வருடங்கள் காத்திருப்பது. நேராகக் கிளம்பி வந்தார். தன் வயதை ஒத்த சிறுவர்களைக் கொண்டு ஓர் அமைப்பைத் தொடங்கினார்.

அதற்கு என்ன பெயர் வைக்கலாம் என்று தன் தாயார் கமலா நேருவைக் கேட்டிருக்கிறார். 'வானர சேனை' என்று பெயர் வைக்கச் சொல்லியிருக்கிறார் அவர். வானரம் என்றால் குரங்கு அல்லவா? 'ஏன் அம்மா இந்தப் பெயர்? என்ன, எங்களைக் கிண்டல் செய்கிறீர்களா?' என்று இந்திரா கோபமாகக் கேட்க, 'இல்லையம்மா, ராமபிரானுக்குக் குரங்குகள் உதவியது அல்லவா, அதுபோலத்தான் உங்களுடைய படையும் சுதந்திரப் போராட்டத்தில் காங்கிரசுக்கு உதவும் என்பதால்தான் அந்தப் பெயர்' என்ற பிறகுதான் சமாதானம் அடைந்திருக்கிறார் இந்திரா காந்தி.

இன்னொரு சுவாரஸ்யமான தகவல் என்ன தெரியுமா? அவர் அமைத்த வானர சேனாவின் விதிகளுள் ஒன்று, அந்த அமைப்பில் 18 வயது நிறைந்தவர்களைச் சேர்த்துக்கொள்ளக் கூடாது

என்பதுதான். 13 வயதிலேயே ஓர் அமைப்பை உருவாக்கித் தலைமை குணத்தைக் காண்பித்தவர் இந்திரா.

மண்ணில் விழுந்து ஈரமும் அங்கு இருந்துவிட்டால் உறையைக் கிழித்து கிளம்பும் விதை போல, தலைமைப் பண்புள்ளவர்கள் சரியான, தேவையான இடங்களில் தாங்களே பீறிட்டு எழுகிறார்கள், விசுவரூபம் எடுக்கிறார்கள்.

தலைவர்களின் இளமைக் காலம்

அரசியல், நிறுவனங்கள் என்று பல்வேறுபட்டத் துறைகளில் வெற்றி பெற்றவர்களைப் பார்ப்பது என்பதே ஒரு சுவாரஸ்யமான விஷயம்தான். வெற்றிப் பெற்றத் தலைவர்களின் ஆரம்ப நாட்கள் எப்படியிருந்தன? அப்படிப்பட்டத் தலைவர்களின் வாழ்க்கைகளிடையே ஏதாவது பொதுத் தன்மை இருக்கிறதா?

பிறப்பிலேயே வருவது என்பது ஜீன்கள் (Genes) சம்பந்தப்பட்ட விஷயம். அப்படியும் சிலர் வந்திருக்கலாம். அல்லது அனுபவங்களின் மூலம் தலைமைப் பண்பு ஒருவருக்கு வருகிறதா? இதையும் கொஞ்சம் பார்த்து விடுவோம்.

'குறிப்பிட்ட ஜீன்கள் வழியே பிறந்தால்தான் தலைவரா?' என்ற கேள்வி வருகிறதா? அட இவ்வளவு நபர்கள், சின்ன வயதிலேயே ஏதேதோ செய்திருக்கிறார்களே, இவர்களைப் போல்தான் மற்ற தலைவர்களுமோ? என்ற எண்ணம் வருகிறதா? வேண்டாம் அப்படியில்லை. மன்னிக்கவும், அப்படித்தான் என்று இல்லை. இப்படியும் சில தலைவர்கள் இளமையில் இருந்திருக்கிறார்கள். அவர்களைப் பற்றியும் பார்த்து விடுவோம்.

ராஜிவ்காந்தி. சந்தர்ப்பம் சூழ்நிலைகள் காரணமாக தலைமை அவர்மீது திணிக்கப்பட்டது. வெளிநாட்டில் படித்துவிட்டு விமான ஓட்டியாக 'தேமே' என்று அவர் வேலையைப் பார்த்துக் கொண்டிருந்தார். அவர் வீட்டில் இரண்டு பெரிய சிங்கங்கள். ஒன்று பெண் சிங்கம். அவர்தான் இந்திரா. மற்றொன்று ஆண் சிங்கம். தம்பி சஞ்சய் காந்தி. ராஜிவ் நினைத்திருப்பார், நாட்டுக்கு அவர் வீ(கா)ட்டிலிருந்து இந்த இரண்டு பேரும் போதுமென்று. ராஜிவ் பசுமாதிரிதான் இருந்தார்.

அவர் படித்த கல்லூரிகளில்கூட அவர் அப்படித்தானாம். அதிகம் பேசாதவர், அமைதியானவர் என்று பெயரெடுத்தவர். என்ன செய்வது? சூழ்நிலை மாறியது. காலம், அவரைக் கட்டாயமாக

அரியணை ஏற்றியது. அவரும் ஏறினார், பலரும் வியக்கும்வண்ணம் இந்தப் பாரதத்துக்கு ஒரு புதிய, சிறந்த தலைமையை வழங்கினார். விஷயம் என்னவென்றால், அவர் சிறிய வயதில் அப்படி வரக்கூடியவராகத் தெரியவில்லை. அப்படியென்றால், கட்டாயத்தின் காரணமாக அவர் அந்தப் பண்புகளை முனைந்து வளர்த்துக் கொண்டாரா? அப்படி என்றால் தலைமைப் பண்புகளைப் பயில முடியும் என்றாகிறது இல்லையா? அதற்கான குணங்களுடன், திறன்களுடன் பிறந்தால்தான் என்றில்லை. அதுவும் பயிலக் கூடியதே!

காந்தியின் சோதனைகள்

மகாத்மா என்று உலகத்தவரால் போற்றப்படும் ஒரே மனிதர், ஒரே தலைவர். காந்தியின் உடலில் கோட்சேயின் துப்பாக்கியில் இருந்து கிளம்பிய மூன்று குண்டுகள் புகுந்தது, உலகில் உள்ள பல லட்சம் மனிதர்களின் சதையைத் துளைத்தது போன்ற வேதனையை உண்டாக்கியது என்று லூயிஸ் பிஷ்சர் எழுதுகிறார்.

மனிதருள் மாமனிதர், மகாத்மா காந்தி. நம்ப முடியாத அளவுக்கு நல்லவர், உயர்ந்த பண்புகளைக் கொண்டவர். அவர் பிறவியிலேயே அப்படிப்பட்டவராக இருந்தாரா? இல்லை. உண்மையில் ஆச்சரியமாக இருக்கும். அவர் சைவம் சாப்பிடும் குடும்பத்தில் பிறந்தவர். ஆனால் குடும்பத்தினருக்குத் தெரியாமல் மாமிசம் தின்று பார்த்திருக்கிறார். பன்னிரண்டு வயதில் வீட்டுக்குத் தெரியாமல் புகைத்திருக்கிறார். தன் மனைவியான (சிறுமி) கஸ்தூரிபாய் மீது ஏகப்பட்ட கட்டுப்பாடுகளை விதித்து அவரைச் சிரமப்படுத்தி இருக்கிறார். தன் அண்ணனின் தங்கத்தாலான ஆபரணத்தைத் திருடியிருக்கிறார். இதெல்லாம்கூட பரவாயில்லை, ஒரு நண்பன் செய்த ஏற்பாட்டின் மூலம் விலைமாதர் வீட்டுக்கே போயிருக்கிறார்.

இதையெல்லாம் அவரே சொன்னதால்தான் மற்றவர்களுக்குத் தெரியும். பெரிய அளவு புகழ்பெற்ற பிறகு தனது புகழுக்கு பங்கம் வந்துவிடுமோ என்று அச்சப்படாமல் இதுபோன்ற இளமைக்கால நிகழ்ச்சிகளை அவரே வெளிப்படையாக எழுதியிருக்கிறாரே! என்று நாம் இன்று அதைப்பற்றி யோசிக்கிறோம். அதுதான் காந்தி, அதுதான் அவர் குணம், அதனால்தான் அவர் மகாத்மா.

தொடக்கத்தில் அவருக்கும் பேண்ட், சட்டை போடவும், ஆங்கிலேயர்களைப் போல வாழவும், வக்கீல் தொழில் செய்து

சம்பாதிக்கவும் ஆசை இருந்திருக்கிறது. ஆக, அவருடைய தென் ஆப்பிரிக்க விஜயம்வரை அவர் மிகச் சாதாரணமானவராகத்தான் வாழ்ந்திருக்கிறார். அவர் தலைவர் ஆவார் என்றோ, மகாத்மா ஆவார் என்றோ எவரும் கொஞ்சம்கூட நினைத்துப் பார்க்க முடியாதபடி வாழ்ந்திருக்கிறார். அப்படியென்றால் அவர் பிறக்கும்போதே தலைவனாகப் பிறந்துவிடவில்லை. பின்னால்தான் தலைவனாக உருவாகி இருக்கிறார்.

தலைவர்கள் பிறக்கிறார்களா? உருவாகிறார்களா? (Leaders are born or made?) என்ற மில்லியன் டாலர் கேள்விக்குப் பதில் தேடும்போது காந்தி என்ற மிகப்பெரிய ஆதாரம், 'Leaders are made' என்ற பக்கம்தான் அழுத்தமாக நிற்கிறது என்று சொல்லலாம்.

காமராஜ் ஒதுங்கி நின்றார்

மகாத்மா காந்தி பிறந்த நாளான அக்டோபர் 2-ஆம் தேதி மறைந்த பெருந்தலைவர் காமராஜ், காந்தியின்மீது மிகுந்த நம்பிக்கைக் கொண்டிருந்தவர். காமராஜர் பின்னால் தமிழகம் பல ஆண்டுகள் நின்றது. அவர் தலைமையில் பல உயர்வுகளைக் கண்டது. அதுமட்டுமல்ல, முப்பது நாற்பது ஆண்டுகளுக்குத் தமிழகம் தாண்டி இந்தியாவுக்குமே வழிகாட்டக் கூடியவராக, பாரதத்தின் பிரதமர்களைத் தேர்ந்தெடுக்கும் வல்லமையும் வாய்ப்பும் பெற்ற King Makerஆக இருந்தவர் தலைவர் காமராஜர்.

அவர் பாணி, கெடுதல் செய்யாத 'பட், படாபட்' பாணிதான். வெளிப்படையான, எளிமையான பேச்சும் அணுகுமுறையும் கொண்டிருந்தார். இளமைப் பருவத்திலேயே அவர் பிரச்னைகளைச் சரியாகப் புரிந்துகொள்ளக் கூடியவராகவும், எதற்கு எது சரியான தீர்வு? என்பதை யோசித்து முடிவெடுப்பதில் கெட்டிக்காரராகவும் இருந்திருக்கிறார்.

காமராஜர் ஒரு பள்ளியில் படித்துக் கொண்டிருந்தார். அந்தப் பள்ளியில் ஆண்டுதோறும் விநாயகர் சதுர்த்தி கொண்டாடு வார்கள். அந்தப் பள்ளியில் அது ஒரு வழக்கம். அதற்காக மாணவர்கள் அனைவரும் ஆளுக்கு அரை அணா (மூன்று நயா பைசா) தர வேண்டும். அதைக் கொண்டு பொரி, கடலை வாங்கி, சாமி கும்பிட்டுவிட்டு பின்பு அதை அனைவருக்கும் விநியோகம் செய்வார்கள். ஒருமுறை அப்படி ஒரு விநாயகர் சதுர்த்தியில், விநியோகம் நடக்கிறது.

ஆசிரியர் ஒருவர் கொடுக்க, அனைத்துப் பிள்ளைகளும் முண்டியடித்துக் கொண்டு அதை வாங்குகிறார்கள். அப்படிக் கும்பலில் அடித்துப் பிடித்துக் கொண்டு வாங்குவது சிறுவன் காமராஜுக்குப் பிடிக்கவில்லை. ஒதுங்கியே நிற்கிறான். கடைசியில் அவனுக்கு கிடைக்கவேயில்லை. தீர்ந்து விடுகிறது. மாணவர்கள் அனைவரும் காசு கொடுத்திருக்கிறார்களே, அந்த மாணவர்கள் அனைவருக்கும் பொரி கடலை கிடைக்குமாறு பார்த்துச் செய்யவேண்டியது ஆசிரியர்களின் கடமையல்லவா என்று அந்தச் சம்பவம் பற்றிச் சொல்லி வருத்தப்படுகிறார் காமராஜ். பிரச்னையைப் புரிந்து கொள்கிறார், ஆனால் அவர் அதில் இறங்கி அதை மாற்றிவிடவில்லை.

நேருவும் அப்படியே

சுதந்திர இந்தியாவின் முதல் தலைவராக வந்து இறக்கும்வரை 17 வருடங்கள் தலைமைப் பொறுப்பில் இருந்து, நவீன பாரதம் என்ற கனவுகொண்டு தேசத்தை வழிநடத்தியவர் ஜவஹர்லால் நேரு. தேசத்தை மட்டுமல்ல, அண்டை நாட்டுத் தலைவர்களுடன் கலந்து பேசி பஞ்சசீல கொள்கையைத் தந்து மற்றவர்களையும் வழிநடத்தியவர். அணிசேரா நாடுகள் (Non Aligned Countries) என்கிற ஒரு புதிய அமைப்பை உருவாக்கியவர்.

அவரும், ‘விளையும் பயிர்’ என்று ‘முளைக்கும்’ பொழுதே காட்டியவரில்லை. இளமையில் மிக அமைதியானவராகத்தான் இருந்திருக்கிறார்.

மற்ற பொதுவான அம்சங்கள்

யாரெல்லாம் தலைவர்களாக வரமுடியும் என்று தெரிந்துகொள்ள எவருக்குத்தான் ஆசையிருக்காது? அதை எப்படித் தெரிந்து கொள்வது? வருங்காலத்தைத் தெரிந்துகொள்ளப் பழைய காலத்தைத்தான் திரும்பிப் பார்க்க வேண்டியுள்ளது.

நமக்கு நன்கு தெரிந்த தலைவர்களின் இளமைக்காலம் எப்படி இருந்திருக்கிறது? தலைவர்கள் ஆனவர்களுக்குள் குறிப்பிடும் படியான பொதுவான அம்சங்கள் ஏதேனும் இருந்தனவா?

நாம் முன்பே ஒருசில தலைவர்களின் இளமைக்காலம் பற்றிப் பார்த்திருந்தாலும், மேலும் சில தலைவர்களின் பொதுவான அம்சங்களைப் பார்ப்போம்.

வாத்தியார் பிள்ளை தலைவன்

சுயசரிதங்களைப் பார்த்தால் ஆச்சரியமாக இருக்கிறது. பல தலைவர்களின் தந்தைகள் ஏழை ஆசிரியர்களாகத்தான் இருந்திருக்கிறார்கள் அல்லது இதையே இப்படியும் சொல்லலாம். ஏழை வாத்தியார் மகன்கள் பலர் பல துறைகளிலும் உயர்ந்த தலைவர்கள் ஆகியிருக்கிறார்கள். முன்னாள் பாரதப் பிரதமர்கள் லால்பகதூர் சாஸ்திரி மற்றும் மொரார்ஜி தேசாய், இன்போஸிஸ் நிறுவனர் நாராயண மூர்த்தி, டாக்டர் அம்பேத்கர் (தந்தை ராணுவப் பள்ளி ஆசிரியர்), ரிலையன்ஸ் அம்பானி என்று அந்தப் பட்டியல் நீளமானது.

தலைவர்கள் நாடகப் பிரியர்களோ!

அது என்னவோ தெரியவில்லை, பின்னாளில் பெரிய தலைவர்களாக வந்தவர்களில் பலர் சிறுவயதிலேயே சில குறிப்பிட்ட நடவடிக்கைகளில் ஆர்வம் காட்டியிருக்கிறார்கள். அதில் ஒன்று நாடகங்களில் நடிப்பது. அந்தக் காலத்தில் அது ஒரு முக்கிய வெளிப்பாடாகவே இருந்திருக்கும் என்று நினைக்கிறேன். அப்படி நாடகங்களில் நடிப்பதற்குச் சில குணங்கள் தேவை. கூச்சமின்மை, மனனம் செய்வது, குறிப்பிட்ட வேடங்களில் நடிப்பதில் ஆனந்தம் அடைவது, அதற்காகக் கூடுதல் உழைப்பைக் கொடுப்பது, பலரும் பார்க்க மேடை ஏறுவது, கைத்தட்டல் மற்றும் பாராட்டுதல்களைப் பெறுவது என்று பலவும் கலந்த அனுபவம்தான் நாடகங்களில் நடிப்பது. தலைமைப் பண்பில் வெற்றி பெற்ற பலரும் சிறுவயதில் நாடகங்களில் நடித்திருக்கிறார்கள் என்பதை அதிசயிக்கத்தக்க ஒற்றுமையாகவே நான் கருதுகிறேன்.

லால்பகதூர் சாஸ்திரி அவர்கள், பள்ளியில் படிக்கும் காலத்தில், நாடகங்களில் நடிக்கும்போது கிருபாச்சாரியார் வேடம் போடுவாராம். மஹாபாரதத்தில் வரும் கிருபாச்சாரியாரின் குணாதிசயம் என்ன தெரியுமா? அவர் எதிரிகளாலும் விரும்பப்படும் ஒருவர். துரியோதனன்கூட கிருபாச்சாரியாரை வெறுக்க மாட்டான். லால்பகதூரை அறிந்தவர்களுக்கு இந்த வேடப் பொருத்தம் பற்றி சொல்லாமலேயே புரிந்திருக்கும். மற்றவர்களுக்காகச் சொல்கிறேன், நிஜ வாழ்க்கையிலும் லால்பகதூர் அப்படித்தான் விரும்பப்பட்டார்.

மதன்மோகன் மாளவியா கல்லூரிக் காலத்தில் நாடகங்களில் ஈடுபாடு கொண்டிருந்திருக்கிறார்.

சுவாமி விவேகானந்தருக்குச் சிறு வயதில் பிடித்த விளையாட்டு 'திங் அண்ட் த கோர்ட்'. பின்னாளில் பல இளைஞர்களைக் கவர்ந்து இழுத்து அவர்களுக்கு வழிகாட்டிய தலைவனான விவேகானந்தருக்குப் பிடித்த வேஷம், ராஜா வேஷம்.

திரையுலகில் மாபெரும் வெற்றியடைந்து, கமல், ரஜினி போன்ற மக்கள் ஆதரவு பெற்ற பல நடிகர்களை உருவாக்கிய திரையுலக பீஷ்மர் பாலச்சந்தர், பள்ளியில் படிக்கும்பொழுது நாடகங்கள் போடுவதில் அதிகம் ஆர்வம் கொண்டிருந்திருக்கிறார்.

உருவாக்குவது எது?

சரி, சிலர் இயற்கையிலேயே தலைவர்களாகப் பிறக்கிறார்கள். மற்றவர்களை வழி நடத்துகிறார்கள். முடிவுகள் எடுக்கிறார்கள். இளமையில் இருந்தே இவர்கள் அப்படித்தான். வேறு சிலர் இருக்கிறார்களே, உருவாகும் பிரிவினர். அவர்கள் தலைவர்களாக எப்படி உருவாகிறார்கள்?

சாதாரணமாக இருக்கும் அனைவருமே தலைவர்களாக உருவாகிவிட முடியுமா? அதற்கு என்ன தகுதிகள் அவர்களுக்கு வேண்டும்? அல்லது அவர்கள் என்ன செய்ய வேண்டும்? என்று கேட்கலாம். தேவையானவை இரண்டு.

1. அதற்கான தூண்டுதல் (Trigger)
2. அதற்கான மனப்பாங்கு

இந்த இரண்டில் எந்த ஒன்று குறைந்தாலும், தலைமைப் பண்புடன் பிறக்காதவர், தலைவராக மாறுகிற, உருவாகிற சாத்தியங்கள் குறைவுதான்.

தூண்டுதல்கள்

'தேளா? பிள்ளைப்பூச்சியா?' என்று சிலரைப் பற்றிக் கேட்டால், 'தெரியவில்லையே!' என்பார்கள்.

தேளுக்குக் கொடுக்கு உண்டு. அதில் விஷமும் உண்டு. பிள்ளைப்பூச்சி பார்ப்பதற்குக் கிட்டத்தட்டத் தேள்போன்றுதான் இருக்கும். ஆனால் கொட்டாது, விஷம் கிடையாது.

இன்னொன்றும் சொல்வார்கள். 'கொட்டிக்கிட்டே இருந்தாப் புள்ளைப்பூச்சியும் தேளாயிடும்', 'சாது மிரண்டால் காடு கொள்ளாது' என்று. ஏன் சாது மிரள வேண்டும்? தூண்டுதல்

ஏற்படுவதால்தான். சாதுவுக்கே கோபம் வரக்கூடிய அளவுக்கு காரணங்களாக இருப்பவை, மற்றவர்களின் செய்கைகள்.

தலைவர்கள் உருவாவதும் இப்படித்தான். ராஜிவ் காந்தி உருவானது இப்படித்தான். தலைமையேற்க வேண்டிய கட்டாயம். பெற்ற தாயை மெய்க்காவலர்களே குண்டு மழை பெய்து சரித்த துரோகம், சோகம். சிதைக்குத் தீ மூட்டிவிட்டு வந்து, கட்சிக்கும் அரசுக்கும் தலைமையேற்க வேண்டும்.

மிகப்பெரிய பெரிய முடிவுகளையெல்லாம் தைரியமாக எடுத்து இமயமலைபோல உயர்ந்து நின்று தேசத்தையே வழிநடத்திச் சென்று கொண்டிருந்த பிரதமர் கொலை செய்யப்பட்டு விட்டார். இனிக் கட்சியின் நிலை என்னாகும்? அரசு என்னாகும்? இவ்வளவு பெரிய தேசத்துக்கான தலைமையிடம் காலி. அப்படிப்பட்ட சூழ்நிலையில் பதவியேற்றவர் ராஜிவ்காந்தி. அவ்வளவு பெரிய பொறுப்பை ஏற்க வேண்டுமென்றால் தலைமைப் பண்புகளை உருவாக்கிக்கொள்ள வேண்டிய கட்டாயம் அவருக்கு. அப்படித்தான் அவர் தன்னை தலைமைப் பகுதிக்குத் தகுதியானவராக உருவாக்கிக் கொண்டார்.

பெரியார்

புரட்சி என்று பலரும் சொல்கிறார்கள். சமூகத்தில் உண்மையில் புரட்சி செய்தவர் பெரியவர் ஈ.வே.ராமசாமி அவர்கள். சமூகம் விடத் தயங்கிய ஆழமாக ஊன்றியிருந்த பல மூட நம்பிக்கைகளை, கொள்கைகளை முரட்டுத்தனமாக எதிர்த்தவர் அவர்.

அவர் ஏன் அப்படிக் கிளம்பினார்? அவருக்கு அந்தக் கொள்கைகள் மீது அப்படியென்ன ஒரு பற்று? அக்கொள்கைகளை ஏன் சமூகத்தில் பரப்பியே ஆக வேண்டும் என்று நினைத்தார். எப்படித் திராவிடர் கழகம் என்ற மிகப் பெரிய சமூக சீர்திருத்த அமைப்பை உருவாக்கினார். எப்படி அதற்குத் தலைமையேற்றார்? எப்படி அதன் தலைவரானார்? இதற்கெல்லாம் அவரைத் தூண்டியது எது? தூண்டுகோலாக இருந்தது எது?

‘தந்தை பெரியார்’ என்றழைக்கப்படும் ஈ.வே.ராமசாமி அவர்கள், கடவுளை நம்புபவன் காட்டுமிராண்டி, முட்டாள் என்றெல்லாம் கடுமையாக விமர்சித்து வந்தவர் மட்டுமல்ல, அதைப் பட்டிதொட்டியெல்லாம் பல ஆண்டுகள் பல எதிர்ப்புகளுக்கு இடையே பரப்பியவர்.

அவருக்கு 25 வயதாகும்பொழுது, அவருடைய தந்தையுடன் மனக்கசப்பு ஏற்பட்டு, கோபித்துக்கொண்டு துறவுக்கோலம் பூண்டு காசிக்குப் போய்விட்டார். அங்கே போனவருக்குப் பலமான அதிர்ச்சி. அங்கு சில போலித் துறவிகளைக் கண்டிருக்கிறார். அவர்களின் போலி வாழ்க்கை அவரை யோசிக்க வைத்தது. அதன்பின்பு துறவுக்கோலத்தைத் தூக்கி எறிந்தார். அந்த அனுபவத்தால்தானோ என்னவோ அவர் கடவுள் மறுப்பு என்கிற கொள்கையில் தீவிரம் கொண்ட அப்படி ஓர் அழுத்தமுள்ள தலைவனாக உருவானார்.

'சதி' ஒழித்த செம்மல் ராஜாராம் மோகன்ராய்

சுமார் 150 ஆண்டுகளுக்கு முன்னால், வடஇந்தியாவில் நடந்த சம்பவம் அது. இதுபோன்ற சம்பவங்கள் நிறைய நடந்து கொண்டிருந்த காலமும்கூட.

ஒருவரின் அண்ணன் இளவயதிலேயே இறந்து விடுகிறார். அவருடைய உடல் எரிக்கப்படுகிறது. அப்பொழுது இறந்தவரின் மனைவியை, அழைத்து வருகிறார்கள். அந்தப் பெண்மணி எரியும் பிணத்தின்மீது தானாகவே விழுந்து எரியவேண்டும். ஆமாம், உடன்கட்டை ஏறுதல்தான் (சதி).

தானாகவே சென்று தீயில் விழுந்தாலும் சூடு தாங்காமல் விழுந்தவள் அலறி அடித்துக் கொண்டு எழ முயல்கிறாள். சுற்றி நின்றவர்கள் கட்டைகளால் அந்தப் பெண்மணியை அடித்து எழுந்து வர முடியாதவாறு பார்த்துக் கொள்கிறார்கள். அதனால் மயக்கமுற்று தீயில் விழுந்து அவர் எரிந்து போகிறாள்.

இதைப் பார்த்துக் கொண்டிருக்கிறார் ராஜாராம் மோகன்ராய். அந்தச் சம்பவம் கொடுத்த நேரடி அனுபவம், உந்துதல், பல மூடப்பழக்கங்களை எதிர்க்க ராஜாராம் மோகன்ராய் என்ற ஒரு தலைவர் உருவானார். இதை 'ஒழித்தே தீருவேன்' என்று பல வகையிலும் அவர் போராடினார். அவரது அயராத முயற்சியினால் போராட்டத்தினால் 'சதி' (Sathi) என்ற சடங்கு ஒழிந்தது.

அம்பேத்கர் பட்ட பாடு

அம்பேத்கர் பற்றிய சம்பவங்களும் கிட்டத்தட்ட நூறு ஆண்டுகளுக்கு முந்தியதுதான். அவர் பிறந்த சமூகம், தாழ்த்தப்பட்ட சமூகம் என்று ஒதுக்கிவைக்கப்படும் அணுகுமுறை வலுவாக இருந்த காலம். மனிதர்களுக்கு ஜாதி என்பது முக்கியப் பிரிவாக,

அடையாளமாக இருந்த காலம். ஜாதிக் கொடுமைகள் அதிகமாக இருந்த காலம். அவர் சென்ற இடமெல்லாம் ஜாதி காரணமாக தான் ஒதுக்கப்பட்டதைப் பார்த்தார் அம்பேத்கர். மிகச் சிறிய வயதிலேயே அதனால் மனதில் அதிகமாகக் காயப்பட்டார்.

பள்ளிகளில் தனியாகத்தான் உட்கார வேண்டும், என்பதுபோல பலவற்றிலும் ஒதுக்கப்பட்டு வந்தார். சிறுவனாக இருந்த பொழுது கோடுகான் என்ற ஊரில் வேலை பார்த்துவந்த தன் தந்தையைப் பார்க்கப் புறப்பட்டார். அந்த ஊர் மேதார் ரெயில் நிலையத்திலிருந்து 15 மைல் தூரத்தில் இருந்தது. மாட்டு வண்டியில்தான் போகவேண்டும். தன் சகோதரருடன் வண்டியில் பயணப்பட்டு இருக்கிறார். பாதிவழி போனதும் அவர்களுடைய ஜாதியைத் தெரிந்து கொண்ட வண்டியோட்டி, அவர்களை வாய்க்கு வந்தபடி திட்டியது மட்டுமல்லாமல் அவர்கள் ஏறிவந்த அந்த வண்டியைக் கவிழ்த்தும் விட்டிருக்கிறார். அது சிறுவனாக இருந்த அம்பேத்கர் மனதில் ஆழமாகப் பதிந்து விட்டது. இந்த ஜாதிக் கொடுமைகளை வேர் அறுக்க வேண்டும் என்று அன்றே தனக்குள் முடிவெடுத்துக்கொண்டார். பின்னாளில் ஒரு பெரிய தலைவரானார்.

காந்தி அடைந்த அவமானங்கள்

வக்கீலுக்குப் படித்த காந்தியால் சொந்த ஊரான போர்பந்தரில் சிறப்பாகப் பணியாற்ற முடியவில்லை. கிடைத்த வாய்ப்பைப் பயன்படுத்தி ஒரு வணிகக் குடும்பத்தின் வாராக் கடன்களை வசூலிக்க தென்னாப்பிரிக்கா போகிறார்.

அப்பொழுது இந்தியாவில் வெள்ளையர்கள் ஆட்சிதான் நடந்துகொண்டிருந்தது. இந்தியா அவர்களிடம் அடிமைப்பட்டுக் கிடந்தது. கோபாலகிருஷ்ண கோகலே போன்ற தலைவர்கள்தான் வெள்ளையர்களை எதிர்த்து போராடிக்கொண்டிருந்தார்கள். அச்சமயத்தில் காந்தி வேலை நிமித்தமாகவும், பணம் சம்பாதிப் பதற்காகவும் தென்னாப்பிரிக்கா புறப்பட்டுப் போகிறார்.

அங்கும் வெள்ளையர்கள் ஆட்சி. ஆசியாவிலிருந்து வந்து அங்கு வேலை செய்து பிழைப்பவர்களுக்கு (Asiads) அங்கும் அவர் களுக்குச் சம உரிமை கொடுக்கப்படவில்லை. இரண்டாம்தர, மூன்றாந்தர மரியாதைதான்.

ஒருமுறை தலைப்பாகையுடன் கோர்ட்டில் வாதாடப் போன காந்தியைப் பார்த்து, ‘நீ கறுப்பர், அதனால் தலைப்பாகை

அணிந்துகொண்டு பேசக்கூடாது, எடுத்துவிடும்' என்று நீதிபதியே சொல்லியிருக்கிறார்.

முதல்வகுப்பு பயணச்சீட்டு வைத்திருந்தும் ஒருமுறையல்ல, பல முறைகள் அவர் ரயில் வண்டியில் இருந்து வெளியேற்றப்பட்டு இருக்கிறார்.

முதல் முறையே அவர் ஏன் என்று கேட்டு மற்ற வகுப்புக்குச் செல்ல மறுக்க, வெள்ளைக்கார கண்டக்டர் அவர் மூட்டை முடிச்சுகளைத் தூக்கிப் பிளாட்பாரத்தில் வீசி விட்டு அவரையும் வலுக்கட்டாயமாகக் கீழே இறக்கி விட்டிருக்கிறார். அந்த மூட்டைகள் (luggage) ஸ்டேஷன் மாஸ்டரிடம் போய்விட்டது. அதிலிருந்த ஸ்வெட்டரைக் கூடக் கேட்டுப் பெறாமல், நடுங்கும் குளிரில் இரவு முழுக்க அவர் பிளாட்பாரத்திலேயே உட்கார்ந்திருக்கிறார்.

இன்னொரு முறை 'கோச்' வண்டியில் 'வெள்ளைக்காரர்களுக்கு இணையாக நீ எப்படி உள்ளே உட்காரலாம், வெளியே உட்கார்' என அந்த 'கோச்' வண்டி வெள்ளைக்காரர் காந்தியின் சட்டையைப் பிடித்து இழுத்திருக்கிறார். காந்தியும் விடவில்லை. முரண்டு பிடித்திருக்கிறார்.

இவையெல்லாம் அவர் மனத்தில் ரணத்தை ஏற்படுத்தவில்லை. மாறாகப் போராடும் குணத்தை ஏற்படுத்திவிட்டன. அதனால் அவர் அங்கு வாழும் இந்தியர்களுக்கு மத்தியில் பலவித யோசனைகளைச் சொல்லியிருக்கிறார். அவர்கள் நலன்கள் பற்றி யோசித்திருக்கிறார். அனைவரையும் ஒன்றுசேர்த்திருக்கிறார்.

ஆசியர்களைக் கேவலப்படுத்தும், அவமானப்படுத்தும், சிரமப் படுத்தும் சட்டம் ஒன்றை வெள்ளை அரசு கொண்டுவந்து நடைமுறைப்படுத்த முயல, அதை ஏற்றுக்கொள்ளக் கூடாது என்று பேசிய இவர் அதற்காக, மற்றவர்களையும் ஒன்றுசேர்த்து, போராடியிருக்கிறார். இதுதான் அவர் தலைவராக ஆனதன் ஆரம்பம். காந்தியின் வாழ்க்கையில் இப்படி இன்னும் எவ்வளவோ சம்பவங்கள்.

காந்தி பிறக்கும்பொழுதே தலைவனாகப் பிறக்கவில்லை. அதற்கான தூண்டுதல்கள் வந்தன, தலைவனாக உருவானார். ஒரு தலைவன் உருவாவதற்கு இரண்டு காரணங்கள் வேண்டும் என்று பார்த்தோம். ஒன்று 'தூண்டுதல்' மற்றொரு 'மனப்பாங்கு'. தூண்டுதல்கள் பற்றிப் பார்த்தாயிற்று. அடுத்து...

மனப்பாங்கு

பூமி நன்றாக வளமானதாக இருப்பதால் மட்டுமே, அதில் போடப்படும் எல்லா விதைகளும் விளைந்து விடுவதில்லை. அதிலுள்ள வீரியமிக்க விதைகளே பெரும் விருட்சங்களாகின்றன. நாம் பார்த்த அத்தனைச் சூழ்நிலைகளுமே அவர்களுக்குக் கிடைத்த தனிப்பட்ட அனுபவங்கள் அல்ல. அதே சூழ்நிலைகளில் வேறு பலரும் இருந்திருக்கிறார்கள். பலருக்கும் அதற்கும் முன்பே அதே போன்ற அனுபவங்கள் கிடைக்கின்றன. ஆனால் அவர்களில் ஒரு சிலர்தான் அந்தச் சூழ்நிலைகளை மாற்றும் சக்தியாக, தலைவராக உருவாகியிருக்கிறார்கள்.

அது ஏன் சிலர் மட்டும் அப்படி மாற்றத்துக்கு உள்ளானார்கள்? அவர்கள் எந்த விதத்தில் வித்தியாசமானவர்கள்? சரியான கேள்வி.

அவர்கள் வித்தியாசமானவர்கள்தான். அந்த வித்தியாசம் அவர்களின் மனம், அவர்களுடைய மனப்பாங்கு இவற்றைப் பொறுத்து ஏற்படுகிறது. ஒரே சம்பவம் வெவ்வேறு விளைவுகளை ஏன் ஏற்படுத்துகிறது?

எரியும் நெருப்பு. அதில் தண்ணீரை ஊற்றினால் அது தீயை அணைக்கும். ஆனால் அதில் பெட்ரோலை ஊற்றினால்? அது மேலும் பற்றி இன்னும் அதிகமாக எரியும். காகிதங்களைப் போட்டால்? எரிந்து சாம்பலாகும்.

சிலர் காகிதங்கள், சிலர் பெட்ரோல், சிலர்தான் தண்ணீர். இவர்கள்தான் ஒரு சம்பவத்தை மாற்றும் சக்தி படைத்தவர்கள்.

1. அந்தச் சம்பவங்கள் அவர்களை பாதிக்கும் விதம்
2. பாதிப்புகளுக்கு அவர்கள் கொடுக்கும் மதிப்பு
3. பாதிப்புகளை மாற்ற அவர்கள் எடுக்கும் முடிவு
4. முடிவு எடுப்பதில் நிறைந்துள்ள அபாயம் (Risk) பற்றிய அவர்களின் எண்ணங்கள்
5. அதற்காக அவர்கள் செய்யும் முயற்சி, தியாகம்
6. அதை விடாமல் தொடர்ந்து செய்யும் துணிச்சல்

இவைகள்தான் தலைவர்களையும் சாமானியர்களையும் பிரிக்கின்றன. இதுபற்றி மேலும் விரிவாகப் பார்ப்போம்.

1. அந்தச் சம்பவங்கள் அவர்களை பாதிக்கும் விதம்

தலைமையைத் தூண்டும் சம்பவங்களும், நிகழ்ச்சிகளும் பரவலாக நடந்து கொண்டுதானிருக்கின்றன. அதைப் பலரும் சந்தித்துக் கொண்டுதான் இருக்கிறார்கள். ஆனால், அவை எல்லோரிடமும் ஒரே மாதிரியான பாதிப்புகளை உருவாக்குவதில்லை.

சிலருக்கு எறும்பு கடித்தது போன்ற சிறிய பாதிப்புதான். அதனால் அவர்கள் அதைத் தட்டிவிட்டு அடுத்த வேலையைப் பார்க்கப் போய்விடுவார்கள். 'எல்லா இடத்திலும் நடப்பதுதானே', 'மாற்ற முடியாதவை இவை', 'பரவாயில்லை', போன்ற வகையில் அமையும் மெல்லிய மேலோட்டமான பாதிப்புகள் அவை.

ஆனால் தலைவராக உருவாகுபவர்களுக்கோ, 'அடச்சே! இப்படியா?', 'இது தவறு', 'இது அநியாயம்', 'இது கொடுமை', 'இது சரியேயில்லை' என்ற கொதிப்பு வரும். அவர்களுக்கு ஏற்படும் பாதிப்பு கடுமையானதாக, ஆழமானதாக இருக்கும்.

2. பாதிப்புகளுக்கு அவர்கள் கொடுக்கும் மதிப்பு

மிக அதிகமாகப் பாதிப்பு அடைந்தவர்கள், உணர்ந்தவர்கள் அனைவருமே தலைவர்களாக உருவாகி விடமுடியாது. அப்படி ஆவதும் இல்லை. ஏனெனில் பாதிக்கப்பட்ட பலரும் அதற்கு ஒரே அளவு மதிப்பு அளிப்பதில்லை. 'சரி, போகட்டும், இது மாறும்' என்று சிலர் விட்டு விடுவார்கள். 'இதைப் பார்த்தால் நம் பிழைப்பும் கெட்டுவிடும்' என்று சிலர் தங்கள் சொந்தப் பிழைப்புக்கு அதிக மதிப்பளிப்பார்கள். காலப்போக்கில் அந்த நிகழ்ச்சி தந்த பாதிப்பு அவர்கள் மனதிலிருந்து மறைந்துவிடும். ஆனால் தலைவராகக் கூடியவர்கள், தமது பாதிப்பிற்கு அதிக முக்கியத்துவம் கொடுப்பார்கள்.

3. பாதிப்புகளை மாற்ற அவர்கள் எடுக்கும் முடிவு

பாதிப்பை உணர்ந்து, அதற்குரிய மதிப்பு அளிப்பவர்கள் சிலர்தான். தொழிற்சாலைகளில், அலுவலகங்களில் பணிபுரிபவர்களுக்குத் தெரியும். நிர்வாகம் புதிதாகக் கொண்டு வரும் நடைமுறைகள், விதிகள் எதற்காவது ஊழியர்கள் நடுவில் எதிர்ப்புக் கிளம்பும்.

திருச்சியில் உள்ள பெல் தொழிற்சாலை, தனது விரிவாக்கத்துக்காக வேலூர் அருகில் ஒரு தொழிற்சாலை தொடங்கியது. அங்கே, மதிய உணவுக்குப் போகிறவர்கள் அதற்குரிய அரை மணி

நேரத்திலேயே உணவை முடித்துக் கொண்டு வேலைக்குத் திரும்ப வேண்டும். அருகில் உள்ள குடியிருப்புக்கு மதிய உணவுக்குப் போய்விட்டு, தொழிற்சாலைக்குத் தாமதமாக வரக்கூடாது. என்ன செய்யலாம்? என்று யோசித்த நிர்வாகம், அது சம்பந்தமாக ஒரு முடிவை எடுத்தது. அந்த ஊழியர்கள் தினந்தோறும் பணிக்கு வந்ததும் ஒரு 'பன்ச்' (Punch) அடிக்க வேண்டும். (கடிகாரம் இணைக்கப்பட்ட இயந்திரத்தில் தங்களுக்குரிய 'டைம் கார்டை' வைத்து அழுத்த, தொழிற்சாலைக்குள் அவர்கள் வந்த நேரம் பதிவாகும்.) அதேபோல பணிமுடித்து வெளியேறும் பொழுதும் மற்றொரு 'பன்ச்' செய்ய வேண்டும். இது திருச்சியிலும், மற்ற பெல் தொழிற்சாலைகளிலும் நடைமுறையில் இல்லாத பழக்கம். இதை வைத்து அதிக நேரம் எடுத்துக் கொண்டவர்களுக்கு சம்பளக் குறைப்பு செய்யப்படும்.

தொழிற்சங்கங்கள் இதற்குக் கடும் எதிர்ப்பு தெரிவித்தன. நிர்வாகத்திடம் இது குறித்துப் பேசிப் பார்த்தன. ஏதும் நடக்கவில்லை. அதனால் போராட முடிவெடுத்தன. போராட்டங்களை அறிவிக்க ஒரு வாயிற் கூட்டத்துக்கு (Gate Meeting) ஏற்பாடு செய்திருந்தார்கள். மாலை 4.45 மணிக்கு வாயிற்கூட்டம். தொழிலாளர்கள் ஒன்றாகக் கூடி கேட்டால்தானே அது கூட்டம். அதே சமயம் வழக்கம்போல் 4.45க்கு கிளம்பிச் செல்லத் தயாராகப் பேருந்துகள் நின்றிருந்தன.

சில ஊழியர்கள், கூட்டத்திற்குப் போகாமல் பேருந்தில் ஏறி அமர்ந்து கொண்டார்கள். நேரத்திற்கு வீட்டுக்குப் போயாக வேண்டுமே என்ற கவலை அவர்களுக்கு. இப்படித்தான் எப்பொழுதுமே பாதிப்புகளைப் பெரும்பாலோர் உணரத்தான் செய்கிறார்கள். ஆனால் அதை மாற்ற முயற்சி எடுப்பவர்கள் சிலர்தான். அவைதான் தலைமைப் பண்புள்ளவர்களையும் மற்றவர்களையும் வேறுபடுத்திக் காட்டுகிறது.

4. முடிவு எடுப்பதில் நிறைந்துள்ள அபாயம் (Risk) பற்றிய அவர்களின் எண்ணங்கள்

காந்தியின் வாழ்க்கையிலிருந்து இதற்கு நிறைய உதாரணங்களைச் சொல்லலாம். தென்னாப்பிரிக்காவில் பல போராட்டங்களை நடத்துகிறார் காந்தி. அவரைப் பற்றி அங்கிருந்த ஆங்கிலேய அரசும், இங்கிலாந்தில் உள்ள அரசாங்கமும் தெரிந்து கொண்டன. அதைவிட முக்கியமாகத் தென்னாப்பிரிக்காவில் வாழ்ந்த நிறவெறி வெள்ளையர்கள் காந்தி மீது கோபமாக இருந்தனர்.

இடையில் அவர் இந்தியா வந்துவிட்டு மீண்டும் தென்னாப்பிரிக்கா கிளம்புகிறார். இந்தியாவில் இருந்தபோது தென்னாப்பிரிக்காவில் இந்தியர்களுக்கு இழைக்கப்படும் அநீதிகள் பற்றி பல கூட்டங்களில் பேசுகிறார். அந்தச் செய்தி தென்னாப்பிரிக்காவில் பெரிதுபடுத்தப்படுகிறது. பின்பு அவர் ஒரு கப்பலில் தென்னாப்பிரிக்கா புறப்படுகிறார். அதே நேரம் மற்றொரு கப்பலில் வேலை தேடி நிறைய இந்தியர்கள் தென்னாப்பிரிக்காவிற்குப் புறப்படுகிறார்கள்.

கப்பல் நேட்டால் துறைமுகத்தை அடைகிறது. அங்கு கப்பலில் உள்ளவர்கள் இறங்க அனுமதி வழங்கப்படவில்லை. காரணம், போராடுவதற்காக எண்ணூறு இந்தியர்களுடன் காந்தி வருவதாக, தவறாக செய்தி பரப்பப்பட்டு இருந்ததுதான்.

முதலில் இந்தியாவில் இருந்து வருபவர்களிடம் பிளேக் நோய்க் கிருமிகள் இருக்கலாம். அதனால் சோதித்து விட்டுத்தான் உள்ளே வர அனுமதிப்போம் என்று சொல்லிக் காக்க வைக்கிறார்கள். அது சமயத்தில் மும்பையில் அந்நோய் பரவ ஆரம்பித்திருந்தது. பின்பு வேறு ஏதேதோ காரணங்கள் சொல்லி இந்தியர்களை உள்ளே வர விடாமல் அலைக்கழிக்கிறார்கள். அவர்களுக்குக் கோபமெல்லாம் காந்திமீதுதான். அவர்கள் எல்லோரையும் திருப்பி அனுப்புங்கள், அவர்கள் தரையிறங்கக் கூடாது. திரும்பிப் போயே ஆக வேண்டும் என்று தென்னாப்பிரிக்காவில் பொதுக்கூட்டங்கள் போட்டுப் பேசுகிறார்கள். இவர்களோ பாவம் தொடர்ந்து கடலில், மிதக்கும் கப்பல்களில் காத்துக் கிடக்கிறார்கள்.

வேலைக்கு இந்தியர்களை அழைத்து வந்த தாதா அப்துல்லா என்பவருக்கு வெள்ளையர்கள் மிரட்டல்கள் விடுத்தார்கள். ஆனால், அவர் அவர்களைத் திருப்பி அனுப்ப முடியாது என்று உறுதியாகச் சொன்ன பின்பு, 'திரும்பக் கொண்டுபோய் விடுங்கள். போகும் கட்டணத்தை நாங்கள் தந்து விடுகிறோம்' என்று பேரம் பேசுகிறார்கள்.

காந்தி மற்றவர்களிடமும் பேசுகிறார், அனைவரும் ஒரே குரலாகத் திரும்பிப் போக மறுத்துவிடுகிறார்கள். பின்பு 23 நாட்கள் கழித்து 13.1.1897 அன்றுதான் அவர்களுக்கு நேட்டாலில் இறங்குவதற்கு அனுமதி கிடைக்கிறது. அதுவரை கரையில், கப்பலிலேயேதான் காத்துக்கொண்டு இருக்கிறார்கள்.

உள்ளூர் வெள்ளையர்கள் காந்திமீது கோபமாக இருப்பதால் அனைவரும் இறங்கிய பிறகு வெளிச்சமில்லாத இருட்டு

நேரத்தில் காந்தி இறங்குவதுதான் பிரச்னையை தவிர்க்கும் வழி என்று 'நாட்டனி'ன் அட்டர்னி ஜெனரல் செய்தி அனுப்புகிறார்.

இதுபற்றிக் கருத்து சொன்ன தாதா அப்துல்லாவின் சட்ட ஆலோசகர் லாப்டன் என்பவர், 'ரகசியமாக இருட்டில் ஏன் போக வேண்டும்?' என்று கேட்கிறார். காந்தியும் அதையே கேட்கிறார். காந்திக்கும் ரகசியமாக இறங்கிப் போவதற்குச் சம்மதமில்லை.

காந்தியின் கர்ப்பிணி மனைவியையும் அவர்களது இரு மகன்களையும் இறக்கி ரஸ்தம் என்ற இந்தியர் ஒருவரின் காரில் அனுப்பிவைத்துவிட்டு, காந்தியும் லாப்டனும் இறங்கி நடக்கிறார்கள். கொஞ்ச தூரம்தான் நடந்திருப்பார்கள். அதற்குள் இரு வெள்ளைக்காரச் சிறுவர்கள் காந்தியை அடையாளம் கண்டு, 'இதோ காந்தி' எனக் கத்த, உடன் நிறவெறி வெள்ளையர் கும்பல் கூடிவிடுகிறது. தாக்க ஆரம்பிக்கிறார்கள். லாப்டனைப் பிரித்துக் காந்தியைத் தனிமைப்படுத்தி குறி வைத்துத் தாக்குகிறார்கள். காந்தியின் முகத்திலும் உடம்பிலும் கழிகளால் அடிக்கிறார்கள். பயங்கரமான அடி. அப்பொழுது இதைப் பார்த்துவிட்ட அலெக்ஸாண்டர் என்ற போலீஸ் சூப்பிரண்டின் மனைவி ஓடிவந்து காப்பாற்றுகிறார்.

அதுசமயம் அந்தத் துறைமுகத்தில் இறங்கி நடந்தால் என்ன நடக்கும் என்று காந்திக்குத் தெரியும். துறைமுகத்தில் இறங்க இயலாமல் 23 நாட்கள் கப்பலிலேயே இருந்து சிரமப் பட்டவருக்கு நிலைமையின் தீவிரம் பற்றித் தெரியாதா என்ன?

தெரியும். அந்தப் பாதிப்புக்குப் பயப்படாமல் அதற்கு முக்கியத்துவம் கொடுக்காமல் அதை எதிர்க்க 'ரிஸ்க்' எடுக்கிறார் காந்தி. அதென்ன அவர்களுக்குப் பயந்து மறைவாகச் செல்வது? என்ற மன உறுதி அவரிடம் இருந்தது. அதுதான் காந்தி. அதுதான் தலைமைப் பண்பு, அதுதான் தலைமைக்கான குணம்.

5. எடுத்த காரியத்துக்காக அவர்கள் செய்யும் முயற்சி, தியாகம்

நேரு, இந்தியாவின் பிரதமராகப் பதினேழு ஆண்டுகள் தலைமைப் பொறுப்பில் இருந்தவர்.அவர் சுதந்திரப் போராட்டத்துக்காகச் சிறையில் இருந்த காலத்தின் அளவும் 17 ஆண்டுகள். அதாவது 5984 நாட்கள்.

எங்காவது லிஃப்ட்டில் போகும்போது திடீரென்று மின்சாரக் கோளாறினால் அந்த லிஃப்ட் பாதியில் நின்றுவிட்டால் நிலைமை

என்னவாகும்? மின்சாரம் வரும் வரையிலோ அல்லது யாராவது உதவிக்கு வரும் வரையிலோ சில நிமிடங்கள் நாம் உள்ளே இருக்க வேண்டியதுதான். அந்தச் சமயத்தில் நமக்கு எவ்வளவு கோபம், எரிச்சல், சலிப்பு, வெறுப்பு எல்லாம் வருகின்றன!

சில நிமிடங்களுக்கே அப்படி இருக்கிறது என்றால், எப்பொழுது சுதந்திரம் கிடைக்கும் என்று தெரியாத நிலையில், இன்னும் சொல்லப் போனால் சுதந்திரமே கிடைக்குமா என்று தெரியாத நிலையில், நேரு மொத்தம் 17 வருடங்கள் சிறையில் இருந்திருக்கிறார்.

குறிப்பாக இங்கே நேருவைக் குறிப்பிட்டுச் சொல்வதற்குக் காரணம், அவருடைய தந்தை பெரிய செல்வந்தர். அவர்களுடைய 'ஆனந்த பவன்' வீட்டின் அளவும் மதிப்பும் அழகும் அப்படிப் பட்டவை. நேரு படித்ததெல்லாம் வெளிநாட்டில். எல்லாவற்றையும் விட்டுவிட்டுத் தன் நாட்டின் விடுதலைக்காக, தான் எடுத்த காரியத்துக்காக அவர் செய்த முயற்சியும் தியாகமும் எவ்வளவு பெரியது! அதுதான் அவரைத் தலைவராக உருவாக்கியது. பிறவியில் அவர் ஒரு செல்வந்தர் வீட்டுப்பிள்ளை, அவ்வளவுதான்.

6. விடாமல் செய்யும் பாங்கு

தலைவர்களுக்கும் மற்றவர்களுக்கும் உள்ள பெரிய வித்தியாசம் Persistance, Presvarance. அதாவது விடாமுயற்சி, தொடர்ந்து செய்தல் முதலியன.

> 'போராடுவோம், போராடுவோம்'
> 'வெற்றி கிட்டும்வரை போராடுவோம்'
> 'போராடுவோம், போராடுவோம்'
> 'இறுதிவரை போராடுவோம்'

இவைதான் தலைவர்களாக வருபவர்களின் மனப்பாங்கு.

தோல்விகளைக் கண்டு துவளமாட்டார்கள். கொண்ட கொள்கையில் பிடிப்புடன் இருப்பார்கள். அதற்காகத் தொடர்ந்து முயற்சி செய்வார்கள். எத்தனை தோல்விகள் வந்தாலும், எவ்வளவு காலம் ஆனாலும், கொள்கையை விடமாட்டார்கள். தொடர்ந்து வெற்றிபெற முயற்சி செய்வார்கள்.

•

உடல்கூறு ரீதியாகத் தலைவர்கள்

மின்சார பல்பு உள்பட மாபெரும் அறிவியல் கண்டுபிடிப்புகள் பலவற்றைச் செய்த தாமஸ் ஆல்வா எடிசனின் மூளை மற்றவர்களுடையதை விடப் பெரிதாக இருந்திருக்குமோ என்று அப்போது சந்தேகப்பட்டார்கள். அவருடைய மூளையின் ஏதேனும் ஒரு பகுதி பெருத்து இருந்ததா என்று பார்ப்பதற்கு ஆராய்ச்சியாளர்கள் மிகவும் ஆர்வமாக இருந்தார்கள்.

அவர் இறந்த பிறகு, Sandra witelson தலைமையில் நடந்த ஓர் ஆராய்ச்சியில், தாமஸ் ஆல்வா எடிசனின் மூளையை அளந்து பார்த்திருக்கிறார்கள். நீள, அகல, தடிமனில் அந்த அறிவு ஜீவியின் மூளை மற்ற மனிதர்களின் மூளையைப் போன்றே அளவு உடையதாகவும், அதே எடையுடையதாகவும்தான் இருந்திருக்கிறது.

மேலும் தலைவர்களுக்கு என்று பிரத்தியேகமாக எந்த மரபணுவும் அவர்களின் உடலில் இருக்கிறதா, அது அவர்கள் ரத்தத்திலேயே வருகிறதா என்பதையும் துருவித் துருவி ஆராய்ந்து பின் அப்படி ஏதுமில்லை என்கிற முடிவுக்கு வந்திருக்கிறார்கள்.

இங்கு உடற்கூறு என்பது வெளிப்படையாகத் தெரியும் உயரம், தடிமன், முக அமைப்பு போன்றவை பற்றிக் குறிப்பிடவில்லை. உடலில் உள்ள வேதியியல் தன்மைகளில் (Hormones & Brain chemistry) தலைமைப் பண்புள்ளவர்களுக்கு என்று ஏதும் வித்தியாசமாக உள்ளதா என்று ஆராய்ந்திருக்கிறார்கள். அதாவது தலைமை பற்றிய ஆராய்ச்சியை, வேதியல் ஆராய்ச்சி சாலைக்கு எடுத்துப் போனார்கள்.

இதைப் போய் எப்படி 'கெமிஸ்டிரி லேப்'பில் சோதிக்க முடியும் என்று கேள்வி வருகிறதா? ரத்தத்தில் சர்க்கரை, கொழுப்பு முதலியன எவ்வளவு இருக்கின்றன என்று பார்ப்பதுபோல, இதனை நேரடியாகச் செய்ய முடியாதுதான். அதற்காக என்ன செய்தார்கள் என்றால், மிகச் சிறந்த பெரிய பெரிய வெற்றிகளைப் பெற்ற தலைவர்கள், அத்தகைய வெற்றிகளைப் பெற என்ன காரணம் என்று யோசித்து ஒரு முடிவுக்கு வந்தார்கள்.

வெற்றி பெற்ற தலைவர்கள், மற்றவர்களுடன் நல்ல உறவு நிலை கொண்டிருந்ததாலேயே வெற்றி பெற்றார்கள் என்பது அந்த சில ஆராய்ச்சியாளர்களின் முடிவு. அதையே வேதியியல் ஆராய்ச்சிக்கான அடிப்படையாக எடுத்துக் கொண்டார்கள்.

இப்படி, நல்ல உறவுநிலை (Proficient social interactions) கொண்டிருந்த தலைவர்களின் உடலில் உள்ள வேதியியல் பொருள்களின் தன்மைகள் என்ன என்று ஆராய்ந்தார்கள்.

ஆராய்ச்சியின் முடிவில் அவர்களுக்குச் சந்தோஷமான அதிர்ச்சி காத்திருந்தது. எதிர்பார்த்தபடியே ஒரு தொடர்பு இருப்பதைக் கண்டார்கள். வெற்றி பெற்ற பல தலைவர்களின் மூளையின் வேதியியல் அமைப்பில், சில குறிப்பிட்ட ஹார்மோன்கள் கூடுதலாக இருப்பதைக் கண்டார்கள். அவை 'அழுத்தங்களைத் தாங்கும் சக்தி'யையும், 'மற்றவர்களுடன் சுமூக உறவு நிலை கொள்ளும் தன்மை'யையும் தருவதாக இருந்தன.

குறிப்பாக இரண்டு வேதியல் பொருள்கள் அவர்களின் கவனத்தைக் கவர்ந்தன.ஒன்றுசீரோடோனின், மற்றொன்று டெஸ்டோஸ்டெரோன். இந்த சீரோடோனின் என்ற பொருள் sociablity எனப்படும், 'மற்றவருடன் துரிதமாக, சகஜமாகப் பழகும் தன்மை'யைக் கொடுக்கக் கூடியதாம்.

அதேபோல் இரண்டாவதாகச் சொன்ன டெஸ்டோஸ்டெரோன, 'முடிக்காமல், ஜெயிக்காமல் விடமாட்டேன்' என்பது போன்ற விடாமுயற்சிக்குக் (Competitive spirit) காரணமாக இருக்கிறதாம்.

இதில் உள்ள இன்னொரு முக்கியமான விஷயத்தைக் கவனிக்க வேண்டும். இந்த இரண்டு விஷயங்களும் கூடுதலாக இருப்பவர்கள் எல்லாம் தானாகவே தலைவர்களாகி விடுவார்களா என்றால், இல்லை என்கிறார்கள். தலைமையில் வெற்றி பெற்றவர்களின் உடலில் இந்த இரண்டு வேதியியல் பொருள்கள் மற்றவர்களைவிட அதிகமாக உள்ளன என்பது உண்மைதான். ஆனால் தலைமை ஏற்றபிறகு அவர்களின் உடலில் இந்த இரண்டு பொருள்களும் அதிகரிக்கின்றனவா இல்லை அது ஏற்கெனவே அதிகமாக இருந்ததனால்தான் அவர்கள் தலைவர்களானார்களா? (கொடியசைந்ததும்... காற்று வந்ததா? காற்று வந்ததும்... கொடியசைந்ததா? கதைதான்.) இதற்கு இன்னும் பதில் இல்லை.

தலைமையில் சிறந்தவர்கள் ஆண்களா? பெண்களா?

இந்தக் கேள்வி ஆராய்ச்சியாளர்களுக்கும் வந்தது. ஆராய்ந்தார்கள்.

அதன் முடிவுகளைச் சொன்னால் நாம் ஒப்புக்கொள்ளவா போகிறோம்! பெண்கள் தலைமைப் பணியில் பங்களிப்பதில் சிறந்த திறன் உள்ளவர்களாகவும் (Participative Style), ஆண்

தலைவர்கள் பெரும்பாலும் தாங்களே முடிவெடுப்பதாகவும் (More of directive) சில ஆராய்ச்சிகளின் முடிவுகள் சொல்கின்றன.

தலைவனை உருவாக்கும் கருவி எது?

நிறையவே பார்த்துவிட்டோம். தலைமைப் பண்பு ஒன்றும் சிலருக்கு மட்டுமே கிடைக்கக்கூடிய பிறவிப் பயன் இல்லை. அதை முயன்று வளர்த்துக்கொள்ளவும் முடியும். இதுதான் சாராம்சம்.

சரி, முயன்று வளர்த்துக்கொள்ள என்ன செய்ய வேண்டும்? அதற்கான கருவி எது?

மனதுதான் (Self) அந்தக் கருவி. அதைச் செப்பனிட வேண்டும். நாம் நம்மை என்ன செய்து கொள்கிறோமோ அதைப் பொறுத்துதான் வித்தியாசம். (It is what we do with ourselves. That is going to make the difference) எவ்வளவு தூரத்துக்கு ஒருவரால் தன் மனதுடன் விளையாட முடிகிறதோ அதைப் பொறுத்துதான் அவர் அந்தக் கலையில் விற்பன்னராக முடியும்.

அதைத்தான் காந்தி செய்திருக்கிறார். தன்னுடைய சத்திய சோதனை என்னும் சுய சரிதத்தில் அதைத் தெளிவாக விளக்கி இருக்கிறார். காந்தி காந்தியாகவே பிறக்கவில்லை. முன்பே பார்த்தோம். அவர் சிறு வயதில் தலைமைப் பண்புள்ளவராக இல்லை. இன்னும் சொல்லப்போனால் அவர் மகாத்மாகவாக அல்ல, சமயத்தில் சாதாரண மனிதனாகக் கூட இல்லை. எல்லாவற்றையும் சோதனை செய்து பார்த்திருக்கிறார். ஆனால், அவற்றிலேயே மூழ்கிவிடவில்லை. அவர் மனது வித்தியாச மானது. அதைக் கட்டுப்படுத்தி, அதை தன் வசப்படுத்தி, சின்னச்சின்னச் சோதனைகள், அவற்றில் கிடைக்கும் முடிவுகள், அவற்றைத் தொடர்ந்து கொஞ்சம் பெரிய சோதனைகள், அவற்றிலும் வெற்றி என்று மனிதர் படிப்படியாகத்தான் தலைவனாகி இருக்கிறார். சாத்தியமாகி இருக்கிறது.

ஃபாலோவர்ஷிப்

என்ன இது இதுவரை 'லீடர்ஷிப்' என்று சொல்லிவந்து விட்டு, திடீரென்று அப்படியே தலைகீழாக மாறிப் பின்பற்றுபவர்களின் புகழ் பாடும் விதமாக ஃபாலோவர்ஷிப் பற்றி வருகிறதே என்று தோன்றுகிறதோ! இந்தக் கருத்தையும் அப்படியே புறந்தள்ளிவிட முடியாது. இந்தக் கோணத்திலும் ஆராயத்தான் வேண்டி இருக்கிறது. ஆராய்ச்சியும் செய்திருக்கிறார்கள்.

'மிகச் சிறந்த தலைவனானதற்கு எது காரணம்?' (What it took to be a great Leader?) என்று ஒரு வெற்றிபெற்ற தலைவரைப் பார்த்துக் கேட்டார்கள். அவர் சிறிது யோசித்துவிட்டு, 'Great followers' (சிறந்த தொண்டர்கள்) என்று 'பளிச்'சென்று சொன்னாராம்.

யோசித்துப் பார்த்தால், 'அட உண்மைதானே!' என்று தோன்றுகிறது இல்லையா! அது இல்லாமல் இது உண்டா! மிகவும் அருமையான, ஒழுக்கமான, கட்டுப்பாடுள்ள குழுவைத் தலைமை தாங்குவதில் பெரிய சிரமம் என்ன இருக்கிறது?

சிங்கப்பூரின் முன்னாள் பிரதமர் லீ குவான் யூ அந்த தேசத்தை மிகப் பிரமாதமாக வழிநடத்தினார். தன் நாட்டு மக்களுக்கு ஓர் அழகான இலக்கைக் காட்டினார். அவர்களை அதை அடையவும் வைத்தார். அவருடைய அந்தப் பாணி அங்கு வெற்றி பெற்றதற்கு, அந்தத் தேசத்து மக்களும் கட்டுப்பாடு உடையவர்களாகவும், தேச நலனில் அக்கறை கொண்டவர்களாகவும் இருந்து அவருடன் ஒத்துழைத்ததும் காரணமல்லவா? அந்த விதத்தில் பார்த்தால், தலைமையின் வெற்றியில் பின்பற்றுபவர்களின் பங்களிப்பும் கணிசமானது என்று தெரிகிறதல்லவா!

முடிவாக

ஜேம்ஸ் வி கோசெஸ், 'பிசினஸ் லீடர்ஷிப்' என்ற புத்தகத்தின் முன்னுரையில் எழுதுகிறார், 'தலைவர்கள் பிறக்கிறார்களா உருவாக்கப்படுகிறார்களா' என்பது காலம் காலமாகக் கேட்கப்படும், ஆனால் நிச்சயமான பதில் கிடைக்காத கேள்வி. விளையாட்டு வீரர்களைப்போல், அறிவாளிகளைப்போல, கலைஞர்களைப்போல, இன்னும் பலரைப் போலத்தான் தலைவர்களும் பிறக்கிறார்கள். ஆனால் மற்றவர்களுக்கும் தலைவர்களுக்கும் இருக்கும் வித்தியாசம், இறப்பதற்கு முன் அவர்கள் என்ன செய்துவிட்டுப்போகிறார்கள் என்பதுதான்.

தலைமை என்பது ஓர் இடமோ, ஒரு பதவியோ அல்ல. அது ஒன்றும் சாதாரண மக்களால் புரிந்துகொள்ள முடியாத ரகசிய சூத்திரமும் அல்ல. அது கவனிக்கக்கூடிய வெளியே தெரியக்கூடிய வெளிப்படையான குணாதிசயங்களும், திறன்களும்தான். அவற்றை யார் வேண்டுமானாலும் கற்றுக்கொள்ள முடியும்.

தலைவர்கள் பிறக்கிறார்களா, இல்லை உருவாகிறார்களா? என்ற கேள்விக்குப் பதில் கிடைத்துவிட்டது. முறையான பயிற்சி

இருந்தால் எவரும் நல்ல தலைவர் ஆகலாம் என்பதைப் பல உதாரணங்கள் மூலம் பார்த்தோம்.

அப்படிப் பயிற்சி பெறுபவர்கள் இயற்கையிலேயே சில தலைமைப் பண்புகளுடன் பிறந்து விட்டிருந்தால் கேட்கவே வேண்டாம். பருத்தி, புடவையாகக் காய்த்தது போலத்தான். அவர்கள் மிகச் சிறந்த தலைவர்களாக உருவெடுப்பார்கள். நீங்கள் எப்படி?

•

அத்தியாயம் 4

பல்வேறுபட்ட தலைமைகள்

~

வெற்றி பெறும் தலைமைக்கு ஒரே ஒரு நிச்சயமான வழிமுறையோ, திட்டக் குறியீடோ, செயல்முறையோ இருப்பதில்லை. அவை பல்வேறுபட்டவை.

ஐந்து விரல்களும் ஒன்றுபோலில்லை என்பது மிகவும் பிரசித்திப் பெற்ற சாதாரணமாகப் பயன்படுத்தப்படும் வலுவான உதாரணம். வித்தியாசங்கள் தவிர்க்க முடியாதவை; இருந்தே தீரும்.

நாம் மதிக்கும் பல்வேறுபட்ட தலைவர்களைப் பற்றியும் யோசித்துப் பார்த்தாலும், வெற்றி பெற்ற பல்வேறு நபர்களையும் ஆராய்ந்து பார்த்தாலும் நமக்கு வியப்பாக இருக்கும். காரணம், அவர்கள் ஒருவரைப் போல் மற்றவர் இல்லை.

அகிம்சை வழியில் போராடி, சுயநலமின்றித் தியாகங்கள் செய்து மக்களை வழிநடத்தியவர் காந்தி. நவீன இந்தியாவைப் பற்றிக் கனவு கண்டு, நாட்டில் விவசாயமும் தொழிலும் பெருக முயற்சிகள் எடுத்தவர் நேரு. அரசர்களால் ஆளப்பட்ட பல்வேறு சமஸ்தானங்களை ஒருங்கிணைத்தவர் இரும்பு மனிதர்

வல்லபபாய் படேல். தனி ராணுவம் அமைத்து எதிரிகளை வீழ்த்தி சுதந்திரம் பெறுவோம் என முழக்கமிட்டு அதற்காக முயற்சித்தவர் சுபாஷ் சந்திரபோஸ். இவர்கள் அனைவருமே வெற்றிபெற்ற தலைவர்கள். ஆனால் அவர்களுடைய நம்பிக்கைகள், அணுகு முறைகள், செயல்பாடுகளில் பெரிய வித்தியாசங்கள் இருந்தன. தேசத் தலைவர்கள் என்றுதான் இல்லை, நிறுவனங்களில் சமுதாயத்தில் குடும்பங்களில்கூட இந்த அதிசயமான உண்மைகளைப் பார்க்க முடியும்.

ஒரே இறைவனைச் சென்றடைவதற்காகச் சொல்லப்படும் பல்வேறு மதங்களின் வழிமுறைகளில்தான் எவ்வளவு வேறுபாடுகள்! ஆக, வெற்றி பெறும் தலைமை என்பதற்கு ஒரே ஒரு நிச்சயமான வழிமுறையோ, ஒரேயொரு திட்டக் குறியீடோ, செயல்முறையோ இருப்பதில்லை. அவை பல்வேறுபட்டவை.

வெற்றிபெற ஆசை

ஆறறிவு உள்ள மனிதனுக்குப் பசி, தூக்கம் போன்ற அடிப்படைத் தேவைகள் போக, இன்னமும் எவ்வளவோ தேவைகள் உள்ளன. அவற்றில் ஒன்றுதான், 'எதையும் ஏன் என்று கேட்டு, புரிந்துகொள்ள முயற்சிப்பது'... இல்லையா?

மனித இனம் தொடர்ந்து இப்பணியில் ஈடுபட்டு வருகிறது. அதனால்தான் அது மேன்மை அடைந்து வருகிறது.

இந்தத் தலைமைப் பண்புகள் என்ற Leadership Qualities என்பதும்கூட, ஆராய்ச்சியாளர்களை இது எப்படி, எதனால் என்று யோசிக்க வைக்கும் விஷயமாகக் காலம் காலமாக இருந்து வந்திருக்கிறது என்பதை தொடக்க அத்தியாயங்களிலேயே பார்த்தோம்.

இந்த ஆராய்ச்சிகள் எந்த விதத்தில் எந்தப் போக்கில் போயின? எதையெல்லாம் காரணங்கள் என்று நினைத்தார்கள், அவர்களின் முடிவுகள் தொடக்கத்திலேயே சரியானவையாக அமைந்தனவா? அல்லது உலகம் தட்டையானது என்றும், அணுவைப் பிளக்க முடியாது என்றும் முடிவுக்கு வந்துவிட்டு பின்னர் தங்கள் கருத்துக்களை மாற்றிக் கொண்டதைப் போல, தலைமை விஷயத்திலும் எதையோ உண்மை என்று சொல்லிவிட்டு பின்பு கருத்தை மாற்றிக் கொண்டார்களா? தற்சமயம் அந்த ஆராய்ச்சிகள் எவ்வளவு தூரத்தில் உள்ளன? அவை முற்றுப்பெற்று விட்டனவா? அல்லது எயிட்ஸ், கேன்சர் நோய்களுக்கான மருந்து

ஆராய்ச்சிகள் போலத் தொடர்ந்து முடிவில்லாமல் போய்க் கொண்டிருக்கின்றனவா?

நாமும் அதுபற்றித் தெரிந்துகொள்ள வேண்டுமல்லவா? இவையெல்லாம் முக்கியமான தகவல்களாயிற்றே! தலைமை பற்றித் தெரிந்துகொள்ள முயற்சிக்கும்போது, தலைவனாக ஆக முயற்சிக்கும்போது, முறையான ஆராய்ச்சியாளன் செய்வது போல நாமும், Review of Literature செய்ய வேண்டாமா? அதற்கென்ன! செய்துவிடுவோம்!

தலைவன் பற்றிய பல்வேறு ஆராய்ச்சிகள்

ஏன் ஒரு சிலரால் மட்டுமே சிறப்பாகத் தலைமை ஏற்க முடிகிறது? அந்தச் சிலரால் மட்டும் எப்படி ஒரு பெரிய கூட்டத்தைக் கட்டிப்போட்டது போல வைத்திருக்கவோ அவர்களை வழிநடத்திச் செல்லவோ முடிகிறது? அதெப்படி அவர்கள் சொன்னால் பெருங்கூட்டமே கேட்டுக்கொள்கிறது!

அவர்கள் வெற்றி பெற்ற தலைமை ஆனது எதனால்? எப்படி? என்று மண்டையைப் பிய்த்துக் கொண்டார்கள். விடைகாணத் துடித்தார்கள். கடந்த ஒரு நூற்றாண்டாகவே தலைமையின் சூட்சுமம் பற்றி இன்னதுதான் இது என்று கண்டறிய ஆசைப்பட்டு, முறையான ஆராய்ச்சிகள் நடத்தி வருகிறார்கள்.

முதல் நிலை ஆராய்ச்சிகள்

தலைமைக்கான பண்புகள் எவை? என்பது பற்றிய ஆராய்ச்சிகள் முதலில், மிகவும் சாதாரணமாகவே அமைந்தன. சாதாரணம் என்றால், அதிகம் மண்டையை உடைத்துக்கொள்ளாமல், நகத்தில் அழுக்குப் படாமல்தான் ஆராய்ச்சி செய்திருக்கிறார்கள்.

மேலோட்டமான காரணங்கள் அந்தச் சமயத்திற்குப் போது மானதாக இருந்திருக்கிறது. தோண்டித் துருவிப் பார்த்திருந்தால், நிதானமாக யோசித்திருந்தால், முறைப்படி தகவல்கள், புள்ளிவிபரங்கள் அடிப்படையில் ஆராய்ந்திருந்தால், கிடைக்கக் கூடிய காரணங்கள் வேறாக இருந்திருக்கலாம்.

அதுபோல முதன்முதலில், தலைமை என்பது என்ன என்ற கேள்விக்கு இவர்கள் மிகச் சுலபமாக விடை அளித்தார்கள். 'வெற்றி பெறும் தலைமைக்கான காரணங்கள்தானே, இதோ பிடியுங்கள் ஒரு பட்டியல்' என்று மடமடவென்று தலைமைப் பண்புகளுக்கான ஒரு பட்டியலைத் தயாரித்தார்கள்.

அதில் அவர்கள் சொன்னது இதுதான். 'வெற்றி பெறுபவர்களுக்கெனத் 'தனிக்குணங்கள்' உண்டு. அந்தக் குணங்கள் இருப்பவர்கள்தான் தலைவனாக முடியும். ஆமாம், அவை இல்லாதவர்கள் தலைவனாக ஆக முடியாது.' இப்படியொரு முடிவுக்கு அவர்கள் சுலபமாக வந்துவிட்டார்கள்.

ஒரு சராசரி திரைப்பட ரசிகன், எப்படித் தன் மனம் கவர்ந்த திரைப்பட ஹீரோ இருப்பார் என்று நினைத்துக் கொண்டிருக்கிறாரோ அப்படி. ஓர் இளைஞன் தனக்கு மனைவியாக வரப்போகிறவள் அல்லது ஒரு பெண், தனக்குக் கணவனாக வரப்போகிறவன் எப்படி இருக்க வேண்டும் என்று கேட்டால் எப்படியெல்லாம் ஒரு பட்டியல் கொடுப்பார்களோ, அப்படி.

ஒருவர் விரும்பத்தக்க அனைத்துச் சிறப்புக் குணங்களும் கொண்ட பட்டியல்தான் அது. அப்படி ஆளுக்கு ஒரு பட்டியல் தயாரித்தார்கள். ஒவ்வொரு ஆராய்ச்சியாளரும் புதிது புதிதாக நற்குணங்களைச் சேர்த்தார்கள்.

இப்படி ஆரம்ப காலகட்டத்தில் 'சில குறிப்பிட்ட குணாதிசயங்கள் உள்ளவர்களால்தான் தலைவனாக முடியும்' என்ற சித்தாந்தம் கொண்டு விளக்கப்பட்ட தகவல்களுக்கு 'டிரெய்ட் தியரீஸ்' (Trait Theories) என்று பெயர்.

டிரெய்ட் தியரீஸ்

அப்படிச் சொன்னவர்களில் செஸ்டர் பெர்னார்டு முக்கியமானவர். அவர் தயாரித்தத் தலைவர்களின் தனிநபர் குணாதிசயங்கள் பற்றிய ஒரு பட்டியல்...

உற்சாகம்

எதையும் தாங்கும் சக்தி

சுறுசுறுப்பு

விழிப்புடன் இருத்தல்

கவர்ச்சி

முடிவெடுக்கும் தன்மை

சம்மதிக்க வைக்கும் திறமை

பொறுப்புள்ள அறிவுத்திறன்

பத்தொன்பதாம் நூற்றாண்டுகளின் தொடக்கத்தில் ஒரு முக்கியமான கேள்வி எழுப்பப்பட்டது. அந்தக் கேள்விக்குப்

பதில் தேடினால் தலைமை இன்னதனால் ஆனது என்பதற்கான ஃபார்முலாவைக் கண்டுபிடித்து விடலாம் என்று நினைத்தார்கள். அவர்களின் மனதைக் குடைந்த அந்த அடிப்படைக் கேள்விகள் என்ன என்று போன அத்தியாயத்திலேயே பார்த்தோம். மீண்டும் அந்த முக்கியமான இரு கேள்விகள்...

- பிறப்பிலேயே தலைமைக் குணங்களைப் பெற்றவர்கள்தான் தலைவர்கள் ஆகிறார்களா? (Leaders are born?) அல்லது
- பின்னால் தாங்கள் வளர்த்துக்கொண்ட திறமையால் தலைவர்களாக உருவாகிறார்களா? அப்படி உருவாதல் சாத்தியமா? (Can Leaders be made)

ஆராய்ச்சிகள் தொடங்கின. இன்னும் அதற்கு முடிவு வரவில்லை. தொடர்ந்து நடந்து கொண்டேயிருக்கின்றன.

சிறந்த குணங்களின் கலவையே தலைவர்கள்

முதலில் ஆராய்ச்சியாளர்களுக்குத் தோன்றியது ஒருவர் தலைமை தாங்குதற்குக் காரணம் அவரிடம் உள்ள குணாதிசயங்கள்தாம். சில குறிப்பிட்ட குணாதிசயங்களைப் பெற்றவர்களே தலைமை இடத்தில் இருந்து வெற்றிகரமாகச் செயல்பட முடியும் என்பதுதான் அவர்கள் எடுத்த முடிவு. யூகத்தின் அடிப்படையில் எடுத்த முடிவுதான் அது. அதை ஹைபோதெசிஸ் என்பார்கள். அதாவது நிரூபிக்கப்படாத முடிவுகள்.

அப்படி வெறுமனே யூகித்துவிட்டு அதுதான் சரி என்று சொல்வதும், முறையான ஆராய்ச்சி ஆகாது. அதை நிரூபிக்க வேண்டும், தங்கள் முடிவுகளுக்கு ஆதாரம் தேடவேண்டும் என்று தேடத் தொடங்கினார்கள். பல்வேறு துறைகளிலும் தலைமை தாங்கி வெற்றி பெற்றவர்களின் பட்டியல் ஒன்று உடனடியாகத் தயாரானது. அவர்களின் குணாதிசயங்கள் பட்டியல் இடப் பட்டன. ஒரே சமயத்தில் குறிப்பிடத்தகுந்த 20 ஆராய்ச்சிகள் நடந்தன.

அந்த இருபது ஆராய்ச்சிகளின் முடிவில் வெற்றி பெற்றுத்தரும் குணாதிசயங்களின் எண்ணிக்கையாக அவர்களுக்குக் கிடைத்தவை எத்தனை தெரியுமா? எழுபது! ஆமாம்! அது இதுவென்று மொத்தம் எழுபது குணங்கள். சிலரிடம் ஏதாவது 6 குணங்கள், வேறு வெற்றிபெற்ற ஒரு தலைவரிடம் வேறு சில பத்து குணங்கள்!

சரி, இதையே வேறுவிதமாகப் பார்த்தால் என்ன என்று யோசித்து, அத்தனை தலைவர்களுக்கும் இடையே ஒரே மாதிரியான குணாதிசயங்கள் எத்தனை (Common characterestics) என்று தேடினார்கள். கிடைத்தன. ஆனால் அவை வெறும் ஐந்தே ஐந்துதான். இன்னொரு பொதுவான குணத்தையும் சேர்த்து இறுதியாக இந்த ஆறு குணாதிசயங்கள்தான் தலைமைப் பண்பு உள்ளவர்களையும் இல்லாதவர்களையும் வேறுபடுத்திக் காட்டியது என்கிற முடிவுக்கு வந்தார்கள்.

அந்த ஆறு தனிப் பண்புகள் என்ன?

1. லட்சியமும் வேகமும் (Ambition & Energy)
2. தலைமையேற்க ஆர்வம் (Desire to lead)
3. நேர்மையும் வாய்மையும் (Honesty & Integrity)
4. தன்னம்பிக்கை (Self Confidence)
5. அறிவு/புத்திசாலித்தனம் (Intelligence)
6. செய்து முடிக்கவேண்டிய பணி பற்றிய அறிவு (Job relevant knowledge)

ஒருவரின் இப்படிப்பட்ட தனிப்பண்புகள்தான், அவர் தலைவனாகப் பரிமளிக்கக் காரணமாக உள்ளன. இப்படி அவர்கள் ஆராய்ந்து சொன்னதுதான் சுமார் நாற்பது, ஐம்பது ஆண்டுகள் வரை எடுபட்டது. சிலருக்கு இந்தக் கருத்தில் முழு உடன்பாடு இல்லாவிட்டாலும், அவர்களால் ஏற்றுக்கொள்ளத்தக்க வேறு மாற்றுக் காரணங்களைச் சொல்ல முடியவில்லை. கிட்டத்தட்ட 1940-ம் ஆண்டுவரை இந்த 'தனிப் பண்பு' என்கிற விளக்கமே 'தலைமையின் ரகசியம்' பற்றிய விளக்கமாக இருந்து வந்தது.

இந்தக் குணங்கள் எல்லாம் உடன் பிறந்தது என்பதால், தலைவர்கள் பிறக்கிறார்கள். அவர்களை உருவாக்க முடியாது என்ற கருத்து பரவலாக நம்பப்பட்டது. ஆனால் போகப்போக, அவர்களின் பட்டியலில் இருந்த தனிப் பண்புகள் இருக்கப் பெறாதவர்களின் தலைமைகளும் வெற்றி பெறுவதைப் பார்த்தார்கள். அதே சமயம், பட்டியலில் இருந்த பல தனிப்பண்புகள் இருந்தவர்களின் தலைமைகள் தோற்பதையும் பார்த்தார்கள்.

இதுவரை அடித்துச் சொல்லப்பட்ட தலைமைக்கான விளக்கம் இதனால் வலுவிழந்தது. Trait Theory-யின் மீதிருந்த நம்பிக்கை

கொஞ்சம் கொஞ்சமாகக் குறைய ஆரம்பித்தது. தலைமையின் வெற்றியை அறுதியிட்டுச் சொல்ல இந்த ‘தனிக் குணங்கள்தான்’ என்ற விளக்கம் போதுமானதாக இல்லை என்று மெதுவாக உணரப்பட்டது. இந்த சில தனிப்பண்புகள் (Traits) ஒரு தலைவனின் வெற்றியை உறுதிப்படுத்த முடியாது என்று முடிவுக்கு வந்தார்கள்.

‘டிரெய்ட் தியரி’ எனப்படும் ‘சிறந்த பல குணங்களின் கலவையே திறமை’ என்ற விளக்கம் எடுபடாமல் போனதற்குக் காரணங்களாக மூன்று விஷயங்கள் சொல்லப்பட்டன.

- இந்த விளக்கத்தின்படி, தலைமையின் வெற்றியில் தலைவனின் குணங்களே பிரதானமாகக் கருதப்படுகிறது. பின்பற்றுபவர்களின் பங்களிப்பின் முக்கியத்துவம் பற்றி இது பேசவில்லை.
- எது காரணம், எது விளைவு (Cause & effect) என்பது பற்றிய வேறுபாடுகள் சரியாக விளக்கப்படவில்லை.
- தலைமையின் வெற்றியில் சூழ்நிலையின் பங்கு (Situation factors) என்பது கவனத்தில் கொள்ளப்படவில்லை.

இந்தக் காரணங்கள் சரிதான் என்று தோன்றுகிறது. தலைவனின் குணம் மட்டுமே முக்கியமல்ல. தலைவனின் வெற்றி எடுபடுவதற்கான காரணங்கள் குறித்து ஆராயும்பொழுது முக்கியமாகத் தலைவனைப் பின்பற்றுபவர்களைப் பற்றியும் யோசிக்கவேண்டும் என்பது சரிதான். நமது பீகார் மாநிலத்தில் அதிக எண்ணிக்கையிலான மக்களால் பின்பற்றப்படும் லாலுபிரசாத் யாதவின் தலைமை எடுபடுவதற்கு லல்லுவின் தனிநபர் குணங்களை மட்டுமே காரணமாகச் சொல்லிவிட முடியுமா? அப்படியென்றால் லல்லு போன்ற தலைவர்கள் கேரளா போன்ற அதிகம் படித்தவர்கள் இருக்கும் மாநிலங்களில் ஏற்றுக்கொள்ளப்படுவார்களா? முடியாமலும் போகலாம். அது அங்குள்ள மக்களின் கல்வி அறிவு, மன நிலை, பொருளாதார நிலை போன்ற இன்னும் பல விஷயங்கள் இதற்குக் காரணமாக இருக்கலாம்.

எல்லாவிதமான தலைவர்களும் எல்லா இடங்களிலும் எடுபட மாட்டார்கள். அதே போலத்தான் இந்த மூன்றாவதாகச் சொல்லப்பட்டக் காரணமும். ஒரு குறிப்பிட்டச் சூழ்நிலையில் குறிப்பிட்டத் தலைமைப் பண்புகளும் தலைவனின்

சிறப்பியல்புகளும் உதவியாக, தேவைப்படுபவையாக இருக்கும். அவை மக்களால் ஏற்றுக்கொள்ளப்படக் கூடும். அதுவே எல்லா சூழ்நிலைகளுக்கும் பொருந்தும் என்று சொல்லிவிட முடியாது. வின்ஸ்டன் சர்ச்சில் பிரிட்டனின் போர்க்காலப் பிரதமர் (தலைவர்) என்று அழைக்கப்படுவார். போரல்லாத அமைதியான காலங்களில் அவரது தலைமை போற்றப்படவில்லை. அதுபோலத்தான் நமது காந்தியின் கொள்கைகளும், அவரது அகிம்சை மற்றும் சத்தியாக்கிரகப் போராட்டம் எல்லாம் இன்றைய சுதந்திர இந்தியாவில் நிலவும் சூழ்நிலைகளுக்கு நடுவே வெற்றி பெறுமா? என்று சிலர் கேட்டார்கள்.

நடந்துகொள்ளும் முறை எப்படி? (Behavioural Studies)

இது என்ன பெரிய வம்பாகப் போச்சு! இதுதான், இவ்வளவுதான் தலைமை என்று விளக்கிவிட்டு, தூக்கிப் போட்டுவிட்டு, அடுத்த வேலையைப் பார்க்கப் போகலாம் என்றால் விடாது போலிருக்கிறதே இந்த 'விளக்கும்' வேலை என்று சிலர் அசந்துதான் போனார்கள். அதேசமயம், 'நான்தான் சொன்னேனே, தலைமை வெற்றியின் சூட்சுமம் அதுவல்ல' என்று சொல்லி வந்தவர்கள் இன்னும் பலவாறாக யோசித்தார்கள்.

தலைமையில் இருக்கும் அனைவரும் ஒன்றுபோல் நடந்து கொள்வதில்லை. அவரவர்களுக்கென்று ஒரு தனி பாணி இருக்கிறது அல்லவா? அதில்தான் ஏதாவது சூட்சுமம் இருக்கிறதோ என்று அதைக் கவனித்துப் பார்த்தார்கள். அதனால் ஆராய்ச்சி யாளர்களின் கவனம் தலைவர்கள் நடந்துகொள்ளும் பாணியின் (Style) மீது திரும்பியது. அதைப் பற்றி ஆராய்ந்தார்கள்.

நீங்கள் யார், எப்படிப்பட்டவர் என்பது முக்கியமல்ல. நீங்கள் எப்படி நடந்து கொள்கிறீர்கள் என்பதுதான் ஒருவர் தலைவனாக ஆவதற்கு முக்கியம் (Who you are is not important. What you do is important) என்கிற ரீதியில் சிந்தித்து, அதைப்பற்றி முழுமையாக ஆராய முற்பட்டார்கள்.

நிறுவனத் தலைவர்கள் எப்படி?

1940களில் ஓகியோ ஸ்டேட் பல்கலைக்கழகத்தில் சில ஆராய்ச்சிகள் நடந்தன. பெரும்பாலும் நிறுவனங்களில் உள்ள தலைமைகள் பற்றிய ஆராய்ச்சிகள். ஆயிரம் நிர்வாகிகளின் நடைமுறைகளை முறையாகக் கவனித்து, தகவல்கள் பெற்று,

இறுதியாகத் தலைவர்களின் நடைமுறைகளை இரண்டு பிரிவுகளாகப் பிரித்தார்கள்.

> ஒரு தலைவன் என்பவன் இலக்கை அடைவதற்கு, எந்த அளவிற்குத் தன்னுடைய மற்றும் தன் கீழ் உள்ளவர்கள் செய்ய வேண்டியவற்றை (Role) தெளிவுபடுத்துகிறான், அதற்கான கட்டமைப்புகளை (Structure) நிறுவனத்துக்குள் எவ்வாறு ஏற்படுத்துகிறான்.
>
> எந்த அளவிற்கு, தலைவனானவன், தன்னுடன் இருப்பவர்களிடம் பரஸ்பரம் நம்பிக்கையும், அவர்களுடைய உணர்வுகளுக்கு மதிப்பும் கொடுத்து, அதன் மூலம் அவர்களிடம் நல்லுறவு வைத்திருக்கிறான்.

அதாவது, ஒன்று வேலை வாங்குவது. வேலையின் மீது கவனம். இரண்டாவது அந்த வேலையைச் செய்பவர்கள் மீது அக்கறை. இந்த இரண்டு விஷயங்களிலும் ஒருவர் எப்படி நடந்து கொள்கிறாரோ அதைப் பொறுத்ததே, அவருடைய தலைமை தாங்கும் பாணி (Style) இருக்கும் என்று முடிவு செய்தார்கள்.

சிலர் இருக்கிறார்கள். இந்த இரண்டில் ஏதாவது ஒன்றில் மட்டும் சிறந்து விளங்குவார்கள். 'இப்படிச் செய்', 'அப்படிச் செய்', 'அதை ஒப்புக்கொள்ள மாட்டேன்', 'இதற்குத் தண்டனை' என்பதையெல்லாம் முறையாகச் சொல்லி விடுவார்கள். ஆனால் அவர்களுக்கு, மனிதர்களை மதிக்கவோ அவர்களுடைய உணர்வுகளைப் புரிந்துகொள்ளவோ தெரியாது. மொத்தத்தில் அவர்கள் மிகவும் கெடுபிடியான தலைமையாக இருப்பார்கள். எவரும் இவர்களை நெருங்கவே முடியாது. அவர்களிடம் கனிவு என்பது கடுகளவும் இருக்காது.

அதாவது, ஓஹியோ பல்கலைக்கழக ஆராய்ச்சிகளின்படி சில தலைவர்களிடம் முதல் விஷயம் உண்டு. இரண்டாவது விஷயம் என்பது மருந்துக்கும்கிடையாது. இது ஒரு சிலரின் பாணி.

வேறு விதமான சில தலைவர்கள் இருக்கிறார்கள். அவர்களுடைய அணுகுமுறைகள் மற்றவர்களிடமிருந்து வித்தியாசமானவை. நீங்களும் அப்படிப்பட்டவர்களைப் பார்த்திருப்பீர்கள். ஏன் நீங்களேகூட அப்படிப்பட்டவராக இருக்கலாம். அன்பு, புரிந்துகொள்ளுதல், மதித்தல் என்பதெல்லாம் அந்தத் தலைமையிடம் தாராளமாக இருக்கும். ஆனால் 'இந்த வேலையைச் செய், செய்தாயா? நீ இதையும் அவன் அதையும்

செய்யவேண்டும்' என்றெல்லாம் அழுத்தி கட்டளைபோல் சொல்லமாட்டார்கள். அதாவது அவர்கள் Structure, Role பற்றியெல்லாம் கவலைப்பட மாட்டார்கள். அதாவது முன்பு பார்த்தவர்கள் ஒரு கோடி (Extreme) என்றால், இவர்கள் இன்னொரு கோடி.

இப்படிப்பட்ட தலைமையை யார் விரும்பமாட்டார்கள். எல்லோருமே விரும்புவார்கள். ஆனால் என்ன, வேலைதான் நடக்காது. எல்லோரும் மகிழ்ச்சியாக இருப்பார்கள். ஆனால் காரியம் தான் முடியாமல் நிற்கும்.

இப்படி, வைத்தால் குடுமி அல்லது மொட்டை என்றா எல்லாத் தலைவர்களும் இருக்கிறார்கள்? கிராப் வைத்திருப்பவர்களும் இருக்கிறார்களே என்கிறீர்களா? சரிதான். வேலையா? அதில் கண்டிப்பு. அதே சமயம் தன் மக்களைப் புரிந்துகொள்ளும் பக்குவமா? அதிலும் அதே தீவிரம்தான்.

இரண்டுக்குமே தேவையான அளவு முக்கியத்துவம் கொடுக்க வேண்டும். அட! இது நன்றாக இருக்கும் போலிருக்கிறதே என்கிறீர்களா. ஆமாம், அந்த ஆராய்ச்சிகளும் அதையேதான் அப்பொழுதே சொல்லின. இது மூன்றாம் வகையில் வரும். வேலையும் முக்கியம் அதைச் செய்பவர்களும் முக்கியம் என்கிற பாணி.

இவர்கள் எல்லாம் போக, நான்காம் வகையினரும் உண்டு. அவர்களுக்கு வேலையும் வாங்கத் தெரியாது. மற்றவர்களிடம் நடந்துகொள்ளவும் தெரியாது. அதாவது இரண்டு விஷயத்திலுமே பூஜ்யம்தான். இது நிச்சயமாகத் தோல்வியைத் தழுவும் தலைமையின் தன்மை என்று ஆராய்ச்சியாளர்களை என்ன, குழந்தைகளைக் கேட்டால் கூடச்சொல்லுமே!

இப்படி இருப்பவர்களும் தலைவர்கள்தானா? என்று சிலர் கேட்கலாம். என்ன செய்வது? அவர்கள் அதிர்ஷ்டம் தலைவர்களாகி விட்டார்கள். நியமிக்கப்படும் தலைவர்கள்! ஆனால் அந்தத் தலைமை நீடிக்குமா, வெற்றி பெறுமா என்றால், நீடிக்காது, வெற்றி பெறாது என்றுதான் சொல்லமுடியும்.

வேலையா, புரிதலா? எதற்கு முக்கியத்துவம்?

கிட்டத்தட்ட அதே நேரத்தில் அதே அமெரிக்காவில், மிட்சிகன் பல்கலைக்கழகத்தில் நடந்த ஆராய்ச்சிகளின் முடிவுகளும் அதே

கருத்தைத்தான் வேறு மாதிரியான வார்த்தைகளில் சொல்லின. ராபர்ட் மற்றும் மவுட்டன் பில்ளேக் என்ற இருவர் 'மேனேஜிரியல் கிரிட்' (Managerial grid) என்ற ஒரு சதுரத்தை உருவாக்கினார்கள்.

- பணிக்கு முக்கியத்துவம் கொடுக்கும் தலைமை
- மக்களுக்கு முக்கியத்துவம் கொடுக்கும் தலைமை

இந்த இரண்டு தலைமைப் பண்புகளில் உள்ளவர்கள் ஒவ்வொருவரும் எண் ஒன்றிலிருந்து ஒன்பது வரையுள்ள (*1* to *9*) ஏதாவது ஒரு நிலையில் இருக்கலாம். மற்றொரு பண்பிலும் அதேபோலத்தான். ஏதாவது ஒரு நிலையில் இருக்கலாம்.

ஓர் ஓட்டல் முதலாளியை எடுத்துக் கொள்வோம். அவர் முதல் பண்பான 'பணிக்கு முக்கியத்துவம் கொடுக்கும் தலைமை' என்பதில் கொஞ்சம் கெடுபிடியானவர் என்று வைத்துக் கொண்டால் அவருக்கு அதில் முழு மதிப்பெண்ணான ஒன்பதைக் கொடுத்து விடுவோம். அடுத்த பண்பு, 'மக்களுக்கு முக்கியத்துவம் கொடுக்கும் தலைமை' அல்லவா? அதில் அவர் கொஞ்சம் 'பலவீனமானவர்' என்று வைத்துக் கொள்வோம். அதனால் அவருக்கு அதில் ஒரு மதிப்பெண்தான் கொடுக்க முடியும்.

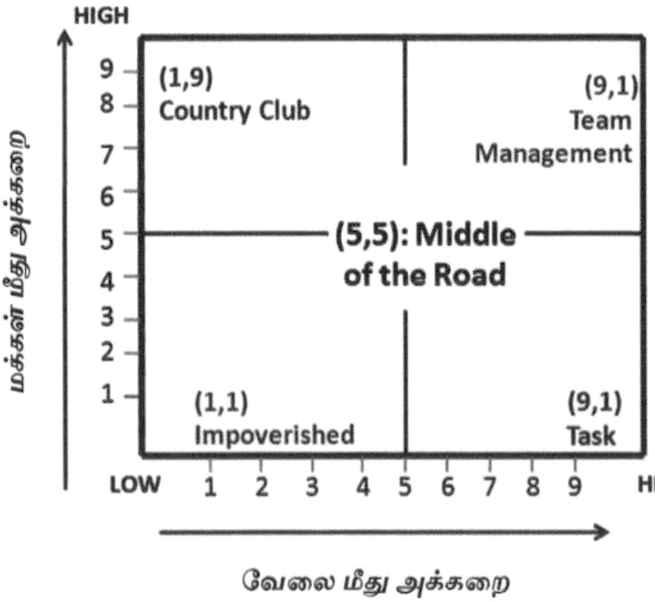

அப்படியானால் ராபர்ட் பிளேக்கின் சதுரத்தில் அந்த ஓட்டல் முதலாளிக்கு 9 மற்றும் 1 என்று மதிப்பெண்கள் கொடுக்கப் பட்டிருக்கும். வேலை மீதான கவனத்தில் பத்துக்கு ஒன்பது மதிப்பெண், மக்கள் மீதுள்ள அக்கறையில் பத்துக்கு ஒரு மதிப்பெண் பெறும் தலைவர் அவர். இப்படிப்பட்டவர்கள் ஒரு வகை. இதேபோல நான்கு இல்லை, மொத்தம் 5 வகையான தலைமைகள் உண்டு.

1-9: *கண்டிரி கிளப் மேனேஜ்மெண்ட் (*Country Club Management*)*

('ஜாலியா இருங்கப்பா, வேலை கஷ்டமா இருந்தா விட்டுடுங்க பரவாயில்லை).

1-1: *இம்போவெரிஷ்டு மேனேஜ்மெண்ட் (*Impoverished Management*).*

('வேலை எப்படியோ கிடந்திட்டுப் போகுது. அது நடக்காமப் போனாலும் பரவாயில்லை. ஆனா ஒருத்தனும் நிம்மதியா இருக்கப்படாது, ஆமாம்').

9-1: *டாஸ்க் மேனேஜ்மெண்ட் (*Task Management*),*

('வேலை மட்டும்தான் முக்கியம் ஆமா, சொல்லிட்டேன்').

9-9: *டீம் மேனேஜ்மெண்ட் (*Team Management*)*

('வேலை மிக அற்புதமா இருக்கணும், அதே சமயம் வேலை செய்யறவனும் அதே அளவு மகிழ்ச்சியாக இருக்கணும்').

5-5: *ஆர்கனிசேஷன் மேனேஜ்மெண்ட் (*Organisation Management*)*

('வேலையும் நடக்கணும், மனுஷனும் நல்லாயிருக்கணும்').

கவனித்துப் பார்த்தால் ஒஹையோ பல்கலைக்கழக முடிவுகள் போன்றே இவையும் இருப்பது தெரியும். பழைய கள், புதிய மொந்தை போல.

•

தலைமைப் பாணிகள் அல்லது தலைவர்கள் செயலாற்றும் முறை

ஒவ்வொரு தலைவனுக்கும் ஒரு குணாதிசயம் உண்டு. அந்தத் தலைவனின் எண்ணங்கள், அவன் செயலாற்றும் முறை, அவனுடைய அணுகுமுறை அவன் தன்னைப் பின்பற்றுபவர்களைப்

பற்றி என்ன நினைக்கிறான், அவனுடைய பார்வை, பழக்க வழக்கம் என்று பலவும் ஒன்று சேர்ந்து, அவன் செயலாற்றும் பாணியைத் தீர்மானிக்கின்றன என்று சொல்லலாம்.

'மிமிக்கிரி' செய்பவர்கள் ஒரே விஷயத்தை பல்வேறு நடிகர்கள் அல்லது தலைவர்கள் அவரவர் பாணியில் பேசினால் எப்படி இருக்கும் என்று செய்து காட்டுவார்களே; அதேபோல, முடிக்க வேண்டிய பணி ஒன்றாகவே கூட இருக்கலாம். ஆனால் அதே வேலையை வேறு வேறு தலைவர்கள் வெவ்வேறு மாதிரியாகச் செய்து முடிப்பார்கள்.

இந்தியாவிற்கு விடுதலை என்பதுதான் லட்சியம். அதை அடைய காந்தி பின்பற்றிய வழிமுறைகள் வேறு, நேதாஜி சுபாஷ் சந்திரபோஸ் பின்பற்றிய வழிமுறைகள் வேறு. அவர்களின் முறைகள் நேர் எதிரானவை என்றுகூடச் சொல்லலாம்.

நாடு விடுதலை அடைய இவர்கள் இருவரும் வழிநடத்திய முறைகள் ஒன்றுக்கு ஒன்று வித்தியாசமானவை. இந்த 'பாணி'களைப் பற்றியும் முறையாக ஆராய்ந்து இருக்கிறார்கள். இந்த ஆராய்ச்சிகள் தலைமைப் பண்புகள் பற்றியும் தலைமை பற்றியும் நிறையப் புதிய விஷயங்களை அள்ளித் தந்தன. இந்த வகை ஆராய்ச்சிகளின்படி தலைமை ஏற்று நடத்துபவர்களின் பாணிகள் (Styles) அடிப்படையில் மூன்று வகைப்படும்.

1. ஆட்டோகிராட்டிக் அல்லது அத்தாரிட்டேரியன் (Autocratic or Authoritarian) பாணி
2. பார்ட்டிசிப்பேடிவ் அல்லது கன்சல்டேடிவ் அல்லது டெமாக்கரடிக் (Participative or consultative or Democratic) பாணி (ஜனநாயக முறை என்றதுமே அதற்குத்தான் எத்தனை பெயர்கள்)
3. லெய்சஸ் பெய்ரீ அல்லது ஃபிரீ ரீய்ன் (Laissez - Faire or Free Rein) பாணி

ஒவ்வொன்றாகப் பார்ப்போம்.

1. ஆட்டோகிராட்டிக் அல்லது அத்தாரிட்டேரியன்

'ஆட்டோகிராட்டிக்' என்றால், ஏகாதிபதி என்று அகராதியில் போட்டிருக்கிறார்கள். ஏகம் என்றால் ஒன்று என்று பொருள். அதிபதி என்றால் தலைவர். அதில் ஒன்றும் சந்தேகம் இருக்கமுடியாது. அதாவது 'இவர்' (நம் தலைவர்) ஒருவரே

முக்கியம், இவர் தன்னிச்சையாகச் செயல்படுபவர். இந்தக் குணம்தான் இந்த 'பாணி'க்கு அடையாளம். நாட்டை ஆண்டவர்களில் இருந்து இதற்கு உதாரணம் சொல்வதென்றால் ஹிட்லர், முசோலினி போன்ற சர்வாதிகாரிகளைச் சொல்லலாம்.

இத்தகையத் தலைவர்கள் தாங்களே எல்லா முடிவுகளையும் எடுப்பார்கள். தாங்கள் எடுத்த முடிவை மற்றவர்களுக்குச் சொல்வார்கள். சொல்வது என்று குறிப்பிடுவதுகூடத் தவறு. அறிவிப்பார்கள், அவ்வளவுதான். மற்றவர்கள் அதைச் செயல்படுத்த வேண்டும். இந்த வகையைச் சேர்ந்த தலைவர்கள் கட்டளைதான் இடுவார்கள். வேண்டுகோள் என்பதெல்லாம் இவர்கள் அகராதியிலேயே இல்லாத வார்த்தைகள்.

இவர்கள் பாணியில் கெடுபிடிகள் அதிகம். 'ஐயோ பாவம்', 'முடியுமா?', 'அவகாசம் உண்டா?', 'விதிவிலக்குத் தாருங்களேன்' என்பதெல்லாம் இவர்களிடம் எடுபடாது. இவர்களுக்கெல்லாம் கடமைதான் முக்கியம். இவர்களை எதிர்த்துப் பேசுவது, மாற்றுக் கருத்துக் கூறுவது என்பதெல்லாம் பிடிக்காது.

They just tell, அவ்வளவுதான்.

இந்தவிதத் தலைமை சுத்த மோசம், இது கூடவே கூடாது என்று தள்ளிவிட முடியாது. இந்தத் தலைமைக்கும் தேவைகள் இருக்கின்றன. முதலில் இந்தவிதத் தலைமையினால் ஏற்படக் கூடிய பலன்கள் சிலவற்றைப் பார்ப்போம்.

இந்தத் தலைமையினால் முடிவுகள் வேகமாக எடுக்கப்படும். 'அவரைக் கேட்டு, இவரைக் கேட்டு' என்று நேரம் விரயமாகாது. 'பட் பட்' என்று முடிவுகள் வரும். வேலை நடப்பதில் தாமதம் இருக்காது. புரளிகள், விதண்டாவாதங்கள், பலரையும் திருப்திபடுத்த வேண்டிய நிலைமை போன்றவை இருக்காது.

இப்படிப்பட்ட தலைமை தேவைப்படும் நேரங்களும், இடங்களும் கூட உண்டு என்று சொன்னோம் அல்லவா? அதுபோன்ற நேரங்களை சூழ்நிலைகளை எவராலும் கணிக்க முடியும். உதாரணம் போர்க் காலங்கள்.

எதிரி, தாக்குகிறான். போர்க்களத்தில் தலைமை தாங்குபவனுக்கு மற்றவர்களைக் கலந்துபேசி முடிவெடுக்க ஏது நேரம்?

போர் மட்டும்தானா பிரச்னைக்குரியது? எங்கெல்லாம் கால அவகாசமில்லையோ, எங்கெல்லாம், நொடிக்கு நொடி

பிரச்னையின் தீவிரம் அதிகமாகிறதோ அங்கெல்லாம் இப்படிப்பட்டத் தலைமை தேவைப்படுகிறது. இந்த மாதிரி இடங்களில் 'கிடுகிடு'வென கட்டளைகள் வந்தாக வேண்டும். எதை, எவர், எப்பொழுது செய்தாகவேண்டும் என்று மிகத் துரிதமாக முடிவெடுக்க வேண்டும். அதுபோன்ற நிலைகளில் இந்தவித 'ஆட்டோகிராட்டிக் தலைமை' தான் வேண்டும். பலனும் இருக்கும்.

2004, டிசம்பர் 26ம் தேதியை மறக்கமுடியாது. இந்தோனேஷியா, இந்தியா, இலங்கை முதலிய நாடுகளின் கடற்கரை ஓரங்களில் முன் எப்போதும் அறிந்திராத 'சுனாமி' என்ற ஆழிப் பேரலைகளின் தாக்குதல் நடந்தது. என்ன நடந்தது? ஏது நடந்தது? மீண்டும் அதேபோல அன்றே திரும்பவும் நடக்குமா? அடுத்த தாக்குதல் எப்பொழுது எப்படி நடக்கும்? என்று எவருக்குமே புரியாத நிலை. லட்சக்கணக்கானவர்களின் வீடுகளை, குடிசைகளை, கடலானது ஊருக்குள் புகுந்து அள்ளிக் கொண்டு போன சோகம்.

எங்கும் கூச்சல், குழப்பம், பதற்றம். தெருவெல்லாம் பிணங்கள். தலையில் மூட்டை முடிச்சுகளையும், கைகளில் குழந்தை குட்டிகளையும் பிடித்தபடி, நடந்தது என்ன என்று தெரியாமல், புரியாமல் கதறியபடி தெருக்களில் நின்று கடலைப் பார்த்து ஓலமிட்ட மக்கள் கூட்டம்.

அங்கு அவர்களுக்கு உதவி செய்யப் போனவர்களை வழிநடத்த முன்வந்தவரின் குரல் எப்படி இருக்கும்? அந்தச் சமயத்தில் அவரது பாணி எப்படி இருக்கும்? அவரது ஸ்டைல், கட்டளை இடுவதாகத்தானே இருக்கும். அப்படித்தானே இருந்தாக வேண்டும்! வேறு வழி? அந்தச் சூழ்நிலையில் ஆளுக்கு ஒன்று சொல்லிக் கொண்டிருந்தால் காரியம் ஒழுங்காக நடக்குமா?

தீ விபத்துக்கள், இன்னும் பல்வேறுவிதமான ரயில், சாலை விபத்துகள், உள்நாட்டுக் கலகம், மத, இனக் கலவரங்கள், போர்க்காலங்கள் என்று நிலைமை எப்பொழுதெல்லாம் கட்டுக்கு அடங்காமல் போகிறதோ, அப்பொழுதெல்லாம் எடுபடும், தேவைப்படும் ஒரே 'தலைமை பாணி' இந்த 'ஆட்டோகிராட்டிக்' அல்லது 'அத்தாரிட்டேரியன் ஸ்டைல்'தான்.

கட்டுக்குள் இல்லாத, குழப்பம் நிறைந்த பொது இடங்கள்தான் என்று இல்லை. ராணுவம், போலீஸ், NCC போன்ற சீருடை

அணிந்து பணிபுரியக்கூடிய எல்லா இடங்களிலும் எப்பொழுதுமே இந்தவகைத் தலைமைதான் தேவைப்படுகிறது. அங்கெல்லாம் ஆணைகள் (Orders) தான். எதிர்க்கேள்வி கேட்காத, துரிதமான செயல்பாடுகள்தான் தேவைப்படுகின்றன.

எல்லா இடங்களிலும்

மேற்சொன்னவை தவிரவும், அலுவலகங்கள், நிறுவனங்கள், தொழிற்சங்கங்கள், பள்ளிகள், கல்லூரிகள், குடும்பங்கள் என்று மக்கள் கூடும், தலைமை தேவைப்படும் அத்தனை இடங்களிலும் இந்த ஆட்டோக்கிராட் தலைமைப் பண்பு உள்ளவர்களைப் பார்க்க முடியும். தேவை இருக்கிறதோ இல்லையோ, எல்லா இடங்களிலும் இப்படிப்பட்ட தலைமை பாணி உள்ளவர்கள் உண்டு. ஓர் உதாரணம்.

கடுமையான அணுகுமுறை

பிப். 10 1986. அன்று புளூகிராஸ் கலிபோர்னியாவின் தலைமை நிர்வாகியாக லியோனார்ட் டி.ஸ்காஃபர் என்பவர் பொறுப் பேற்கிறார். அவரை வரவேற்பதற்காக ஏற்பாடு செய்யப் பட்டிருந்த வரவேற்பு நிகழ்ச்சியில், 5 அடி உயரமுள்ள ஐஸ் கட்டியில் செதுக்கிய அழகிய சிற்பம் ஒன்று அவருக்குக் கொடுக்கப்படுகிறது. பெற்றுக் கொண்டதும், அதைச் செதுக்கியவர் யார் என்று கேட்டு அழைத்தார். தன்னைப் பாராட்டத்தான் அழைக்கிறார் என நினைத்து வந்தவருக்குக் கடும் அதிர்ச்சி. காரணம், வந்தவரைக் கடிந்துகொண்டுவிட்டு அவரை அப்பொழுதே வேலையிலிருந்து உடனடியாகத் தூக்கினார் லியோனார்ட். இதைப் பார்த்துக் கொண்டிருந்த அனைவருக்கும் அதைவிட அதிர்ச்சி.

புளூகிராஸ் கலிபோர்னியா என்பது அப்பொழுது அதன் தாய் நிறுவனத்தில் (வெல் பாயிண்ட் நெட்வொர்க்ஸ்) உள்ள எழுபத்து ஏழு அமெரிக்க அமைப்புகளிலேயே அதிக நஷ்டத்தில் ஓடிக் கொண்டிருந்த அமைப்பாக இருந்தது. அதனுடைய ஓர் ஆண்டு நஷ்டம் மட்டும் 16.5 கோடி டாலர்கள். அதாவது, நமது ரூபாய் கணக்கில் , கிட்டத்தட்ட 700 கோடி! அப்போதே!!

அன்றைக்கு அவர் வேலையில் இருந்து 'கல்தா' செய்தது ஒருவரைத்தான். ஆனால் அதன்மூலம் அவர் தன் ஊழியர்களுக்கு அறிவுறுத்திய செய்தியோ வலுவானது, தெளிவானது.

'மஞ்சள் கடுதாசி கொடுக்கும் நிலையில் நிறுவனம் இருக்கும் பொழுது, என்னை வரவேற்க 5 அடி உயர பனிக்கட்டிச் சிறபமா கொடுக்கிறீர்கள். அதற்கு ஏற்பாடு செய்தவனை கண்டிப்பாகக் கம்பெனியை விட்டு தூக்கித்தான் தீருவேன். இதுபோன்ற பொறுப்பற்றச் செயல்களை என்னால் பொறுத்துக்கொள்ளவே முடியாது' என்பதுதான் அவர் ஒருவரை வேலையை விட்டு 'டிஸ்மிஸ்' செய்ததன் மூலம் மற்றவர்களுக்கு அனுப்பிய செய்தி, சமிக்ஞை.

அந்த நிறுவனம் அவருடைய தலைமையின்கீழ், மூன்றே ஆண்டுகளில் நஷ்டத்திலிருந்து மீண்டு, லாபம் ஈட்டத் தொடங்கியது.

அவர் சொல்கிறார்: 'என்னுடைய 30 ஆண்டுகாலப் பணிக் காலத்தில் நான் தலைமை பற்றிப் புரிந்துகொண்டது என்னவென்றால், தலைமை என்பது மேலேயிருந்து கொண்டு கடுமையாக நடந்து கொள்ளுவது என்பது மட்டுமல்ல; அது அதைவிடவும் கூடுதலானது. அது தனிமனிதன், நிறுவனம் மற்றும் பரந்த உலகத்தின் மாறுபடும் தேவைகள் (என்ற மூன்றையும்) என்ன என்பதைப் புரிந்துகொண்டு அதற்கேற்பச் செயல்படுவதாகும்.'

'நான் புளூ கிராசில் சேர்ந்ததும், நடந்து கொண்டவிதம் மிகவும் கடுமையானதுதான் (Autocratic Style). அதை நான் விருப்பமில்லாமலும், வருத்தத்துடனும்தான் செய்தேன். அதுபோன்று நான் நடந்து கொண்டதற்குக் காரணம், அந்தச் சூழ்நிலை அப்படிப்பட்டதாக இருந்தது. நிறுவனத்தை மாற்றி அமைக்கவேண்டிய நேரமாக (Turn around time) அது இருந்தது. அதுவும் அதிவேகமாய் மாறுதல்களைக் கொண்டுவர வேண்டிய நேரம்.

ஒரு ஆபரேஷன் தியேட்டரில் ஒரு மருத்துவ நிபுணர் செய்யும் ரண சிகிச்சை போன்றது அது. இங்கு கத்தி, ரத்தம் எல்லாம் இருக்கத்தான் செய்யும். நோயாளியைக் காப்பாற்ற கத்தியைப் பயன்படுத்தித்தான் ஆக வேண்டும். அதனால் அங்கு ரத்தம் சிந்தத்தான் செய்யும். அதே நேரத்தில் மருத்துவருக்கு, தான் எடுத்துக்கொண்ட உயரிய நோக்கம் மீது மட்டுமே கவனம் இருக்கவேண்டும். அங்கு நடைபெறும் நிகழ்வுக்குத் தலைவன் தனிப்பட்ட முறையில் பொறுப்பு ஏற்றுக்கொள்ள வேண்டும்.

அதிகம் வெறுக்கப்பட்ட தலைவன்

ஜேக் வெல்ஷ் (Jack Welch) மிகப்பெரிய வெற்றிபெற்ற நிறுவனத்தின் தலைவர். அவர் தலைமை தாங்கியது GE என்று சுருக்கமாக அழைக்கப்பட்ட வெற்றிகளைக் குவித்த ஓர் அமெரிக்க நிறுவனம். மின்சார பல்பு உட்படப் பல கண்டுபிடிப்புகளைச் செய்த தாமஸ் ஆல்வா எடிசன் நிறுவியது. ஜேக் வெல்ஷ் தலைமையில் ஜெனரல் எலெக்ட்ரிக் (GE) அடையாத வெற்றிகளே இல்லை எனலாம்.

அவருடைய பாணி, அவர் நிறுவனத்தை நடத்திச் சென்ற பாணி என்ன தெரியுமா? ஆம், 'ஆட்டோகிராட்டிக்'தான். அவர் ஒரு கடுமையான நிர்வாகி. 'பார்ட்ச்சூன்' இதழ் ஒவ்வொரு முறை வெளியிடும் மிக அதிகமாக வெறுக்கப்படும், நிந்திக்கப்படும் நிர்வாகிகளின் பட்டியலில் அவருடைய பெயர் தவறாது வரும். அமெரிக்காவிலுள்ள பல்வேறு நிறுவனங்களில் பணிபுரிபவர் களிடம் நடத்தப்பட்ட கருத்துக் கணிப்பு அது. அவருடைய அணுகுமுறை அவருக்கு அப்படி ஓர் பெயரை உருவாக்கிக் கொடுத்தது. மாபெரும் வெற்றி பெற்ற தலைவர் அவர்.

இரண்டுவிதமான ஆட்டோகிராட்டுகள்

ஆட்டோகிராட் என்றால் கடுமையாக நடந்துகொள்வது மட்டும் இல்லை. அவர்களின் தனிக்குணம் என்பது, தன்னிச்சையாகச் செயல்படுவதே தவிர, கடுமையாக மட்டுமே நடந்துகொள்வது என்பதில்லை. அவர்களால் இரண்டுவிதமாகவும் நடந்துகொள்ள முடியும். தூக்கி எறிவது மட்டுமல்ல அள்ளிக் கொடுக்கவும் அவர்களால் முடியும். எவருக்கும் பயப்படாமல் அள்ளிக் கொடுப்பார்கள். அதையும் ஆராய்ந்திருக்கிறார்கள். ஆராய்ச்சிகள் தெரிவித்தவை இவைதான்.

ஆட்டோகிராட் ஸ்டைலில் இரண்டு வகைகள் உண்டு. கடுமையாக நடந்துகொள்ளும் சர்வாதிகாரத் தலைமை (Tough Autocrat) மற்றும், அள்ளி வழங்கும் சர்வாதிகாரத் தலைமை (Benevolent Autocrat).

2. பார்ட்டிசிப்பேட்டிவ் ஸ்டைல்

பங்கேற்க வைக்கும் தலைமை (பாணி) என்று இதைக் கூறலாம். மேலே பார்த்ததுபோல தலைவன் தன்னிச்சையாக முடிவுகளை எடுக்காமல், முடிவுகள் எடுப்பதில் மற்றவர்களையும் கலந்து

கொள்வது, மற்றவர்களையும் கலந்து ஆலோசித்து எந்தவொரு காரியத்தையும் செய்வது. இவைதான் இந்தப் பாணி தலைவர்களின் அணுகுமுறை, பொது குணாதிசயம்.

இந்த participative leader என்ற சொற்களைக் கோத்தவர், மிட்சிகன் பல்கலைக்கழகத்தின் ஆராய்ச்சியாளர் ரென்சிஸ் லிக்கெர்ட் (Rensis Likert).

இந்தவிதத் தலைமைப் பண்புள்ளவர்களுக்கு வேலை முடியவேண்டியது முக்கியம்தான். ஆனால் அதுமட்டுமே முக்கியம் இல்லை. அதோடு, தன் குழுவினரின் பங்களிப்பும் திருப்தியும் முக்கியம்.

'என்ன தலைவரே நீங்க ஒத்துக்கிட்டு வந்திட்டீங்க. செய்யறது கஷ்டம்' என்று பின்பற்றுபவர்கள் சொல்லலாம். 'என்னப்பா சொல்றீங்க, கூட்டணிக் கட்சி தலைவர் இதுமாதிரி கேட்கிறாரு, வேற எப்படிச் செய்யலாம்?' என்று சம்மதத்தைக் கேட்பதுபோல் சம்பந்தப்பட்டவர்களையும் கலந்துபேசி முடிவெடுப்பார்கள்.

இப்படிச் செய்யும்பொழுது கூட்டத்தில் கலந்துகொண்ட அனைவருக்கும் அதை நடத்திக்காட்ட வேண்டிய பொறுப்பு வந்துவிடுகிறது. கூட்டுப் பொறுப்பு (Ownership) ஏற்படும் பொழுது தலைமைக்கு பலம் கூடுகிறது. 'இது பொதுக்குழுவில் எடுத்த முடிவுங்க' என்று தைரியமாகச் செயல்படலாம்.

தவிர சில இடங்களில், சில நேரங்களில் தலைமைக்குத் தெரியாத விஷயங்களும் இருக்கலாம். ('வர்ற வெள்ளிக்கிழமை சாயங்காலம் மெயின் ரோடிலிருந்து ஊர்வலமா வந்து நிர்வாகத்துக்கிட்டஒரு மகஜர் கொடுக்கலாமா? நீ என்ன சொல்ற?') தலைவர் செயலாளரிடம் கேட்கலாம். 'முடியாது தலைவரே, அன்னைக்கு ஒண்ணாம் தேதி, சம்பள நாள். ஒரு பயலும் வரமாட்டான்.' செயலாளரிடமிருந்து பதில் வரலாம்)

தவிரவும், அவர்கள் புழங்கும் சூழ்நிலை அவ்வளவு பிரச்னைகள் அற்றதாக, அவர்கள் கட்டுப்பாட்டிற்குள் இருப்பதாக இருக்கலாம். மேலும் தொண்டர்கள், உறுப்பினர்கள், மக்கள், விபரம் தெரிந்தவர்களாக இருக்கலாம். அதுபோன்ற சூழ் நிலைகளில் தலைமையே தன்னிச்சையாக முடிவெடுப்பது என்பது முடியாத செயல். அங்கு எல்லோரையும் கலந்துதான் முடிவெடுத்தாக வேண்டும்.

இந்தவிதத் தலைமைப் பாணியிலும் சில குறைகள் இருக்கின்றன. இங்கு முடிவெடுப்பதில் தாமதம் ஏற்படலாம். ஏன் சமயத்தில் முடிவெடுப்பதற்கேகூட முடியாது போய்விடலாம். 'பல சமையற்காரர்கள் சேர்ந்து ஒரு உணவைச் சமைத்தால் அது கெட்டுவிடும்' என்பதுபோல், ஓர் உறைக்குள் இரண்டு வாள்கள் இருக்கமுடியாது என்பதுபோல இதிலும் நேரலாம்.

சமயங்களில் பலரையும் யோசனை கேட்கப்போய், அவர்கள் ஆளுக்கு ஒரு யோசனை சொல்ல, இறுதியாகத் தலைமை ஏதோ ஒரு முடிவை எடுக்க, நான் சொன்ன முடிவு என்ன ஆச்சு? அதை ஏன் தவிர்த்து விட்டீர்கள் என்று சிலர் பிரச்னை எழுப்பலாம். அதனால் மன வேற்றுமைகள் வரலாம்.

பங்கேற்க வைக்கும் தலைமையாக இருப்பது அவ்வளவு சுலபமில்லை. அதற்கு விட்டுக் கொடுக்கும் தன்மை இருக்க வேண்டியது அவசியம். இதனால் மற்றவர்களுக்கும் பொறுப்பு, பெருமை இவை எல்லாமும் கிடைக்கும். அந்தப் பெருந்தன்மையுடன் தலைமை இருக்க வேண்டும். தன்னோடு இருப்பவர்கள்மீது நம்பிக்கை இருக்கவேண்டும்.

கலந்து முடிவெடுக்காமல் போனதால்......

ராஜாஜி அவர்கள் முதலமைச்சராக இருந்த நேரம். குலக்கல்வி திட்டம் என்ற ஒரு திட்டத்தைக் கொண்டு வருகிறார். மாணவர்கள் பள்ளியில் அரைநாள் மட்டும் படித்தால் போதும். நாளின் மீதி நேரத்தில் அவர்கள் தங்களின் குலத்தொழிலைப் பார்க்கப் போகலாம் என்பதுதான் அந்தத் திட்டம். அந்தத் திட்டம் சாதாரணத் திட்டம் அல்ல. நடைமுறையில் இருந்து அதிகம் வேறுபடும் திட்டம்.

அவர் ஒரு காங்கிரஸ் கட்சியைச் சேர்ந்த மாநில முதல்வர். அந்தக் கட்சியின் சட்டசபை உறுப்பினர்களால் முதல்வராகத் தேர்ந்து எடுக்கப்பட்டவர்.

அவ்வளவு வித்தியாசமான திட்டத்தைக் கொண்டுவர நினைத்த அவர் தன் கட்சி சட்டசபை உறுப்பினர்களைக் கூடக் கலந்துகொள்ளவில்லை. அது மட்டுமல்ல, அவருடைய அரசில் கல்வி மந்திரியாக இருந்தவரைக்கூட கலந்துகொள்ளவில்லை. அப்படி ஒரு just telling! அதனால் அந்தத் திட்டம் பெரும் எதிர்ப்பிற்கு உள்ளானது. போராட்டங்களை சந்திக்க வேண்டி வந்தது. பின்பு கிடப்பில் போடப்பட்டது.

3. லெய்சஸ் பெய்ரீ அல்லது ஃபிரீ ரீய்ன்

நாம் பார்த்த வரிசையில் இது மூன்றாவது பாணி (ஸ்டைல்). முதலில் பார்த்த பாணியில் தலைமையே எல்லா முடிவுகளையும் எடுக்கும். இரண்டாவது பாணியில் தலைமை பாதி, மற்றவர்கள் பாதி என்பது போல இரு தரப்பினரும் கலந்து எடுத்த கலவையாக அது இருக்கும். அந்த வரிசையில் மூன்றாவது? தலைமையின் பங்களிப்பு இல்லாமலேயே முடிவுகள் எடுக்கப்படுவது.

ஆங்கிலத்தில் இதனை Absence of Leadership என்று சொல்கிறார்கள். தலைமை இருக்கும். ஆனால் முடிவெடுக்கும் அதிகாரத்தை, பொறுப்பை உறுப்பினர்கள், தொண்டர்களிடம் கொடுத்துவிடும். வேண்டுமானால், அவசியமானால் எடுக்கப்பட்ட முடிவுகளைத் தலைமைக்குத் தெரிவிப்பார்கள். (போனால் போகிறதென்று!)

இதற்குப் பெயர் 'லீடர்ஷிப்'பா? என்று கேட்கலாம். இதுவும் ஒருவகைத் தலைமைப் பண்புதான். இதற்கும் உலகத்தில் இடமும் தேவையும் இருக்கிறது. மிகவும் வளர்ச்சியடைந்த இடங்களில், தலைவருக்கும் உறுப்பினர்களுக்கும் அறிவில், திறமைகளில் பெரிய வித்தியாசங்கள் இல்லாத இடங்களில், இப்படித்தான் நடக்கும்.

ஒரு பெரிய மருத்துவமனை இருக்கிறது. அங்கு பல திறமை வாய்ந்த மருத்துவர்கள் இருக்கலாம். இருந்தும் நிர்வாகக் காரணங்களுக்காக அங்கு ஒரு தலைமை மருத்துவரும் இருப்பார். அந்தத் தலைமை இப்படிப்பட்ட தன்னை வலிந்து புகுத்தாத தலைமையாகத்தானே இருக்க வேண்டும்.

அதேபோல பல்வேறு அறிஞர்கள் இருக்கும் ஓர் இடத்தில் (விண்வெளி ஆராய்ச்சி நிலையம் போல) 'நான் சொல்கிறபடிதான் அனைவரும் கேட்டாக வேண்டும்' என்று தலைமை சொல்ல முடியுமா? 'இப்படித்தான் ஆராய்ச்சி செய்ய வேண்டும். அப்படித்தான்... நடந்துகொள்ள வேண்டும்' என்றெல்லாம் சொன்னால், வேலை நடக்குமா? அங்கெல்லாம் 'ஃபிரீ ரீய்ன்' முறைதான் செல்லுபடியாகும்.

நடிகர் திலகத்தை இயக்கியவர்

திரைப்பட உருவாக்க குழுவில் இயக்குனர்தான் தலைமை (Director is the Captain of the Ship) என்கிறார்கள். நாம் பார்த்துக் கொண்டிருக்கும் 'ஃபிரீ ரீய்ன்' தலைமைப் பாணிக்கு, நல்ல உதாரணமாக ஒரு சம்பவம்.

‘கல் தூண்’ படத்தில் சிவாஜி கணேசன் கதாநாயகன். நடிகர் மேஜர் சுந்தர்ராஜன் அவர்கள் முதன்முதலாக இயக்கிய படம். மேஜர் சுந்தர்ராஜன்தான் கப்பலின் மாலுமி. அவர்தான் திரைப்படத்தின் இயக்குனர். ஆனாலும் அவர் படப்பிடிப்புகளின்போது ஒரு ‘தலைவ’னாக எந்தப் ‘பாணி’யைக் கடைப்பிடிக்க முடியும் என்று நினைக்கிறீர்கள்? அதுவும் அவர் இயக்கும் முதல் படத்தில்; சிவாஜி அவர்களை நடிக்க வைத்து! சிவாஜியோ ‘செவாலியே’, ‘பத்மஸ்ரீ’, ‘நடிகர் திலகம்’, ‘டாக்டர்’ இன்னும் என்ன என்னவோ சிறப்புக்களைப் பெற்றவர்.

அந்தப் படப்பிடிப்பை நேரில் பார்க்கும் வாய்ப்பு எனக்குக் கிடைத்தது. என்ன நடந்தது தெரியுமா?

‘நான் இப்படியே நடந்து வர்றேன்ப்பா, லாங் ஷாட் ஒண்ணு எடுத்துக்கோ, அப்புறம் அப்படியே ஒரு ‘குளோசப்’ எடுத்துக்கோ, சரியா இருக்கும்...’ சொன்னது யார்? படத்தின் தலைவர் இயக்குனர் மேஜர் சுந்தர்ராஜன் அல்ல. சிவாஜி.

அவரைப் போய் இவர் இயக்கமுடியுமா? இருந்தாலும் அந்தப் படப்பிடிப்பில் ‘கட் சொல்ல வேண்டிய தலைமையில் இருந்தவர், மேஜர் அவர்கள்தான். ஆமாம் படப்பிடிப்பில் ‘கட் இட்’ (Cut it) என்று மேஜர்தான் சொன்னார். சிவாஜி ‘கட்’ பண்ணலாம் என்று கண் காட்டிய பிறகு.

இப்பொழுது தெளிவாகியிருக்குமே ‘ஃப்ரீ ரீய்ன்’ ஸ்டைல் பற்றி.

•

இதுவரை இரண்டு பெரிய காலகட்டங்களில் நடைபெற்ற ஆராய்ச்சிகளின் முடிவுகள் உருவான ‘தியரி’களை பார்த்தாயிற்று. (டிரெயிட் மற்றும் பிகேவியரல்). அதுவும் நிறைவு தரவில்லை. மீண்டும் அமளி.

‘அய்யா, ஒரு தலைவனின் வெற்றிக்கு அவரது பாணி (Style) தான் காரணம் என்கிறீர்கள், அப்படிப் பார்த்தால் உலகத்தில் எல்லா இடங்களிலும், எங்கும், எப்பொழுதும் ஒரே பாணிதானே வெற்றி பெற்றுக் கொண்டிருக்க வேண்டும். தடாலடியாக நடந்து கொள்ளும் சில தலைவர்களின் பாணியும் வெற்றி பெற்றுள்ளது. அனைத்துத் தரப்பினருடனும் கலந்து பேசி அவர்களை அரவணைத்துச் செல்லும் சில தலைமைகளுக்கும் வெற்றி கிடைத்துள்ளது. எப்படிச் சாத்தியம்? பாணிதான் வெற்றிக்குக்

காரணம் என்று சொல்வதை எப்படி ஒப்புக்கொள்ளுவது' சந்தேகங்களும் மறுப்புகளும் எழுந்தன.

ஒரே பாணியில் நடந்து கொண்ட சில தலைவர்கள் வெற்றி பெற்று இருக்கிறார்கள், அதே பாணியைப் பின்பற்றிய வேறு சில தலைவர்கள் தோல்வி அடைந்து இருக்கிறார்கள்! உங்கள் விளக்கம் என்ன? என்கிற கேள்விக் கணைகள் சீறிக்கொண்டு கிளம்பின.

கேட்கப்படும் கேள்விகளில் நியாயம் இருக்கவே மீண்டும் ஆராய்ச்சிகள் தொடர்ந்தன. இந்த முறை வேறு கோணங்களில்.

குறிப்பிட்ட மாதிரியான தலைமை ஓரிடத்தில் வெற்றி பெறுகிறது. அதுவே வேறு இடத்தில் தோல்வி அடைகிறது என்றால் அதற்குக் காரணம் அந்தச் சூழ்நிலைதானோ! சந்தேகம் வந்தது. உடன் ஏதோ புரிந்த மாதிரியும் இருந்தது. ஆதாரங்களைத் தேடினார்கள். 'கண்டேன் சீதையை' அல்லது 'யுரேக்கா' என்பதுபோல 'அட ஆமாம், இது இப்படிதான்' என்பது போல் கோடி காட்டியது முடிவுகள்.

•

எதிர்பாராமல் ஏற்படும் சூழ்நிலைக்கான தலைமை

ஒரே விதமான தலைமை எல்லா சூழ்நிலைகளிலும் வெற்றிபெறும் என்று சொல்லிவிட முடியாது. இடத்தில் நிலவும் சூழ்நிலை, இடத்து மக்களின் அறிவு, குணாதிசயங்கள், உணர்வுகள் அல்லது உணர்ச்சி வேகம், அவர்கள் அடைய நினைக்கும் இலக்கு, அல்லது தீர்க்கவேண்டிய பிரச்னை, அந்தப் பிரச்னையின் தீவிரம், அதற்கு உள்ள கால அவகாசம் என்பது போன்ற பலவற்றையும் பொறுத்துத் தானே அங்கு வெற்றிபெறும் தலைமையின் பாணி அமையும்.

மாபெரும் வெற்றி அடைந்த தலைமைகள் எல்லாம், அந்த அந்தக் காலகட்டத்தில் அந்த அந்தக் கூட்டத்திற்குத் தேவையான தலைமையைத் தந்துதான் வெற்றிபெற்றன. அந்த ஒத்துப்போதல் (Compatibility) முக்கியம்.

சில சமயம் நல்ல திரைப்படம் சரியாக ஓடாது. காரணம் கேட்டால், அது வந்த காலகட்டம் சரியில்லை என்பார்கள். நாலு வருடம் தள்ளி வந்திருக்க வேண்டிய படம் என்பார்கள். அல்லது

இதே படம் வேறு மொழியில் வந்திருந்தால் ஓகோ என்று ஓடியிருக்கும் என்பார்கள். அதுபோலத்தான் இதுவும்.

அடிமை இந்தியாவில் நிலவிய மக்களின் தாகம் வேறு. வேட்கை வேறு. அன்றைய காலகட்டத்தில், மஹாத்மாவின் அகிம்சை முறை பெரும்பான்மை மக்களால் ஏற்றுக்கொள்ளப்பட்டது. ஆனால் அதே காந்தியால், சுதந்திரம் பெற்றுவிட்ட, தன்னைத் தானே நிர்வகித்துக்கொள்ளவேண்டிய, எதிரிகளற்ற இந்தியாவைத் தலைமையேற்று வழிநடத்திச் சென்றிருக்க முடியுமா? சொல்ல முடியவில்லை.

தேவையான கட்டமைப்புகளை உருவாக்கி, முன்னேற, நவீன சிந்தனைகளைக் கொண்ட ஜவஹர்லால் நேருவின் தலைமை ஏற்றுக்கொள்ளப்பட்டது. அவருடைய தலைமை சுலபமாக வெற்றியும் பெற்றது. அதனால்தான் அவர் தொடர்ந்து 17 ஆண்டுகள் பாரதத்தின் பிரதமராக இருக்க முடிந்தது.

காந்தியும் நேருவும் சிறந்த தலைமைப் பண்புகள் உள்ளவர்கள் தான். இருவரும் வித்தியாசமான பாணி மற்றும் அணுகுமுறை கொண்டவர்கள். அவர்களுக்கு ஏற்ற வெவ்வேறு சூழ்நிலைகளில் வெற்றி பெற்றவர்கள், பிரகாசித்தவர்கள்.

ஆக, வெற்றிபெறும் தலைமை என்பது, ஏதோ ஒரு குறிப்பிட்ட பாணியாக (Style) மட்டுமே இருக்கத் தேவையில்லை. அது இடத்துக்கு இடம், காலகட்டத்துக்குக் காலகட்டம் நேரத்திற்குத் தகுந்தவாறு மாறுபடும்.

இதனை ஃபீட்லர் என்பவர்தான் முதலில் முறையாக அழுத்தம் திருத்தமாக எடுத்துச் சொன்னார். அதனால் இந்த விளக்கத்திற்கு Fiedler's Contingency model என்று பெயர் வைத்தார்கள். இதை சொல்வதற்கு முன் 1600 குழுக்களை, 15 ஆண்டுக் காலம் அவர் பொறுமையாக, முறையாக ஆராய்ச்சிகள் செய்திருக்கிறார். அவர் சொன்னதின் சாராம்சம் இதுதான்.

ஒரு தலைமையின் வெற்றி என்பது கீழ்க்கண்டவற்றைப் பொறுத்தது:

1) செய்யப்பட வேண்டிய வேலை எவ்வளவு தூரம் முறை படுத்தப்பட்டது?

2) தலைவனுக்கும், அவனது மக்களுக்கும் இடையே உள்ள உறவு நிலையின் தரம் என்ன?

3) வழிநடத்திச் செல்பவரின் பதவியின் காரணமாக, அவருக்கு உள்ள அதிகாரம் என்ன?

4) பின்பற்ற வேண்டியவர் செய்ய வேண்டியவை என்ன? அது தெளிவாக உள்ளதா?

5) குழுவுக்கு இருக்கும் கட்டுப்பாடுகள் என்ன?

6) தகவல்கள் கிடைக்கக்கூடிய தன்மை, சூழ்நிலை (போர்க் காலங்கள், சுனாமி போன்ற இயற்கைச் சீற்றங்கள்) என்ன?

7) தலைமை ஏற்பவரின் கட்டளைகளை, வேண்டுகோள்களை ஏற்றுக்கொள்ளும் தன்மை மக்களுக்கு உள்ளதா?

8) பின்பற்றும் மக்களின் முதிர்ச்சி எப்படி?

மேற்கண்டவற்றைப் பொறுத்தே ஒரு தலைமையின் வெற்றி, தோல்வி அமையும் என்றார் ஃபீட்லர்.

ஃபீட்லர் சொல்லியவற்றை எனக்கு ஏற்பட்ட அனுபவங்கள் மூலம் விவரிக்கிறேன். அவர் சொன்ன அதே வரிசையில் பார்க்கலாம்.

1. செய்யப்பட வேண்டிய வேலை
எவ்வளவு தூரம் முறைப்படுத்தப்பட்டது ?

புதிதாகத் தொடங்கப்பட்ட நிறுவனங்களுக்கும் ஏற்கெனவே நடந்து வரும் நிறுவனங்களுக்கும் வித்தியாசங்கள் உண்டு. புதிய நிறுவனங்களில் நிறைய சுதந்திரம் கிடைக்கும். காரணம் அங்கு எதை எப்படிச் செய்யவேண்டும் என நாம்தான் முடிய செய்ய வேண்டி வரும். ஏற்கெனவே (நன்கு) நடந்து வரும் நிறுவனங்களில் கிடைக்கும் அனுபவமே வேறுமாதிரியாக இருக்கும்.

வெர்ல்பூல் என்ற பன்னாட்டு நிறுவனத்தில் நான் சேர்ந்த பொழுது, அது தொடங்கப்பட்டு பத்து ஆண்டுகள் ஆகியிருந்தன. இவை இவை இப்படித்தான் என்று அவர்கள் கற்றுத் தெளிந்து விட்டிருந்த நேரம். நான் அந்தத் தொழிலகத்தின் மனிதவளத் துறைத் தலைவராகச் சேர்ந்து ஆறு மாதங்களாகியிருந்தன. அப்பொழுது அந்த நிறுவனத்தின் நிறுவனர் தினம் வந்தது.

அதை எப்படிக் கொண்டாடலாம் என்று கலந்து பேசி முடிவெடுக்க தொழிற்சங்கத்துடன் பேசக் கூட்டம் ஒன்றைக் கூட்டினேன். ஆனால் நான் அங்கு நாற்காலியில் வெறும் பார்வையாளன் என்ற நிலையில்தான் உட்கார்ந்திருந்தேன். என்

துறைச் சார்ந்தவர்களும், தொழிற்சங்கத்தைச் சேர்ந்தவர்களும் அன்றைய கூட்டத்தில் பேசிய விதத்தில் இருந்து, எனக்கு ஒன்று தெளிவாகப் புரிந்தது. அங்கு, அந்தச் சிறப்பு கூட்டத்தில் எனக்கு எந்த வேலையுமில்லை என்பதுதான் அது. ஏற்கெனவே திட்டமிட்டுப் பல ஆண்டுகளாக ஒரு கடிகாரத்தின் துல்லியத்துடன் அவர்கள் நடத்திப் பழகியிருந்த நிகழ்ச்சி அது. அதுபற்றி அவர்கள் பேசினார்கள். நான் பெரும்பாலும் அவர்கள் சொல்வதையெல்லாம் கேட்டுக்கொண்டிருந்தேன். பலவும் ஏற்கெனவே முறைப்படுத்தப் பட்டு விட்ட நிலையில் அங்கே தலைமை ஏற்று நடத்துவதில் என்ன சிரமம் இருக்கமுடியும்? ஆக தலைவனின் வெற்றி என்பதில் அவன் முடிக்க வேண்டிய பணி எவ்வளவு தூரம் முறைப்படுத்தப்பட்டிருக்கிறது என்ற விஷயம் முக்கியம். முன்பார்த்த ‘பெல்’ சுந்தரத்தின் தடாலடி பாணி அங்கே தேவைப்படுமா?

2. தலைவனுக்கும் அவன் மக்களுக்கும் இடையே உள்ள உறவு நிலையின் தரம் என்ன?

மஹாத்மா காந்தி, யாசர் அராபத், எம்.ஜி.ஆர் முதலிய தலைவர்களுக்கும், அவர்களைத் தலைவர்களாக ஏற்றுக் கொண்டவர்களுக்கும் இடையே எப்படிப்பட்ட உறவுநிலை நிலவியது. அந்த அன்பின், பாசத்தின், மதிப்பின், ஆழத்தை, வீரியத்தை அந்தத் தலைவர்களின் இறப்பின்போதுதான் பார்த்திருக்கிறோமே! செய்தி அறிந்ததும் வாய் விட்டுக் கதறியவர்கள், தங்கள் உயிரையே மாய்த்துக்கொண்டவர்கள், நெக்குருகியவர்கள், சோறு தண்ணீர் இன்றிப் பட்டினி கிடந்தவர்கள். எங்கெங்கோ பிறந்தவர்கள். ஆனால் அவ்வளவு அன்பைக் காட்டியவர்கள். வியப்பாக இருக்கிறதில்லையா? சில தலைவர்களுக்கும் அவர்களைப் பின்பற்றுபவர்களுக்கும் எப்படிப்பட்ட உறவுநிலை இருக்கின்றன! உறவுநிலையைப் பொறுத்துத்தான் தலைவனின் வெற்றி அமையும் இல்லையா?

3. வழிநடத்திச் செல்பவரின் பதவியின் காரணமாக, அவருக்கு உள்ள அதிகாரங்கள் என்ன?

பாராளுமன்றம், சட்டமன்றம் இவைகளின் சபைத் தலைவர்கள், அவர்கள் நினைத்தால், அவர்களின் அதிகாரத்தைப் பயன்படுத்தி, எதை வேண்டுமானாலும், சபைக்குறிப்பில் இருந்து நீக்கலாம், எவரை வேண்டுமானாலும், சபையிலிருந்து குண்டுக்கட்டாகத் தூக்கி வெளியேற்றலாம். அவர்களின் நடவடிக்கைகளை

நீதிமன்றங்கள்கூடக் கட்டுப்படுத்த முடியாது என முன்னாள் பாராளுமன்ற சபாநாயகர், சோம்நாத் சாட்டர்ஜி ஒருமுறை கூறினார். பதவியின் காரணமாக அவர்கள் பெற்றிருக்கும் அதிகாரங்கள் என்னென்ன?

கிரிக்கெட் விளையாட்டில் பந்தயம் தொடங்கி விட்டால், மைதானத்தில் குழுவினர் இருக்கும்பொழுது, அணியின் கேப்டன் எடுப்பதுதான் முடிவு. அவருடைய அணியைப் பொறுத்தமட்டும் அவர் வைத்ததுதான் சட்டம். நீ பந்து வீசு என்று ஸ்ரீசாந்திடம் கொடுத்தால், ஹர்பஜன் ஒன்றும் செய்ய முடியாது. டெண்டுல்கர் சதம் அடிப்பதற்கு முன்னால், இன்னும் நாலே ஓட்டங்கள் இருக்கையில்கூட (கேப்டனாக அந்தப் பந்தயத்திற்கு இருந்த டிராவிட்,) 'ஆடியது போதும், டிக்ளேர்' என்று சொல்லிவிட்டால் (சொன்னார்) டெண்டுல்கராகவே இருந்தாலும் வந்துவிட வேண்டியதுதான். இதுதான் 'பொசிஷன் பவர்' என்பது. கண்ணதாசன் எழுதினாரே, 'பரமசிவன் கழுத்தில் இருந்து பாம்பு கேட்டது கருடா சௌக்கியமா' என்று. யாரும் இருக்குமிடத்தில் இருந்து கொண்டால் எல்லாம் சௌக்கியம்தான். ஒருவர் இருக்குமிடம் 'பவர்புல்'லான இடமா? அதைப் பொறுத்தும் தலைமையின் வெற்றி அமையும்.

4, பின்பற்ற வேண்டியவர் செய்ய வேண்டியவை என்ன? அது தெளிவாக உள்ளதா?

சில இடங்களில், சூழ்நிலைகளில், என்ன செய்தாக வேண்டும், எப்படி, எப்பொழுது முடித்தாக வேண்டும் என்பது பற்றிய தெளிவான திட்டம் இருக்கும். உதாரணத்திற்கு, தேர் கிளம்பி ஊர்வலமாக வருவதையே எடுத்துக் கொள்வோம்.

மைலாப்பூரில் பங்குனி உற்சவத்தில் அந்தக் காட்சியைப் பார்த்திருக்கிறேன். எவ்வளவு பெரிய மரத்தேர்! எவ்வளவு டன் எடை! அந்தத் தேரை எங்கிருந்தோ வந்திருந்த எவ்வளவோ மக்கள் கூடி இழுத்து, முறையாகச் சேருமிடம் கொண்டு சேர்ப்பார்கள். அது எப்படிச் சாத்தியமாகிறது? அங்கும் கையில் கொடி வைத்திருந்தபடி அதை அசைத்தபடி, வாயில் விசில் வைத்திருந்து அதை ஊதியபடி, ஒருவர் வழிகாட்டிக் கொண்டிருப்பார்தான். 'இப்படி', 'அப்படி', 'நில்லுங்கள்', 'போகலாம்' என்று கையில் உள்ள வண்ணத் துண்டை அசைத்து அசைத்து வழிகாட்டிக் கொண்டு, கட்டளைகள் இட்டுக் கொண்டேதான் அவர் வருவார். அவரது தலைமைப் பண்பா

அங்கே அந்தச் செயல் செம்மையாக நடைபெறுவதற்குக் காரணமாயிருக்கும்! இல்லவே இல்லை.

அங்கு என்ன செய்ய வேண்டும், தேர் எந்தெந்தத் தெரு வழியாகப் போகும், எங்கு போய்ச் சேர வேண்டும் என்பதெல்லாம், ஆண்டாண்டாக அதை இழுத்துக் கொண்டிருப்பவர்களுக்குத் தெரியும். அந்த வேலை மிகப் பெரிதானதாகக் கடினமானதாக இருந்தாலும், இது இப்படித்தான் செய்யப்பட வேண்டும் என்று ஏற்கெனவே வரையறுக்கப்பட்டுவிட்ட வேலை. அதுதான் subbordinates role clarity எனப்படுகிறது. தேரிழுப்பவர்கள் என்ன செய்ய வேண்டும், என்ன செய்யக்கூடாது? அது தெளிவாக வரையறுக்கப்பட்டிருக்கிறதா, இல்லையா? அதுதான் கேள்வி.

இதே போன்ற பெரும் திரளான மக்கள் பங்குபெறும் வேறு ஒரு சம்பவம் நடைபெறும் ஒரு கல்யாண மண்டபத்தில், முகூர்த்த நேரத்துக்குச் சற்று முன்பு மாப்பிள்ளை ஓடிவிட்டார் என்ற செய்தி வந்தது என்றால் அங்கு நாம் முன்பு பார்த்த சுந்தரம் போன்றவர்களே இருந்திருந்தாலும்கூட, யார் என்ன செய்யவேண்டும் எந்த நடைமுறையைப் பின்பற்ற வேண்டும் என்ற தெளிவில்லாத நடைமுறையின் காரணத்தால், கூச்சல், குழப்பம், நினைத்ததை நிறைவேற்ற முடியாத சூழல் இவற்றால் தலைமைக்கு தோல்விதான் ஏற்படும். பின்பற்றுபவர்கள் அந்தச் சூழ்நிலையில் என்ன செய்ய வேண்டும், என்ன செய்யக்கூடாது என்பதைத் தெளிவுபடுத்த முடியுமா? அது அப்படிப்பட்ட பணியா? ஆக, சில இடங்களில் ஒரு தலைவனின் வெற்றியை கலந்து கொள்பவர்களின் செய்ய வேண்டியவை பற்றிய புரிந்துணர்வுதான் தீர்மானிக்கும்.

5. குழுவின் கட்டுப்பாடுகள் என்ன?

ஒரு தலைவன் என்பவன் மக்களை வழிநடத்த வேண்டும். அந்த மக்கள் குழுவின் எழுதப்படாத சட்டத்திட்டங்கள், நம்பிக்கைகள் என்ன? இது இப்படித்தான் என்று அந்தக் குழுக்களுக்கு ஏதும் நடைமுறைக் கட்டுப்பாடுகள் உள்ளனவா?

கம்யூனிஸ்டுகள் என்றால் அவர்களும் தங்களின் கட்சிக்கும், தலைமைக்கும் கட்டுப்பட்டாக வேண்டும்.

1990களில் திருச்சி பெல் தொழிலகத்தில் பணிபுரிந்தபொழுது இதைக் கண்கூடாகப் பார்த்திருக்கிறேன். அந்தத் தொழிற்சாலையில், அப்போது மொத்தம் நான்கு அங்கீகரிக்கப்பட்ட தொழிற்

சங்கங்கள், அவற்றில் இரண்டு கட்சிகள் சார்ந்தவை. ஒன்று கட்சி சாராதது. நான்காவது CITU – கம்யூனிஸ்ட் இயக்கம் சார்ந்தது.

அப்பொழுது அந்தத் தொழிற்சாலையில் நடந்த ஒரு தேர்தலில், எந்த யூனியன் வெற்றிபெறும் என்பது பற்றிப் பலரும் பல விதமான கணக்குகளைப் போட்டார்கள். நிற்பவர் அவர், இவர், அவருடைய ஊர் அல்லது அது. அவருடைய டிபார்ட்மெண்ட் இது அல்லது அது. அவருடைய ஜாதி அது, இல்லை இது, என்று பலவாறாகக் கணக்குப் போட்டார்கள். அதன்மூலம் எவருக்கு எவ்வளவு ஓட்டுக்கள் கிடைக்கும் என்று கணிக்க முற்பட்டார்கள்.

அப்பொழுது அவர்கள் பேச்சில் வந்து விழுந்த ஒரு விஷயம், CITU தொழிற்சங்கம் வாங்கக்கூடிய வாக்குகளின் எண்ணிக்கை பற்றியது. அனைவருமே அதைப் 'பேனல் ஓட்டு' என்றார்கள். அது மாறி விழவே விழாதாம். அந்த வாக்குகள் தவறாது அந்தத் தொழிற்சங்கத்துக்குத்தான் விழுமாம். அவர்கள் கட்டுப் பாட்டின்மீது அவ்வளவு நம்பிக்கை. இதே போன்று கணக்குகளை கூட்டணி வைத்துக் கொள்ளும் அரசியல் தலைவர்களும் சொல்லக் கேட்டிருக்கலாம். அப்படிப்பட்ட கட்டுப்பாடுள்ள குழுக்களை வழிநடத்துவதற்கும் வேறு விதமான குழுக்களை வழிநடத்துவதற்கும் வித்தியாசம் இருக்கத்தானே செய்யும்.

அரசியல் கட்சிகள் ஊர்வலம் நடத்தும். நூற்றுக்கணக்கான பேருந்துகளில் ஊர்வலத்தில் கலந்து கொள்வதற்காக தொண்டர்கள் சென்னைக்கு வருவார்கள். ஊர்வலம் எங்கோ ஓரிடத்தில் நடந்துகொண்டிருக்கும். பொதுக்கூட்டமோ வேறு எங்கோ ஓரிடத்தில் நடந்துகொண்டிருக்கும். இவர்கள் பேருந்துகளில், தங்கள் கட்சி அல்லது அமைப்புகளின் கொடிகளைப் பறக்க விட்டபடி, வேடிக்கைப் பார்க்க கடற்கரைக்குப் போயிருப்பார்கள்! காந்தி மண்டபத்திற்குப் போயிருப்பார்கள்.

தலைவன் வழிநடத்தும் கூட்டத்திற்கு இப்படித்தான் என்கிற வழிமுறைகள், கட்டுப்பாடுகள் இருக்கிறதா? இதுவும் தலைமையின் வெற்றியைத் தீர்மானிக்கும் ஒரு விஷயம்தான்.

6. கிடைக்கக்கூடிய தகவல்களின் தன்மை, சூழ்நிலை

கிடைக்கிற தகவல்களைப் பொருத்தும் தலைமையின் வெற்றி தோல்விகள் அமையும். உதாரணத்திற்கு கார்கில் யுத்தம். எப்படி மறக்க முடியும்? நமது பிரதமர் வாஜ்பாய் நட்புணர்வோடு

பாகிஸ்தானுக்குப் பேருந்துவிட, அதற்கு நன்றிக்கடனாகப் பின்னாலேயே பாகிஸ்தான் இந்திய எல்லைக்குள் அதன் போர்ப் படைகளை அல்லவா விட்டது! அந்தக் கார்கில் யுத்தத்தில் மலையுச்சிகளில் பனிப்பொழிவுகளில் நின்று போராடும் வீரர்களுக்கு எவ்வளவு சரியான தகவல்கள் தேவை. அந்தத் திட்டமிடலும் எவ்வளவு முக்கியம். சில சூழ்நிலைகளில் தகவல்கள் பெறுவதும், வேறு சில சமயங்களில் தகவல்கள் இல்லாதிருப்பதுமே தலைவனின் வெற்றிக்கு முக்கியக் காரணங்களாக அமையும்.

7. தலைவரின் கட்டளைகளைப் பின்பற்றுபவர்கள் ஏற்றுக் கொள்ளும் தன்மை

தலைவனாக ஏற்றுக்கொண்டவன் சொல்வதை, பின்பற்றுபவர்கள் எப்படி, எவ்வளவு அக்கறையுடன் எடுத்துக்கொள்கிறார்கள்? அதைப் பொருத்தும் வெற்றி அமையும் இல்லையா? ஒசாமா அப்படிப்பட்ட ஒரு தலைவன். அவன் கட்டளையை அப்படியே ஏற்று தீவிரமாகப் பின்பற்றக் கூடிய தொண்டர்களைப் பெற்றிருந்த ஒரு தலைவன். அந்தத் தொண்டர்களுக்கும், மற்ற தொண்டர்களுக்கும் இடையே நிறைய வேறுபாடுகள் உள்ளன. ஒசாமா போல இன்னும் பல தலைவர்கள் இருந்தனர், இன்னமும் இருக்கிறார்கள்.

8. பின்பற்றும் மக்களின் முதிர்ச்சி

தலைமைக்கு இதுவும் முக்கியம். எத்தனையோ இயக்கங்கள் நமது தேசங்களிலும், பிற தேசங்களிலும் தோன்றி, ஆதரவில்லாத காரணங்களினால் மறைந்திருக்கின்றன. வடலூர் இராமலிங்க அடிகளார் அவர்களை இதற்கு உதாரணமாகச் சொல்லலாமோ! ‘கடை விரித்தேன், கொள்வாரில்லை’ என்று பாடினார் அவர். சில தலைவர்களின் அருமை பெருமை அவர்கள் மறைவுக்குப் பின்தான் மக்களுக்குப் புரியும்.

மேலே பார்த்த எட்டு விவரங்களையும் சேர்த்து, மொத்தமாக ‘கண்டிஜென்சி’ (Contingency) என்றார் ஃபீட்லர். இவற்றைப் பொறுத்துத்தான் ஒரு தலைமையின் வெற்றி அல்லது தோல்வி அமையும் என்றார்.

•

சூழ்நிலைக்கேற்ற தலைமை *(*Situational Leadership Theory*)*

இதை Paul hersey மற்றும் Ken Blanchard ஆகிய இருவரும் சொன்னார்கள். இந்த முறைதான் வெகுகாலத்துக்குப் பார்ச்சூன் 500 என்றழைக்கப்படும் உலகின் மிகச் சிறந்த நிறுவனங்கள் மற்றும் அமெரிக்க ஐக்கிய நாடுகளின் ராணுவத்தில் தலைமைப் பயிற்சி முறைக்குப் பயன்படுத்தப்பட்டது.

ஒரு தலைவன் தனது பாணியை அல்லது அணுகுமுறையை முடிவு செய்து கொள்வதற்கு முன் தன்னைப் பின்பற்ற வேண்டியவர்கள் எந்த அளவுக்கு ஆயத்தமாக இருக்கிறார்கள் என்பதைத் தெரிந்துகொள்ள வேண்டும். ஆக, இந்த அணுகு முறையில் தலைவனைவிடப் பின்பற்றுபவர்களின் மீது அதிக கவனம் வேண்டும். செயல் முடிக்கும் திறனிலும், இலக்கை அடையும் ஆர்வத்திலும் பின்பற்றுபவர்கள் எந்த அளவிற்கு ஆயத்தமாக இருக்கிறார்கள் என்பதைப் பொறுத்தே ஒரு தலைவனின் செயல்படும் பாணி (Style) அமைய வேண்டும் என்கிறார்கள்.

தலைமை ஏற்று நடத்துபவன், பின்பற்றுபவர்களின் தன்மைக்கு ஏற்ப, கீழ்க்கண்ட நான்கு அணுகுமுறைகளில் ஏதாவது ஒன்றினைப் பின்பற்ற வேண்டும்.

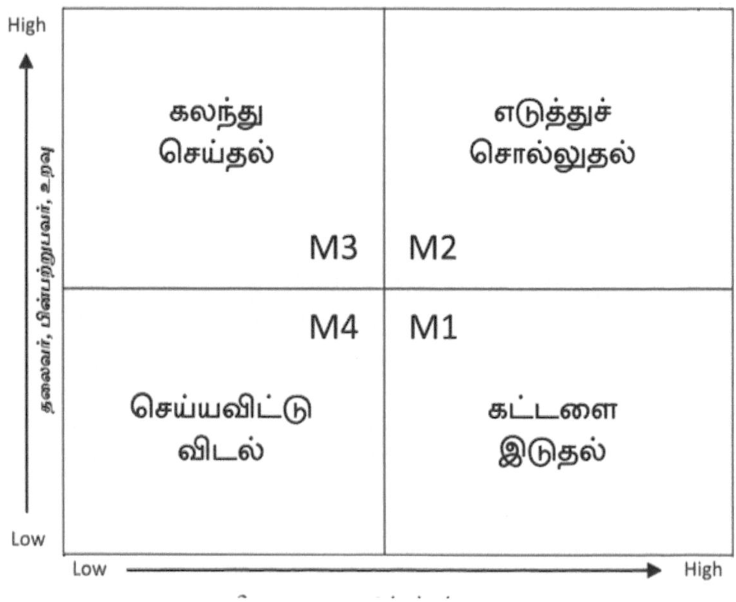

1. எதை, எப்படிச் செய்ய வேண்டுமென்று சொல்லுதல் (Telling)

ஆட்டோகிராட்டிக் தலைமை பற்றிப் பார்த்தோம். இந்த வகையைச் சேர்ந்த தலைவர்கள் ஏன், எதற்கு என்றெல்லாம் பின்பற்ற வேண்டியவர்களிடம் காரணங்களை விளக்கிச் சொல்லிக்கொண்டிருக்க மாட்டார்கள். என்ன செய்ய வேண்டும் என்று குறிப்பிட்டு கட்டளை போலச் சொல்வார்கள். அவ்வளவுதான். மற்றவர்கள் அதைக் கேட்டாக வேண்டும். இதுவும் வெற்றி தரும் அணுகுமுறைதான்.

எதை, எப்படிச் செய்ய வேண்டும் என்று சொல்லவேண்டும். ஏன், எதற்கு என்று கேட்க மாட்டார்கள். இப்படிச் செய்தால் என்ன? அப்படிச் செய்து பார்ப்போமா என்பதுபோல மாற்றுக் கருத்துகளை முன்வைக்க மாட்டார்கள். பள்ளிக்கூடப் பிள்ளைகள், படிப்பறிவில்லாதவர்கள் குறிப்பிட்டனவற்றில் அதிக பரிச்சியம் இல்லாதவர்களிடம், மட்டுமல்ல நன்கு சிந்திக்கக் கூடியவர்கள் திறமையுள்ள கூட்டத்திடம்கூட இப்படிச் செய்யலாம். எப்போது தெரியுமா? தலைவன்மீது அபார மதிப்போ, அல்லது நம்பிக்கையோ வந்துவிட்டது என்றால், அதன்பின் அந்தத் தலைவர் சொல்லக் கூட வேண்டாம். சும்மா கண்சாடை காட்டினால் போதும், வேலை முடிந்துவிடும்.

2. இதனால், இதனை, இதற்காக என்று விரிவாகக் காரண காரியங்களுடன் விளக்குதல் (Selling)

அதாவது தலைவன் ஒரு விற்பனையாளனைப்போல, செய்ய வேண்டியவர்களிடம் என்ன, எதற்கு, அதனால் என்ன பலன் என்று விலாவாரியாக எடுத்துச் சொல்ல வேண்டும். அப்பொழுதுதான் கேட்பார்கள். 'நான் சொல்கிறேன் செய்' என்றால் இவர்களுக்குப் போதாது. இங்கு தலைவனின் பாணி, ஜனநாயக பாணியாக இருக்க வேண்டும்.

அதைத் தலைவன் விரும்பியும் செய்யலாம், வேறுவழியின்றியும் செய்யலாம். காரணம் அவ்விடம் உள்ளவர்கள் அவனுக்கு இணையாகக் கூட விபரம் தெரிந்தவர்களாக இருக்கலாம். அவர்களுடைய முதிர்ச்சி, தெளிவு எல்லாம் கூடுதலாக இருக்கும். அதனால் பின்பற்றுபவர்கள் தலைமைப் பொறுப்பில் உள்ளவர் சொன்னதை எல்லாம் அப்படியே எடுத்துக் கொண்டுவிட மாட்டார்கள்.

வீட்டில் சில படித்த விபரம் தெரிந்த குழந்தைகள் (!) கேட்கும் ஏன், எதற்குக் கேள்விகளுக்குப் பதில் சொல்வது கடினமாக இருப்பது போல, தான் கேட்ட கேள்விக்குச் சரியான பதில் கிடைத்து, அந்தப் பதில் அவர்களுக்குத் திருப்தியாக இருந்தால்தான், அவர்கள் மனதிற்குச் சரியென்று பட்டால்தான் பின்பற்றுபவர்கள் சிலர் செய்வார்கள்.

படித்த வாக்காளர்களை இந்தப் பட்டியலில் சேர்க்கலாம். தேர்தலில் நிற்பவர்கள், அவர்களிடம் வாக்குக் கேட்பவர்கள், நிறைய விளக்க வேண்டியிருக்கும். சும்மா 'சின்னத்தைப் பார்த்துப் போடுங்கள்' என்று சொல்லிவிடமுடியாது.

3. பின்பற்றுபவர்களையும் கலந்து பேசி அதன்பின், முடிவெடுத்தல், செய்யச் சொல்லுதல் *(*Participating*)*

இந்தத் தலைவரால் தனியாக எந்தவொரு முடிவையும் எடுக்க முடியாது. அனைவரையும் கலந்து ஆலோசித்துத்தான் முடிவு எடுக்க முடியும். உதாரணத்திற்கு கம்யூனிஸ்ட் கட்சிகளின் போலீட் பியூரோக்களில் முறையாக விவாதித்து முடிவெடுப்பதுபோல.

முதல் வகை பின்பற்றுபவர்களைக் கொண்ட தலைவரை விட இரண்டாவது வகை மக்களின் தலைவன் *(*SellingType*)* பாடு சிரமம் என்றால், மூன்றாம் நிலை விபரம் அறிந்த மக்களின் தலைவனாக இருப்பவர் நிலைமை இன்னும் மோசம். இவர்தான் தலைவர். ஆனால் இவரால் தனியாக எந்த முடிவும் எடுக்க முடியாது. இவர் அனைவரையும் கலந்து ஆலோசித்தேயாக வேண்டும்.

4. பின்பற்றுபவர்களையே என்ன செய்ய வேண்டுமென்று முடிவெடுக்கச் சொல்லுதல் *(*Delegating*)*

மேலே சொல்லப்பட்டவரே பரவாயில்லை எனும்படி இருப்பது இந்த நான்காம் நிலையில் உள்ள தலைவரின் நிலை. முடிவெடுப்பது, என்ன செய்யவேண்டும் என்று சொல்வதெல்லாம் இவரால் முடியாது. இவரைச் சொல்லவிட மாட்டார்கள். பின்பற்றுபவர்களே முடிவெடுப்பார்கள். ஆனாலும் இவர்தான் தலைவர்.

நான்கு விதமான தலைமைப் பாணிகளைப் பார்த்தோம். எந்த நேரத்தில் எந்தப் பாணியைக் கடைப்பிடிக்க வேண்டும். சுருக்கமாகப் பார்த்துவிடலாம்.

பாணி 1: எதை எப்படிச் செய்ய வேண்டுமென்றுவெறுமனே சொல்லுதல் (Telling):

செய்ய வேண்டியவர்களிடம் எவ்வித ஆர்வமும் இல்லை. அதைச் சுயமாகச் செய்து முடிக்கக்கூடிய திறனுமில்லை. இந்தச் சூழ்நிலையில் தலைவன் என்ன செய்ய வேண்டும்? அவர்களுடைய வேலைத்திறன், முதிர்ச்சி, புரிந்துகொள்ளக் கூடிய தன்மை ஆகியவற்றைப் பொருத்து 'இதை அப்படிச் செய், இப்படி செய்' என்று சொல்ல வேண்டும்.

பாணி 2: இதனால், இதனை, இதற்காக என்று விரிவாக விளக்கிச் சொல்லுதல் (Selling):

பின்பற்றுபவர்களிடம் செய்யும் ஆர்வமிருக்கிறது. அதேசமயம், அவர்கள் விவரம் தெரிந்தவர்கள். அதனால், ஏன் செய்ய வேண்டும் என்பதை தலைவன் விளக்கிச் சொல்லவேண்டும்.

பாணி 3: பின்பற்றுபவர்களுடன் கலந்து பேசிய பிறகுதான் என்ன செய்ய வெண்டும் என்று முடிவு எடுத்தல், செய்யச் சொல்லுதல் (Participating):

திறன் உள்ள மக்கள்தான். ஆனால் ஆர்வமில்லாதவர்களாக இருக்கிறார்கள். அல்லது தலைவன் எதை விரும்புகிறான் என்று புரியாமல் ஒரு செயலில் இறங்கப் பயப்படுகிறார்கள். தலைவராலோ பின்பற்றுபவர்களாலோ தனியாக ஒரு முடிவு எடுக்க முடியாது. தலைவன் அவர்களை அழைத்து கலந்தாலோசித்து முடிவுகள் எடுக்க வேண்டும்.

பாணி 4: பின்பற்றுபவர்களிடமே முடிவெடுக்கும் பொறுப்பை விட்டுவிடுதல் (Delegation):

மக்கள் அல்லது பின்பற்றுபவர் களிடம் திறனும் உள்ளது. ஆர்வமும் உள்ளது. தலைவன் அனாவசியமாகத் தலையிட வேண்டாம். ஒருங்கிணைப்பாளனாக இருந்தால் போதும். முடிவுகளைப் பின்பற்றுபவர்களே எடுக்கும்படி விட்டுவிட வேண்டும்.

தலைவர்கள் பலரும் இயற்கையாகவே இந்த நான்கு விதங்களில் எதாவது ஒரு விதமானவர்களாகவே இருக்கிறார்கள். மக்களும் இந்த நான்கு விதங்களில் எதாவது ஒரு வித நிலையில் நடந்து கொள்ளுபவர்களாகத்தான் இருக்கிறார்கள். மேலே கூறிய மாதிரி மக்களும், தலைமையின் பாணியும், ஒன்றுக்கு ஒன்று பொருத்தமாகச் சேர்ந்தால் அங்கு வெற்றிதான். மக்கள் நிலையும், தலைமை பாணியும் இடம்மாறினால் சிரமம்தான்.

இந்தச் 'சூழ்நிலைக்கேற்ற தலைமைப் பண்பு' (Situational theory) என்பதன் உட்பொருள் சரியான நபரை, சரியான இடத்தினில் வை (Put the right person in the right place) என்பதுதான். ஒவ்வொரு விதமான தலைமைப் பண்பு உள்ளவர்களையும் அவரவர்களுக்கு ஏற்ற இடத்தில் இருந்து அவர்களைச் செயலாற்ற அனுமதிக்க வேண்டும். அதேபோல, பணிசெய்கிற மக்களுக்கு ஏற்ற தலைமைப்பாணி உள்ளவர்களை, அக்குழுக்களின் தலைவர் களாக (மேற்பார்வையாளர்கள், அதிகாரிகளாக) நிர்வாகம் நியமனம் செய்ய வேண்டும்.

•

இதர கோட்பாடுகள் (Theories)

தலைமை குறித்து Leader Member Exchange Theory, Path Goal Theory, Attribution Theory என்று இன்னும் பல விளக்கங்கள் சொல்லப்பட்டு இருக்கின்றன. தலைமை என்பது பற்றி பல்வேறுபட்ட நபர்களால், எவ்வளவோ விளக்கங்கள் இன்னமும் தொடர்ந்து கொடுக்கப்படுகின்றன. எல்லாவற்றையும் பார்த்துக் கொண்டிருக்க வேண்டியதில்லை. இதுவரை பார்த்தவை சில முக்கியமான அடிப்படையான விளக்கங்கள். இனி 1980-க்குப் பிறகு சொல்லப்பட்ட தலைமை பற்றிய முக்கிய சில சிந்தனைகளை மட்டும் பார்ப்போம்.

பல்திறன் தலைவர்

ஒருவரிடம் இருக்கக்கூடிய தலைமைப் பாணிக்கு ஏற்றவாறு சரியான ஓர் இடத்தைத் தேடிக் கண்டுபிடிக்க முடியாது. அதேபோல ஒவ்வொரு சூழ்நிலைக்கும் ஏற்ற தலைமைப் பண்புள்ளவரைத் தேடிக் கொண்டிருக்க முடியாது. 21-ஆம் நூற்றாண்டில் தற்போதைய சூழ்நிலைகளுக்கு ஏற்றாற்போலத் தலைவர்களும் மிக நேர்த்தியானவர்களாக, அதிகத் திறமை உள்ளவர்களாக இருக்க வேண்டும் இல்லையா?

ஒரே தலைவன்தான் அல்லது தலைவிதான். இருக்கும் அல்லது மாறும் சூழ்நிலைக்கேற்ப அவர்கள்தான் தங்களையும் தங்கள் நடைமுறைப் பாணியையும் மாற்றிக்கொள்ள வேண்டும். Right situation - Right Behaviour. மோனோ ஆக்ட்டிங் செய்பவர் ஒருவர் பல பாத்திரங்களாக மாறிமாறிச் செய்வாரே அதுபோல தலைமை இடத்தில் இருப்பவர் சூழ்நிலைக்கு ஏற்ப தங்கள் பாணியை மாற்றிக்கொள்ள வேண்டும் என்கின்றனர் ஆராய்ச்சியாளர்கள்.

ரிஸ்க் எடுக்கும் தலைமை

புதிய விஷயங்களை முயற்சிக்கும் தலைவர்களாக இருப்பவர்கள், தங்களையும் தங்கள் எண்ணங்களையும் கட்டுப்படுத்தும் விதிகளை மீற விரும்புகிறார்கள். அதன்மூலம் அவர்கள் தங்களையும் தங்களைப் பின்பற்றுபவர்களையும் கொஞ்சம் ஆபத்தில் (ரிஸ்க்) கொண்டு விடுகிறார்கள் என்கிறார்கள் கூசஸ் (Koozes) மற்றும் போஸ்னர் (Posner) என்ற ஆராய்ச்சியாளர்கள்.

அதென்ன புதிய விஷயங்களை முயற்சிப்பது என்று கேட்கலாம். பலரும் ஒன்று போலவே பல ஆண்டுகளாய்ச் சொல்லி வருவதையே புதிய தலைவனும் சொல்லிக் கொண்டிருப்பது தேவைதானா? அப்படிச் சொல்லிக் கொண்டிருந்தால் மாறிவிட்ட காலக்கட்டத்தில் அது எடுபடுமா? அது எந்த விதத்திலும் மக்களிடம், பின்பற்றுபவர்களிடம் எழுச்சியை ஏற்படுத்தாது. ஆவலைத் தூண்டாது. அதற்குத்தான், அதைச் சொல்லத்தான் பல தலைவர்கள் ஏற்கெனவே இருக்கிறார்களே, அப்படியிருக்கும் போது இந்தச் சமயத்தில் இன்னொரு தலைவர் எதற்கு என்று கேள்வி எழுவது இயற்கை.

சில தலைவர்கள், எவரும் தொட்டிராத புதிய விஷயங்களைத்தான் கையில் எடுப்பார்கள். சென்னையில் எக்ஸ்னோரா தொடங்கிய நிர்மல், கோவையில் 'சிறுதுளி' என்ற அமைப்பைத் தொடங்கிய வனிதா மோகன், கல்கத்தாவில் அன்னை தெரசா இல்லத்தைத் தொடங்கிய அன்னை தெரசா, ஊழலுக்கு எதிராக கடுமையான சட்டம் வேண்டும் என்று கிளம்பிய அன்னா ஹசாரே போன்றவர்கள் இந்த வகையைச் சேர்ந்தவர்கள்தான்.

அப்படி, எவரும், முன் எவரும் அதிகம் செய்திராத துறையில் நுழைந்தால், புதிய விஷயத்தை கையில் எடுத்தால் அதை எப்படிக் கையாள வேண்டும் என்பதற்கான யோசனைகளை ரீனோ-ராண்டி (Reno - Randi) என்பவர்கள் கீழ்க்கண்டவாறு சொல்கிறார்கள்.

- முதலில் சிறிய அளவுகளில் (Step by Step) தொடங்கிச் சிறிய வெற்றிகளை ஈட்டுங்கள்.
- தவறுகளில் இருந்து கற்றுக் கொள்ளுங்கள்.
- மன உறுதியை வளர்த்துக் கொள்ளுங்கள்.

•

ஏன் சிறிய அளவுகளில் தொடங்க வேண்டும்?

இவை புதிய விஷயங்கள் என்பதை நினைவில் வைத்துக்கொள்ள வேண்டும். புதிய விஷயம் என்றால், மாற்றங்களைக் கொண்டுவர வேண்டிய விஷயங்கள். மேலும் வர நினைக்கும் மாற்றங்கள் நிலைத்து நிற்க வேண்டும். அதற்குத்தான் முதலில் சிறிய அளவுகளில் தொடங்க வேண்டும் என்று சொல்கிறார்கள்.

எடுத்துக்கொண்ட பெரிய வேலையைப் பகுதிபகுதியாக, செய்து முடிக்கக்கூடிய சிறு பகுதிகளாகப் பிரித்துக்கொள்ளவேண்டும். அந்த வேலையைச் செய்ய வேண்டியவர்களிடம் அதன் முதல் பகுதியைச் சொல்ல, அவர் சரி என்பார். அதற்குப் பிறகு வேலையின் அடுத்த பகுதியைச் சொல்ல வேண்டும். அப்படிப் பகுதி பகுதியாக அவரிடம் சொல்ல அவரும் அதை ஒவ்வொன்றாகக் கேட்டுவிட்டு, ‘இதானே ஓ, செய்யலாமே’ என்று அவருடைய சம்மதத்தைத் தெரிவிக்க வேண்டும். அவர்களைத் தலைவர் அப்படிச் சொல்ல வைக்க வேண்டும். அப்பொழுதுதான் செய்பவர்களுக்கும், ‘தன்னால் இதைச் சிறப்பாகச் செய்துமுடிக்க முடியும்’ என்ற நம்பிக்கை வரும். அவர்களது செயலும் சிறப்பாக முடியும்.

பெரிய வேலை ஒன்றைப் பற்றி அப்படியே முழுமையாகச் சொல்வதற்கும், இப்படி உடைத்து, அதன் ஒவ்வொரு பகுதியாகச் சொல்வதற்கும் நிறைய வித்தியாசம் உண்டு.

முதல் பகுதியைச் சரியாகச் செய்து முடிக்க, அதில் வெற்றி கிடைக்க, அதைப் பார்த்த, அந்த வெற்றியை ருசித்த தொண்டனுக்கு மகிழ்ச்சியுடன் நம்பிக்கையும், ஆர்வமும் வளரும். அதுதான் இந்த முறையின் வெற்றி. ஒரு பெரிய இலக்கின் பிரிக்கப்பட்ட ஒரு சிறு பகுதி என்பது எளிதில் தொடங்கக் கூடியதாக, செய்பவர்களின் கட்டுப்பாட்டில் உள்ளதாக, செய்பவர்கள் அதைப் பார்க்கக் கூடியதாக, நிச்சயம் அவர்களால் செய்யக்கூடியதாக அமைவதால், இந்தச் செயல்முறை நிச்சய வெற்றியைக் கொடுக்கிறது.

கண்ணால் காண்பது உதவும்

நமது லட்சியத்தை ஒரு சிறு பகுதி(யாவது) நடைமுறைப்படுத்தப் படுவதைப் பார்க்கும் பொழுது அந்த லட்சியத்தை நிச்சயம் செய்து முடிக்கலாம் என்ற நம்பிக்கை வரும். ஒருவர் ஒரு புதிய

எந்திரத்தைப் பற்றி யோசிக்கிறார். அதைப்பற்றி படம் போட்டுப் பார்க்கிறார். அதைச் செய்ய முடியும் என்று தோன்றுகிறது. ஆனால் அது தொடர்ந்து வரைபடத்தாளில் படமாகவே இருக்கிறது. அவருடைய நம்பிக்கை நாட்கள் செல்லச் செல்ல தேயும்.

மாறாக, ஒருவர் அவர் யோசனையின் முதல் பகுதியைச் செயல்படுத்திப் பார்க்க விரும்புவதாகச் சொல்லி, அதற்கு ஆகும் செலவை அவரே ஏற்றுக்கொள்ள, அந்த முதல் கட்ட சோதனை வெற்றி அடைந்தால் Seeing is believing என்பார்கள். முதல்கட்ட வெற்றியைப் பார்த்துவிட்ட அவருடைய நம்பிக்கை அதிகமாகி விடும்.

ஒரு பள்ளிச் சிறுமி ஆரம்பித்த இயக்கம்

'பெர்சி பிரீஸ்ட்' என்ற பள்ளிக்கூடம் அமெரிக்காவில் நாஷ்வில்லி, டென்னிசியில் உள்ளது. ஒன்பது வயதுச் சிறுமி மெல்லிசா போ (Mellisa Poe). அங்கு நாலாவது கிரெடில் படித்துக் கொண்டிருந்தாள். 'என்னடா இது உலகத்தில் பலரும் இப்படித் தொடர்ந்து பூமித் தாயின் வளங்களையெல்லாம் அழித்துக் கொண்டிருக்கிறார்களே' என்று அவளுக்குக் கவலை வந்தது. இதை எப்படியாவது தடுக்கவேண்டும் என்று அவளுக்குத் தோன்றியது. இதற்கென்றே ஓர் இயக்கம் தொடங்க நினைத்தாள் மெல்லிசா. ஆரம்பிக்கப் பணம் வேண்டுமே! யோசித்தாள். பல யோசனைகளுக்குப் பின் அதற்காக, உதவி கேட்டு அமெரிக்க அதிபருக்கே கைப்பட ஒரு கடிதம் அனுப்பினாள்.

அவள் கடிதத்திற்குப் பதில் வரவில்லை என்பதல்ல தகவல். அவள் அதை அதோடு விட்டுவிடவில்லை என்பதுதான் செய்தி. விடாமல் முயற்சித்து ஆட்களைப் பிடித்து எப்படியோ, ஒரு நெடுஞ்சாலையில் உள்ள பெரிய விளம்பரப் பலகையில், அதே கடிதத்தைப் பல மடங்கு பெரிதாக்கி பலரும் பார்க்கும்படி வைத்துவிட்டாள் மெல்லிசா.

அதன்பிறகு அந்த நெடுஞ்சாலை வழியாகச் சென்ற அத்தனை கார்களும் வண்டிகளும் சற்று நின்றன. அதைப் பார்த்த சிறுவர் சிறுமியர் பலரும் அதைப் பற்றிப் பேசி, மேலும் தெரிந்து கொண்டு மற்ற குழந்தைகளிடம் பகிர்ந்து கொண்டார்கள். அதனால் மிகப்பெரிய எண்ணிக்கையிலான சிறார்கள் மெல்லிசா போவின் அமைப்பில் சேர்ந்தார்கள். பின்பு அது ஒரு பெரிய இயக்கமாகவே ஆகிவிட்டது.

அந்தக் குழந்தைகள் எல்லாம் சேர்ந்து முயற்சி எடுக்க, ஒரே ஆண்டில் அதேபோன்ற 250-க்கும் மேற்பட்ட விளம்பரப் பலகைகள் நெடுஞ்சாலைகளில் முளைத்தன. எல்லாம் பலரிடம் இருந்தும் இலவசமாகப் பெறப்பட்ட விளம்பரப் பலகைகள்.

ஒரு பள்ளிச் சிறுமியின் உலகம் பற்றிய அக்கறை, பின்பு அமெரிக்கத் தேசமெங்கிலும் பல நெடுஞ்சாலைகளிலும் பெரிய பலகைகளில் பலரையும் ஈர்க்கும் வண்ணம் பேசின. இப்படியாக, 'இயற்கையைச் சுத்தம் செய்வோம்' என்பது அங்கு ஓர் இயக்கமாகவே தோன்றியது. அதற்கு Kids F A C E என்று பெயர் வைத்தார்கள். Kids For A Clean Environment என்பதன் சுருக்கம்தான் 'கிட்ஸ் ஃபேஸ்'.

ஒரு பள்ளிச் சிறுமி தொடங்கிய அந்த நல்ல செயல், 3 லட்சம் அங்கத்தினர்களுடனும், 2000 கிளைகளுடனும் ஜேஜேயென்று வெற்றிகரமாக இயங்கி வருகிறது. பின்னால் மிகப் பெரியதாக வளர்ந்த அவ்வளவு பெரிய அந்த இயக்கத்தைத் தொடங்க அச்சிறுமி வைத்த முதல் அடி 'ஃபர்ஸ்ட் ஸ்டெப்' அந்த ஒரு முதல் விளம்பரப் பலகை.

ஆயிரம் மைல் பயணம் (கூட), தொடங்குவது, சரியாக வைக்கும் முதல் அடியில்தான் என்று ஆங்கிலத்தில் ஒரு பழமொழி உண்டு.

•

கவர்ச்சித் தலைமை - Charismatic Leadership

நம் நாட்டில் எம்.ஜி.ஆர், என்.டி.ஆர், ராஜிவ்காந்தி, ஜெயலலிதா என்று பலர் இந்தக் கவர்ச்சித் தலைமை வகையைச் சேர்ந்தவர்களாக இருந்ததுபோலவே, மற்ற சில நாடுகளிலும் இருந்திருக்கிறார்கள். ஜான் கென்னடி, மார்டின் லூதர் கிங், ரொனால்டு ரீகன் போன்றவர்களை இதற்கு உதாரணமாகச் சொல்லலாம்.

அப்படிப்பட்டவர்களை எல்லாம் பார்த்து, யோசித்து, உண்டாக்கப்பட்டதுதான், இந்தக் கவர்ச்சித் தலைமை என்ற கோட்பாடு, விளக்கம் (Theory). ராபர்ட் ஹௌஸ் (Robert House) என்ற ஆராய்ச்சியாளர், இந்தவிதத் தலைவர்களிடம் மொத்தம் 3 விஷயங்கள் இருப்பதாகக் கண்டறிந்து சொன்னார்.

1. மிக அதீதமான தன்னம்பிக்கை
2. ஆதிக்கம் செலுத்தும் குணம்
3. தாம் கொண்ட கொள்கைகளில் வலுவான நம்பிக்கை

இவற்றைப் பற்றி அதிகம் விளக்கத் தேவையில்லை. நமது எம்.ஜி.ஆர் அவர்களையும் அவரது செயல்களையும் நினைத்துப் பார்த்தாலே ராபர்ட் ஹௌஸ் சொன்னது சரிதான் என்பது புரியும்.

வாரன் பென்னிஸ் என்பவர் தொண்ணூறுகளில் தாக்கம் ஏற்படுத்திய அமெரிக்கத் தலைவர்களைப் பற்றிய விவரங்களைச் சேகரித்து ஆராய்ந்தார். அவருடைய ஆராய்ச்சி முடிவுகள்படி, கவர்ச்சிகரமான தலைவர்களுக்கும், மற்றத் தலைவர்களுக்கும் இடையே முக்கியமாக நான்கு வேறுபாடுகள் காணப்பட்டன. அவை:

1. நிறைவேற்றியே ஆகவேண்டிய கனவு அல்லது மிகப் பெரிய நோக்கம்.
2. பின்பற்றும் மக்களை அந்தக் கனவு அல்லது நோக்கத்துடன் ஒன்ற வைக்கும் பேச்சாற்றல்.
3. கனவு/ இலக்கை அடைய இடைவிடாது, அதே எண்ணத்துடன் கவனமாகச் செயலாற்றுதல்.
4. தங்கள் பலம் அறிந்து இருத்தலும், அதைச் சரியாகப் பயன்படுத்துதலும்.

தனி ஈழம் கேட்டுப் போராடிய பிரபாகரன், கியூபாவின் ஃபிடல் காஸ்ட்ரோ போன்றவர்களை இதற்கு உதாரணமாகச் சொல்லலாம்.

•

மிகவும் மாறுபட்ட தலைமைகள்

இதுவரை பார்த்தது எல்லாம், ஒரு தலைவன், அவன் பின்னால் ஒரு கூட்டம். அவை ஏன், எதற்கு, எப்படி என்கிற விதத்தில் இருந்தவை. இவற்றில் இருந்து மாறுபட்ட தலைமைகள் பற்றிய சிந்தனைகளும் வந்திருக்கின்றன. அவற்றைப் பார்ப்போம்.

கூட்டுத்தலைமை (Collective Leadership)

தலைவன் என்ற சொல் ஒருமைதான். ஆனால் அதே வேலையைச் சிலர் சேர்ந்து செய்தால்? அதுதான் கூட்டுத் தலைமை என்பது. தலைமையின் அதிகாரங்களும், பொறுப்புகளும் ஒன்றுக்கு மேற்பட்டவர்களிடம் இருக்கும் பொழுது, அதைக் கூட்டுத் தலைமை என்றழைக்கிறார்கள். மத்தியில் காங்கிரஸ் ஆட்சி வலுவிழந்துவிட்ட பிறகு, இந்தியாவில் இனி தனிக்கட்சியின் ஆட்சி என்பது சாத்தியமில்லாமல் போய்விட்டதைப்

போலிருந்தது. நரசிம்மராவ் முதல், பின் வந்த மன்மோகன் சிங் வரை எல்லோரும் கூட்டணி ஆட்சிதான் நடத்தினார்கள். மகாராஷ்டிரா போன்ற மாநிலங்களிலும் இப்படிப்பட்ட தலைமைகளைத்தான் கொண்டிருக்கின்றன என்பதைக் கண்கூடாகப் பார்க்கிறோம்.

நிறுவனங்களிலும் உண்டு

இப்படிப்பட்டஒரு தலைமை விப்ரோ என்கிற ஒரு பெரிய தகவல் தொழில்நுட்ப நிறுவனத்திலும் தொடர்ந்து இருந்து வருகிறது. அந்த நிறுவனத்திற்கு இரண்டு CEO-க்கள். CEO என்றால் தலைமை அதிகாரி. இரண்டு தலைமை அதிகாரிகள்! அந்த வண்டியும் நன்றாகத்தான் ஓடிக்கொண்டிருக்கிறது.

தமிழ்நாட்டிலும் செல்வி ஜெயலலிதா அவர்கள் மறைவுக்குப் பின் எடப்பாடி பழனிசாமி அவர்களும் ஓ. பன்னீர் செல்வம் அவர்களுமாக, அஇஅதிமுக கட்சியையும், ஆட்சியையும், 'இரட்டைத் தலைமை' பாணியில் சில ஆண்டுகள் நடத்தினர்கள்.

மைக்ரோசாப்டின் பில் கேட்சைத் தெரியும். ஆனால் அவர் அளவுக்கு, அதே நிறுவனத்தில் முக்கியமானவராக இருந்த பால்மரை எத்தனை பேருக்குத் தெரியும்? பெரும்பாலோருக்குத் தெரிய வாய்ப்பில்லை. மைக்ரோசாப்ட் நிறுவனத்தின் வரலாறு காணாத வெற்றிக்குப் பில்கேட்ஸ் மட்டுமல்ல, பால்மரும் முக்கியக் காரணம்.

கூட்டுத்தலைமை என்பது, தலைமை பலவாகப் பிரிந்திருப்பது அல்ல. அது ஒன்றாகக் கூடியிருப்பது. பங்களிப்பவர்கள் அனைவரையுமே கொண்டாடுவது கவர்ச்சிகரமான சிலரை மட்டுமே தலைமேல் வைத்துக் கொண்டாடுவதல்ல.

இரண்டாம் நிலைத் தலைவர்கள்

ஒருவன் முதலிடத்துக்கு வர ஆசைப்பட்டானானால், அவன் இரண்டாவது இடத்தில் இருப்பது ஒன்றும் பெரிய அவமானமில்லை என்கிறார் ஜிசிரோ (Gicero). மேலும் எடுத்தவுடன் அனைவருமே முதல் நிலைத் தலைவனாக ஆகிவிடுவதில்லை.

நாம் பார்த்த கூட்டுத் தலைமையிலும்கூட ஒருவருக்கு அடுத்தவரைவிட கொஞ்சமேனும் கூடுதல் முக்கியத்துவம் கொடுக்கப்படுவதையும் பார்க்கிறோம். இதோ சில உதாரணங்கள்.

மெல்லிசை மன்னர்கள் என்று போற்றப்படும் எம்.எஸ்.விஸ்வநாதன் மற்றும் ராமமூர்த்தி இருவரும் இசையுலகில் பல ஆண்டுகள் கொடிகட்டிப் பறந்ததை யாரும் மறக்கமுடியாது. இவர்களில், ராமமூர்த்தி அவர்கள் வயதில் மூத்தவர். இருந்தாலும் இருவரில் விஸ்வநாதனுக்குத்தான் கொஞ்சம் கூடுதல் பிரபல்யமும், அதிகாரமும் இருந்தது.

அதேபோல, இசையமைப்பாளர்கள் சங்கர்-கணேஷ், இயக்குனர்கள் கிருஷ்ணன்பஞ்சு, ஆரம்பகாலத்தில் பாரதிய ஜனதா கட்சியில் வாஜ்பாய் மற்றும் அத்வானி என்று இரட்டைத் தலைமைக்கு உதாரணங்கள் சொல்லிக் கொண்டே போகலாம்.

பல ஆண்டுகள் முதலிடத்தில் இருந்து செயல்பட்ட வாஜ்பாயை விட்டுவிடுவோம். அவருடனேயே எப்பொழுதும் இருந்த, அவரளவே அல்லது அவரைவிடக் கூடுதலாகக்கூட திறமை இருக்கக்கூடிய அத்வானியின் மன நிலையைப் பற்றி யோசித்துப் பார்த்தால் வியப்பாக இருக்கும். அதெப்படி இணக்கமாக அவரால் தொடர்ந்து இரண்டாம் இடத்திலேயே இருக்க முடிந்தது என்று. இவர்கள் மட்டுமா? திமுகவில் இருந்த மறைந்த பேராசிரியர் அன்பழகன், அண்ணா திமுகவில் இருந்த மறைந்த நாவலர் நெடுஞ்செழியன், இவர்கள் எல்லாம், தலைமைக்கு மிக நெருக்கமான உயரத்தில் இருந்தவர்கள்.

இரண்டாவது இடத்தில் இருந்தபடியே தலைமை தாங்கிச் செல்வது எப்படி, அது ஏன் என்றும் யோசித்து அதைப் பற்றியும் ஆராய்ந்திருக்கிறார்கள்.

நாவலர் நெடுஞ்செழியன், பேராசிரியர் அன்பழகன் போன்றவர்கள் தங்களுக்கே திறமையிருந்தும், எதனால் அவர்கள், ‘தான்’ என்பதை விட்டுக் கொடுத்துவிட்டு, முதல் இடத்திலிருக்கும் தலைவனோடு கூடவே இருந்து, தயக்கமின்றி, போட்டியுணர்வின்றிச் செயல்பட்டிருக்கிறார்கள்? மிகவும் முக்கியமான கேள்விதான். ஆராய்ந்ததில் மூன்று முக்கியமான காரணங்களைச் சொல்கிறார்கள்.

- அற்புதமான கொள்கைக்காக
- மிகச் சிறந்த அமைப்பிற்காக, நிறுவனத்திற்காக
- மிகச் சிறந்த மனிதனுக்காக

ஒரு பொது நன்மைக்காகத் தன்னுடைய ‘நான்’ என்ற ஈகோ (Ego)வை விட்டுக் கொடுக்கக்கூடியவர்கள். அதேசமயம்

புண்படுத்துவதாக இருந்தாலும்கூட தைரியமாக உண்மையையே பேசுபவர்கள். அப்படி இரண்டாம் நிலையில் இருக்கும் அவர்களுக்குக் கிடைக்கக்கூடிய திருப்தி நன்மைகள்தான் என்ன?

- நம்பர் 1 ஆக இருப்பவருடனான உறவு
- மனதை ஈர்க்கும் பணி
- தாங்கள் கொண்ட கொள்கைக்காக உழைப்பது

குழுத் தலைமை (Team Leadership)

சர்வ அதிகாரங்களும் உடைய தலைமை மாதிரி கிடையாது இது. இந்தத் தலைமை கிட்டத்தட்ட 'ஃபிரீ ரீய்ன்' தலைமையைப் போன்றது. இந்தத் தலைமையில் உள்ளவருக்கு மற்றவிதத் தலைவர்களைப் போன்ற அதிகாரமும், தனிப் பொறுப்பும் கிடையாது. ஓர் ஒருங்கிணைப்பாளரைப் போலத் (Like a Coordinator) தான். ஒரு நடத்துவிப்பவரைப் போல தலைவர் இங்கே (Facilitator) செயல்பட வேண்டும். தொழிற்சாலைகளில், நிறுவனங்களில், ஊதிய மாற்றுப் பேச்சுவார்த்தைக்குப் பல்வேறுபட்ட தொழிற்சங்கங்களின் தலைவர்கள் ஒன்றாகப் போவார்கள். தொழிற்சாலைகளுக்குள் கூட்டுக்குழு ஒன்றை அமைப்பார்கள். அதன்பிறகு எந்தத் தொழிற்சங்கமும் தன்னிச்சையாக முடிவு எடுக்க முடியாது. குழுத் தலைமைதான் எல்லாவற்றையும் முடிவு செய்யும்.

ஜாஸ் இசைக்குழுவுடன் ஓர் ஒப்பு

Herma Miller Inc தலைவர் (Chairman), தலைமை என்றால் என்ன என்று சொல்கையில், 'எனக்கு ஜாஸ் (இசை) பிடிக்கும். தலைமை பற்றி யோசிக்கும்பொழுது எனக்கு அது ஜாஸ் போலவே தெரிகிறது. ஜாஸ் குழுவினர் இசையைத் தேர்வு செய்ய வேண்டும். சரியான இசைக்கலைஞர்களைத் தேர்வு செய்ய வேண்டும். பின்பு கூட்டத்தினரின் மத்தியில் இசைக்க வேண்டும். அப்போது வெளிவரும் இசையின் தாக்கம் பலவற்றையும் பொறுத்து அமைகிறது. அங்கு நிலவும் சூழ்நிலை, அதில் பங்கேற்கும் இசைவாணர்கள், அவர்களின் தனித்தன்மை மற்றும் ஒரே குழுவாய் சேர்ந்திசைக்கும் திறன், 'இந்தக் குழுவின் தலைவர் பெரும்பாலும் ஓர் ஒருங்கிணைப்பாளர் என்ற நிலையிலிருப்பார். அவ்வளவுதான்!' என்றார்.

நாம் மேடைகளில் பலவிதமான இசை நிகழ்ச்சிகளைப் பார்த்திருக்கிறோம். அந்தக் குழுவிற்கு எவர் தலைவர்? நடுவில்

ஒருவர் 'கோட் சூட்' போட்டுக்கொண்டு, கையை வெறுமனேயோ அல்லது ஒரு குச்சி வைத்துக் கொண்டோ அந்தப் பக்கம் இந்தப் பக்கம் ஆட்டியபடி இருப்பாரே, அவரா? அவர்தான் அந்தக் குழுவை ஆட்டுவிக்கிறார் என்பது போலத் தோன்றும். ஆனால் நமக்கும் தெரியும், அவருக்கும் தெரியும். அவர் அப்படிக் கைகளை ஆட்டாவிட்டாலும் கூட அந்த இசை நிகழ்ச்சி அதே போலத்தான் நடக்கும் என்று! இருந்தாலும் அவர் அப்படித்தான் செய்வார். அந்த இசைக் கலைஞர்களும் அவரைப் பார்த்தபடியேதான் ஏதோ அவரது கட்டளைக்குக் கீழ்ப்படிந்து வாசிப்பது போலத்தான் வாசித்துக் கொண்டிருப்பார்கள்.

இங்கு தலைமையின் வேலை என்ன என்பதை ஒரு நிறுவனத்தின் தலைவர் சொல்லியதைப் பற்றி மேலே பார்த்தோம். அதில் தலைமையின் வேலை, நல்ல கலைஞர்களாகத் தேர்வு செய்வது, அவர்களுக்குப் பயிற்சி கொடுப்பது இவை மட்டும்தான். அதற்குப் பிறகு அவர்கள் எல்லாருமே வேலை தெரிந்த, செய்யக் கூடிய குழுவாகி விடுவார்கள். அவர் அந்தத் தலைவர், அங்கு அவர்களுக்கு ஒரு தார்மீக பலம் 'மாரல் சப்போர்ட்' போல, கூடவே இருந்து, பார்த்து, மலர்ந்து, இசைந்து எல்லாவற்றையும் வெற்றிகரமாக முடித்துக் கொடுப்பார். இதுவும் ஒருவிதத் தலைமைதான்.

சுழற்சி முறையில் (கீஸ் பறவை (Geese) போன்ற) தலைமை

மேலே பார்த்த தலைமைக்கு இன்னொரு உதாரணம், கீஸ் எனப்படும் பறவை வகைகள். அவை கூட்டம் கூட்டமாகப் பறக்கும். ஆயிரக்கணக்கான கிலோமீட்டர் தூரம்வரைகூடப் பறக்கும். எல்லாம் ஓர் அமைப்பாகப் பறக்கும். அதில் ஓர் ஒழுங்கு முறை தெரியும்.

அந்தப் பறவைக் கூட்டத்திற்கு யார் தலைவர்? தெரிந்தால் ஆச்சரியமாக இருக்கும். தலைமை என்றால் அதிகாரம் கிடைக்கிறது என்று மக்கள், தலைமைப் பதவிக்கு நான், நீ என்று எவ்வளவு அடித்துக் கொள்கிறார்கள். கீஸ் பறவைகளுக்கு நம்மைப் போன்ற, அறிவு மட்டுமல்ல, ஆசையும் கிடையாது. ஏதோ ஒரு பறவை திசை பார்த்து முன்னே பறக்க, அதன்பின்னே எந்த விதத் தயக்கமோ, பிரச்னையோ குழப்பமோ இன்றி மற்ற எல்லாப் பறவைகளும் பறக்கும்.

அவை போகும் பயணம் நீண்டதூரப் பயணமாயிற்றே! பயணம் செய்யத் தொடங்கிய சற்று நேரத்தில் அடுத்தப் பறவை மெல்ல

நகர்ந்து முன்னேறி, மற்றவற்றுக்கு முன்னால் பறந்து, வழிகாட்டும் இடத்திற்குப் போகும். அதை மற்றப் பறவைகள் பின்பற்றிப் பறக்கும். கொஞ்ச தூரத்திற்குப் பிறகு மற்றொன்று தலைமையேற்று முன்னே பறக்கத் தொடங்கும். இப்படியாக அனைத்துப் பறவைகளுமே சுழற்சி முறையில் தலைமைக்கு வரும். இது காலம் காலம் காலமாக நடக்கிறது. இப்படியும் கூட ஒரு தலைமை இருக்கமுடியும்.

சேவைக்கு முதலிடம் தரும் தலைவர்கள் (Servant Leaders)

தலைவர்களுக்கு முதலிடம் என்று இல்லாமல், சேவைக்கு முதலிடம் கொடுத்து நடந்துகொள்ளும் தலைவர்களும் உண்டு. அவர்களை Servant Leaders என்பார்கள். அன்னை தெரசா போல, நெல்சன் மண்டேலா போல. அந்த இயக்கங்களின் மையம், கரு அவர்கள்தான். ஆனால் அவர்கள் கொடுக்கும் முக்கியத்துவம் பின்பற்றுபவர்களுக்கே.

அறிவிக்கப்படாத தலைவர்கள் (Informal leaders)

'லீடர்ஷிப்'பை முன்பு ஒரு கோணத்தில் இருந்து பார்த்தோம். யாரால் தலைவனாக முடியும், அதற்கு என்னென்ன தகுதிகள் தேவை என்று பார்த்தோம். பின்பு, ஒரு தலைவனுடைய பாணி எப்படியிருக்க வேண்டும். எந்தப் பாணி இந்த சூழ்நிலைக்குப் பொருந்தும் என்று பார்த்தோம்? அதன்பின்பு தனித் தலைவன் போக வேறு வகைத் தலைவர்கள் இருக்கிறார்களா? அவை என்ன என்பது பற்றியெல்லாம் இன்னும் சற்று விரிவாகவே பார்த்தோம். இப்பொழுது அதே தலைமையை முற்றிலும் வேறு ஒரு கோணத்தில் இருந்து பார்க்கப் போகிறோம்.

இந்தக் கோணத்தில் பார்த்தால் தலைமையில் இரண்டு வகை உள்ளது தெரியும். ஒன்று 'ஃபார்மல்' (Formal) தலைமை. மற்றொன்று 'இன்ஃபார்மல்' (Informal) தலைமை.

'ஃபார்மல்' என்றால் முறையாக ஏற்படுத்தப்பட்ட, அறிவிக்கப் பட்ட என்று இங்கே எடுத்துக்கொள்ளலாம். இந்தியாவின் குடியரசுத் தலைவர் பதவி என்பது ஒரு தலைமையிடம். அந்தத் தலைமை ஒரு 'ஃபார்மல்' தலைமை. அதேபோல ஐ.நா சபையின் தலைவர், ஒரு நிறுவனத்தின் தலைமை அதிகாரி (CEO), ஒரு தொழிற்சங்கத்தின் தேர்ந்தெடுக்கப்பட்ட தலைவர், போன்றவர்கள் எல்லாம், 'ஃபார்மல்' தலைவர்கள்.

இவர்களின் தலைமை எப்படிப்பட்டது? இவர்கள் ஒரு பதவியில் இருக்கிறார்கள். அந்தப் பதவிக்குக் கீழ் சிலர் இருக்கிறார்கள். அந்தப் பலரும் இவர்கள் சொல்வதைக் கேட்க வேண்டுமென்பது விதி (ரூல்). அதனால் இவர்களைச் சிலர் கட்டாயமாகப் பின்பற்றியாக வேண்டும். அதனால் இவர்கள் தலைவர்கள்.

ஆனால், சில சமயம், அதே இடங்களில், அல்லது வேறு இடங்களில் வேறு சிலர் இருக்கிறார்கள். அவர்களுக்கு அறிவிக்கப்பட்ட பதவி என்று எதுவும் கிடையாது. அவர்களுக்கு எந்தவிதப் பொறுப்பும் தரப்பட்டிருக்காது. ஆனாலும் இவர்கள் சொல்வதைச் சிலர் கேட்பார்கள். அதன்படி நடப்பார்கள். அவர்களால் நடத்தப்படுபவர்களும் இருப்பதால் அவர்களும் 'தலைவர்கள்'தான். ஆனால் இவர்கள் அறிவிக்கப் படாதவர்களாய் இருப்பதாலும், எவராலும் முறையாகப் பொறுப்பில் அமர்த்தப்படாதவர்களாக இருப்பதாலும், இவர்கள் 'இன்ஃபார்மல்' தலைவர்கள்.

'ஃபார்மல்' தலைவர்களுக்குக் காலவரையறை உண்டு. குறிப்பிட்ட காலம்தான் பதவி இருக்கும். அதன்பின் அவர்கள் அதிலிருந்து நகர்ந்துகொள்ள வேண்டும். அல்லது தங்களுக்கு மேலுள்ள தலைமையால் அந்தப் பதவிக் காலம் நீட்டிக்கப் பட்டால், அவர்கள் அந்தப் பதவியில் தொடரலாம், நீடிக்கலாம்.

நாம் இங்கே கவனிக்க வேண்டியது, இரண்டாம் வகையான லீடர்ஷிப் பற்றித்தான். மற்றது வேறு திறமைகள், சீனியாரிட்டி, பணிக்காலம் முதலியவற்றால், அதுபோன்ற பல்வேறு காரணங்களால் வருவன. பதவி சார்ந்த தலைமை அது.

ஃபார்மல், இன்ஃபார்மல் பற்றி மற்றொன்றையும் தெளிவு படுத்திக்கொள்ள வேண்டும்.

1. ஃபார்மல் லீடர்கள் எல்லோருமே சாதாரணமானவர்கள் இல்லை.
2. பதவியில் இருக்கும், முறையாக அறிவிக்கப்பட்ட, ஃபார்மல் தலைவர்கள் அனைவருக்குமே தனிப்பட்ட தலைமைப் பண்புகளில்லை என்று சொல்லிவிட முடியாது.

முன்னாள் குடியரசுத் தலைவர் அப்துல் கலாம் ஒரு 'ஃபார்மல்' தலைவர்தான். அதே சமயம், அவர் முந்தைய பல குடியரசுத் தலைவர்களிடமிருந்தும் பெரிதும் வேறுபட்டவராக இருந்தார் இல்லையா?

மக்கள் மீது அவருக்குப் பெரும் அபிமானமும், அதேபோல மக்களுக்கு அவரிடம் அபிமானமும் அன்பும் இருக்கிறது.

அவர் குடியரசுத் தலைவர் பதவியில் இருந்தபோதிலும் சரி, பிறகு பதவிக்காலம் முடிந்து மாணவர்கள் மத்தியில் கல்வி விழிப்புணர்வுக்காக நாடு முழுவதும் சுற்றுப் பயணம் மேற்கொண்டு சுற்றி வந்தபோதும் சரி, அவர் சொல்லும் வழி நடக்க எவ்வளவோ பேர் இருந்தார்கள். ஆக அவர் எப்போதும் ஓர் 'இன்ஃபார்மல்' தலைவரும் கூட.

ஆக 'ஃபார்மல்' தலைவர்களில் கூட 'இன்ஃபார்மல்' தலைவர்கள் உண்டு.

'இன்ஃபார்மல்' லீடர்களுக்கு சக்தியா?

ஆமாம்! அது உண்மைதான். பதவி பொறுப்புகள் இல்லாத பொழுதும்கூட இன்ஃபார்மல் தலைவர்களுக்கு ஒரு சக்தி இருக்கிறது. மற்றவர்களை ஆட்டுவிக்கிற, எண்ணங்களை வசப்படுத்துகிற, தான் சொல்கிறபடி மற்றவர்களைச் செய்ய வைக்கிற சக்தி இவர்களிடம் இருக்கிறது. அதனால்தான் தேர்ந்து எடுக்கப்படாவிட்டாலும், அறிவிக்கப்படாவிட்டாலும் கூட இவர்கள் தலைவர்கள்தான்.

அரசியலில், சமுதாயத்தில், குடும்பங்களில் இப்படிப்பட்டவர்கள் உண்டு. இவர்களுடைய கருத்துகளுக்கு மதிப்பிருக்கும். 'அவர்கள்' என்ன சொல்கிறார்கள் என்று மற்றவர்கள் கூர்ந்து கவனிப்பார்கள். அவர்கள் சொன்னதைக் கேட்டு அதன்படி நடப்பார்கள்.

இத்தகைய இன்ஃபார்மல் தலைமைக்கு ஓர் எடுத்துக்காட்டு நடிகர் ரஜினிகாந்த்.

சில ஆண்டுகளுக்கு முன்பு நடைபெற்ற தமிழகத் தேர்தலில், ரஜினிகாந்துக்கு அப்படி ஒரு 'பவர்' இருந்ததை நாம் கண்கூடாகப் பார்த்தோம். அவர் சொல்லுக்கு அவரது ரசிகர்களையும் தாண்டி மற்றவர்களிடமும் ஒரு influence இருந்தது உண்மை. அதேபோல பத்திரிகையாளர் சோவுக்கும் முன்பு (காமராஜர், எம்.ஜி.ஆர் காலத்தில்) படித்த மத்தியதர வர்க்கத்தினரிடையே செல்வாக்கு இருந்தது.

முன்னாள் தேர்தல் கமிஷனர் சேஷன், கிட்டத்தட்ட அப்படிப்பட்ட சக்தி பெற்றவராகச் சில காலம் கருதப்பட்டார்.

சர்வதேச கிரிக்கெட்டில் இருந்து விலகினாலும், இன்றும் கபில்தேவுக்கும், அதேபோல 'ஆக்டிவ்' சினிமாவிலிருந்து விலகிய பிறகும் அமிதாப் என்ற சொல்லுக்கும் ஒரு மரியாதையும் சக்தியும் இருக்கிறது.

'இன்ஃபார்மல்' தலைவர்களுக்குப் பதவிகள் இல்லாமலேயே செல்வாக்கு உண்டு.

சிலர் எவ்வளவு பெரிய பதவியில் இருந்தாலும்... அதனால் பயன் இல்லை. அவர்களிடம் இயற்கையான தலைமைப் பண்பும் அதனால் உண்டாகிற சக்தியும் இல்லாததால் அவர்களால் எழுச்சி உண்டாக்க முடியாது. அவர்களால் வழிகாட்டவும் முடியாது.

•

அத்தியாயம் 5

எதைச் செய்து முடிப்பதற்குத் தலைமை?

~

ஒரே இடத்திலிருந்து கட்டளைகள் வராமல் பல இடங்களிலிருந்தும் கட்டளைகள் வருமானால் என்ன ஆகும்! குழப்பம்தான் வரும். ஆகவே மொத்த ஆற்றலையும் ஒருங்கிணைக்க ஓர் ஆள் தேவை. அவன்தான் தலைவன்.

தலைமையில்தான் எத்தனை எத்தனை விதவிதமான தலைமைகள்! ஆச்சரியமாக இருக்கிறதல்லவா? செயல்படும் முறைகளில்தான் அவர்களுக்குள் எவ்வளவு வேறுபாடுகள்! சூழ்நிலைகளை வைத்து, மக்களின் புரிதலைப் பொறுத்து, இப்படி அப்படி என்று எவ்வளவு மாறுபட்டத் தலைமைகள்! அதில் பெரும்பாலானவற்றைப் பார்த்துவிட்டோம். இவை ஒருபுறம் இருக்கட்டும். வேறுபாடுகள் இருப்பதெல்லாம் சரிதான். ஏகப்பட்ட விதங்கள் இருப்பதுகூட ஒருபுறம் இருக்கட்டும். அதற்கு முன்னால், வேறு ஒரு விளக்கம் பார்க்கலாமா? எப்பொழுது தலைவன் தேவைப்படுகிறான்? எதைச் செய்வதற்காக தலைவன் உருவாகிறான்? இதைப்பற்றிப் பார்ப்போம்.

முன்பு தலைமை ஏன் முக்கியம் என்று பார்த்தோம். பிரச்னைகளைத் தீர்ப்பதற்காக மட்டுமல்ல, எதிர்காலத்தைத் தற்போதைய நிலையைவிட மேம்பட்டதாக ஆக்குவதற்கும் தலைவன் தேவை என்று பார்த்தோம்.

சரி, இதுதான் ஏற்கெனவே பார்த்தாயிற்றே இன்னும் வேறு என்ன? திரும்பவும் ஏன் அதைப் பார்க்கவேண்டும்?

இல்லை, இது சற்று வேறுபட்ட தகவல். நாட்டில் எவ்வளவோ நடக்கின்றன. எல்லாமே ஒரு தலைவன் வந்தபிறகுதானா நடக்கிறது? தலைவன் என்றோ தலைமை என்றோ, யாரும் ஒன்றும் இல்லாமலேயே செயல்கள் நடைபெறாதா என்ன? பதில் நமக்குத் தேவைதானே!

தலைவனின் பணி

திருவிழாக்களின்பொழுது தேர் பார்த்திருக்கலாம். பெரிய தேர். பெரிய மரச் சக்கரங்கள் பொருத்தப்பட்ட தேர். ஏகப்பட்ட எடையுள்ள தேர். அதிக உயரத்துடன் இருக்கும் தேர். நடுவில் அலங்காரம் செய்யப்பட்ட சாமி கம்பீரமாக வீற்றிருக்கும். திருவிழாவின்போது வீதிகள் வழியாக வலம் வரும் அந்தத் தேர்.

அவ்வளவு பெரிய தேர் நகர வேண்டும். நகர்ந்து, போகவேண்டிய தெருக்கள் இருக்கும் வழி எல்லாம் போய், இறுதியாகத் 'தேர் முட்டி'யை அடைய வேண்டும். சரிதானே?

அந்தத் திருவிழாக் கோலத்தில் கூட்டம் எப்படியிருக்கும்? தேரைச் சுற்றி மக்கள் கூட்டம். வயதானவர்கள், இளைஞர்கள், குழந்தைகள், பெண்கள், மேள தாளக்காரர்கள், கோவில் நிர்வாகத்தைச் சேர்ந்தவர்கள், அர்ச்சகர்கள், போலீஸ்காரர்கள், பலூன் விற்பவர்கள், பஞ்சு மிட்டாய் முதல் இன்னும் பலதும் விற்பவர்கள். 'கிண்கிணி' என மணியடித்தபடி வேகமாய்ச் சுழலும் குட்டி ராட்டினங்களில் சுற்றிக் கொண்டிருப்பவர்கள்.

சாமி கும்பிடுபவர்கள், வேடிக்கைப் பார்ப்பவர்கள், சளசளவென்று பேசிக்கொண்டு இருப்பவர்கள், எப்படியாவது எட்டித் தேரை ஒருமுறையாவது தொட்டுக் கண்ணில் ஒற்றிக்கொள்ள வேண்டுமென்று துடிப்பவர்கள், தேரை கொஞ்ச தூரம் இழுக்க விரும்புபவர்கள், தேரைத் தொடக்கம் முதல் இறுதிவரை இழுத்துக்கொண்டு போய், விட வந்திருப்பவர்கள்... இப்படி அவர்கள், இவர்கள் என்று பலவிதமான மக்கள்

பலவிதமான நோக்கங்களுடன் பெரும் எண்ணிக்கையில் வந்து குவிந்து இருப்பார்கள். இதனால் அந்த இடம் முழுவதும் எவ்வளவு இரைச்சலும் நெரிசலுமாக இருக்கும்.

குறிப்பிட்ட நேரத்தில் தேர் புறப்பட்டாக வேண்டும். அதற்குப் பலரும் சேர்ந்து தேரோடு இணைக்கப்பட்டிருக்கும் வடத்தை (கனமான கயிறு) பிடித்து இழுக்க வேண்டும். தொடர்ந்து தேரை இழுத்தபடி போய்க்கொண்டே இருக்கவும் கூடாது. குறிப்பிட்ட இடங்களில் ஓடிக் கொண்டிருக்கும் தேரைச் சரியாக நிறுத்தவும் வேண்டும்.

அந்த இடங்களில் தீப ஆராதனைகள், அர்ச்சனைகள் முதலியன முடிந்த பிறகு, தேரை மீண்டும் நகர்த்தி, அடுத்து வேறு ஓர் இடத்தில் போய் நிற்க வேண்டும். சில இடங்களில் அவ்வளவு பெரிய தேர் வலப்பக்கமாகவோ, இடப்பக்கமாகவோ சாலையில் திரும்ப வேண்டியிருக்கும். தேர் போக வேண்டியத் தெருக்களில் சில அகலமானதாக இருக்கும். தவிர, போகும் வழிகளில் விளக்குக் கம்பங்களுக்கு வரும் ஒயர்கள், மரங்கள், அவற்றின் தாழ்வான கிளைகள் என்று பலதும் குறுக்கிடலாம்.

தேரை நகர்த்துவது, நகர்ந்து கொண்டிருக்கும் தேரைக் குறிப்பிட்ட இடங்களில் சரியாக நிறுத்துவது, மீண்டும் அதை நகர்த்திச் செல்வது, பின்பு வேண்டிய திசையில் திருப்புவது என்று, எல்லாம் கடினமான வேலைகள்!

இந்தத் தேர் சென்றடைய வேண்டிய இடம்தான் 'இலக்கு' (Goal). அந்தத் தேரை பக்தர்களே இழுத்துச் செல்வது என்பது இலக்கை அடைவதில் ஒரு பகுதிதான். இந்தச் செயலை முடிப்பது ஒரு தலைவனின் செயலுக்கு ஒப்பானதாகும். இங்கே எப்படிப்பட்ட தொண்டர்கள் (Followers) இருக்கிறார்கள், அவர்களின் வகை என்ன என்று சற்றுமுன் பார்த்தோம். அவர்களுடைய பல்வேறு திறமைகளைப் பயன்படுத்தி அல்லது ஆசைகளைச் சமாளித்துத்தான், அந்தத் தேரை அந்தப் பொறுப்பு எடுத்துக் கொண்டவர்கள் செய்து முடிக்க வேண்டும்.

வருகிற பக்தர் கூட்டம் கட்டுப்பாடுள்ளதாக, சரியான நேரத்தில் சரியான இடத்தில் தேரை நிலையில் கொண்டு நிறுத்தும் ஆர்வமுடையதாக இருக்குமானால், பணி சுலபமாய் முடியும். குறைந்தபட்சம் அந்தத் தலைமைக்கு உறுதுணையாகக் கட்டுப் படுத்தும் சக்தியுள்ள, நல்ல எண்ணிக்கையிலான தொண்டர் படை இருந்தால்கூட, அந்த வேலை சுலபமாய் முடியும்.

தலைவன்தான் அங்குள்ளவர்களுக்கு ஆர்வமூட்ட வேண்டும் என்பதில்லை. வருகின்ற மக்களுக்கே அந்த ஆர்வம் இருக்கும். ஆக, அங்கு தலைவனின் வேலை சரியானவர்களை சரியான இடங்களில் வைப்பது, தேர் இழுப்பவர்களின் நடவடிக்கைகளை, ஆற்றல்களை தேவைக்கேற்றாற்போல் ஒருங்கிணைப்பது, சரியான கட்டளைகளைச் சரியான நேரத்தில், முறையான இடத்தில் சரியானவர்களுக்குப் பிறப்பிப்பது என்பவைதான்.

மேற்சொன்னவைகளைச் செய்ய குறிப்பிட்ட ஆள் இல்லா விட்டால், எவர் ஒருவரின் வழிநடத்தலும் அந்த நேரத்தில் இல்லாவிட்டால், ஒரே இடத்திலிருந்து கட்டளைகள் வராமல் ஆளுக்கு ஆள் என்று பல இடங்களிலிருந்தும் கட்டளைகள் வருமானால் அங்கே என்ன நடக்கும்? நிச்சயம் குழப்படிதான். மொத்த ஆற்றலையும் ஒருங்கிணைக்க, கட்டுப்படுத்த, எவர் எதை எப்பொழுது செய்ய வேண்டும் என்பதை முடிவு செய்ய ஓர் ஆள் அந்த இடத்தில் நிச்சயம் தேவைதானே? அப்படி அந்த இடத்தில் தேவைப்படுபவன்தான் தலைவன்.

ஆக ஓர் 'ஓட்டி'தான் (Driver) தலைவன். கார் அல்லது டிராக்டர் என்று அது எந்த வாகனமாக இருந்தாலும் சரி அவன் அவசியம். ஒரு வாகனத்தில் எல்லா பாகங்களும் சரியாக இயங்கினாலும் அவை சரியான திசையில், வேகத்தில் பிரச்னை இல்லாமல் ஓடுவதில்லை. ஓட்டுபவனின் திறமை, அனுபவம், லாகவம் ஆகியவற்றைப் பொறுத்து அவற்றின் ஓட்டம் அமையும்.

சரியான தலைமை செய்த மாயம்

தேர் என்ற ஓர் உதாரணத்துக்கு அடுத்து ஒரு தலைவனின் தேவையை வலுவாகப் புரியவைக்கக்கூடிய ஒரு சரித்திர நிகழ்வைப் பார்ப்போம். லூயி பிஷ்ஷர் எழுதிய *'The Life of Mahatma Gandhi'* புத்தகத்தில் அது அழகாக விவரிக்கப் பட்டுள்ளது.

வருடம் 1916. இடம் லக்னோ. காங்கிரஸ் மாநாடு நடைபெற்றுக் கொண்டிருக்கிறது. வெள்ளைக்காரர்கள் நம்மை அடிமைப்படுத்தி வைத்திருந்த காலம். வெள்ளையர்களுக்கு எதிர்ப்பிருந்தாலும், அது பெரிய பிரச்னையாக எழுச்சியடையாமல் இருந்த காலகட்டம் அது. மோகன்தாஸ் கரம்சந்த் காந்தி என்ற வழக்குரைஞர் தென் ஆப்பிரிக்காவுக்கு வக்கீல் தொழில் பார்க்கப் போய், நிற வேற்றுமையினால் அங்குள்ள ஆசியர்களுக்கு மிகச்

சாதாரண உரிமைகள்கூட மறுக்கப்பட்டதைப் பார்த்து, பலவிதப் போராட்டங்களை நடத்துகிறார். சத்யாக்கிரகம், அமைதி வழிப் போராட்டங்கள் என்று பல புதிய வழிமுறைகளைக் கையாண்டு அவற்றில் வெற்றியும் அடைகிறார்.

மீண்டும் இந்தியா வருகிறார் காந்தி. அப்போது அவருக்கு வயது 46. அது சமயம் கோபாலகிருஷ்ண கோகலேதான் இந்திய விடுதலைப் போராட்டத்தின் தலைவர். அவர் இறந்து விடுகிறார். தலைமையிடம் காலியாக இருக்கிறது.

அந்த நேரம்தான் லக்னோவில் காங்கிரஸ் மாநாடு நடக்கிறது. தென்னாப்பிரிக்காவில் வெள்ளையர்களின் அடக்குமுறைகளை எதிர்த்து ஓரளவு வெற்றி பெற்றிருந்த காந்தி அந்தக் கூட்டத்தில் கலந்து கொண்டு பேசுகிறார். ஒல்லியான உருவம். தலையில் பெரிய முண்டாசு. அவர் என்ன குரலை உயர்த்திப் பேசியும் அவர் பேசியது சரியாகக் கூடக் கூட்டத்தினருக்குக் கேட்கவில்லை. அவர் சொல்வதை வேறொருவர் திரும்ப எடுத்துச்சொல்ல வேண்டி இருந்தது. மொத்தத்தில் பெரிய அளவில் நம்பிக்கை தருபவராகவோ, இவ்வளவு பெரிய தேசத்தின் தலைமையை ஏற்று வெள்ளை சாம்ராஜ்யத்தை எதிர்க்கக் கூடியவராகவோ அப்போதைக்கு காந்தி தென்படவில்லை.

அந்த மாநாட்டில் கலந்துகொண்ட பலருள் காந்தியும் ஒருவர். அந்தச் சமயத்தில் ராஜ்குமார் சுக்லா என்ற ஒரு விவசாயி அவரிடம் வருகிறார். 'நான் ஓர் ஏழை விவசாயி. சாம்ரானில் இருந்து வருகிறேன். நீங்கள் எங்கள் மாவட்டத்துக்கு வரவேண்டும்' என்கிறார்.

அதுவரை அந்த இடத்தின் பெயரைக் கூட காந்தி கேள்விப்பட்ட தில்லை. அது எங்கோ பீகார் மாநிலத்தில், இமயமலை அடிவாரத்தில், நேபாளம் அருகே உள்ள இடம். அங்கே நிலப்பிரபுக்கள் விவசாயிகளுக்கு இழைக்கும் அநீதிகள் பற்றி எடுத்துச் சொல்லவே ராஜ்குமார் சுக்லா காங்கிரஸ் மாநாட்டுக்கு வந்திருக்கிறார். அதைப்பற்றி எவரிடம் சொல்லலாம் என்று அங்கிருந்த ஒரு சிலரிடம் விசாரித்தபோது, யாரோ காந்தியின் பெயரைச் சொல்லியிருக்கிறார்கள்.

ராஜ்குமார் சுக்லா பார்வைக்குத்தான் எளிமையானவரே தவிர திடமான மனஉறுதி கொண்டவர். காந்தி, தான் வேறு இடங் களுக்குப் போவதற்கு ஏற்கெனவே ஒப்புக் கொண்டிருப்பதை அவரிடம் எடுத்துச் சொன்னார். அதனால் பிறகு பார்க்கலாம்

என்றார். சுக்லா விட்டுவிடவில்லை. அதன்பின் காந்தி போன இடங்களுக்கெல்லாம் அவரும் விடாமல் பின்தொடர்ந்து சென்றிருக்கிறார். இது பல வாரங்கள் தொடர்ந்தது. சுக்லா விடாப்பிடியாக, 'எங்கள் சாம்ரானுக்கு நிச்சயம் நீங்கள் வர வேண்டும். தயவுசெய்து வாருங்கள்' என்று காந்தியிடம் தீவிரமாக மன்றாடினார். 'சரி, நான் இன்ன தேதிகளில் கல்கத்தா வருகிறேன். அங்கே வந்து என்னைப் பாருங்கள்' என்றார் காந்தி.

ஓரிரு மாதங்களில் கல்கத்தாவுக்குப் போனபோது அந்த இடத்துக்கு வெளியே பென்ச் ஒன்றில் ராஜ்குமார் சுக்லா அமைதியாக உட்கார்ந்திருப்பதைக் காந்தி கண்டார். கல்கத்தாவில் தன் வேலைகளை முடித்த காந்தி சுக்லாவுடன் பாட்னாவுக்கு ரயில் ஏறினார்.

பின்னர் இருவரும் பாட்னா சென்று இறங்கி வழக்குரைஞர் ராஜேந்திர பிரசாத் வீட்டிற்குச் சென்றார்கள். (பின்னால் குடியரசுத் தலைவர் ஆனவர்). அவர்கள் சென்று சேர்ந்த நேரம் ராஜேந்திர பிரசாத் ஊரில் இல்லை. ஆனால் சுக்லாவை, அங்கிருந்த பணியாளர்களுக்குத் தெரியும். அதனால் தங்க அனுமதித்தார்கள். உடன் வந்திருந்த காந்தியை சுக்லாவுடன் வந்திருக்கும் இன்னொரு விவசாயி என்று நினைத்து அவருடன் தங்க அனுமதித்தனர். ஆனால் அவர்களின் கிணற்றில் இருந்து தண்ணீர் எடுக்கக் காந்தியை அவர்கள் அனுமதிக்கவில்லை.

இடைப்பட்ட நேரத்தில், காந்தி முசாபர்பூர் போய் விவசாயிகளின் நிலைமையை நேரில் கண்டறிய முடிவு செய்தார். அதற்காக முசாபர்பூர் கலைக் கல்லூரியிலிருந்த பேராசிரியர் கிருபளானிக்குத் தந்தி கொடுத்தார். தாகூரின் சாந்தி நிகேதன் பள்ளியில் கிருபளானியை ஏற்கெனவே காந்தி சந்தித்திருக்கிறார்.

இரவில் காந்தி முசாபர்பூருக்கு ரயிலில் வந்து இறங்குகிறார். கிருபளானி பெருந்திரளான மாணவர்களுடன் வந்து முசாபர்பூரில் காந்திக்காகக் காத்திருக்கிறார். முசாபர்பூரில் காந்தி இரண்டு நாள்கள் தங்குகிறார். காந்தி அங்கு வந்திருக்கும் தகவலும், விவசாயிகளுக்கு இழைக்கப்படும் அநீதிகளை எதிர்த்து அவர் போராடப் போகிறார் என்கிற செய்தியும் முசாபர்பூர் மற்றும் சாம்ரானுக்குள் பரவுகிறது.

தங்களுக்காகப் போராட வந்திருக்கும் காந்தியைப் பார்க்க விவசாயிகள் கால்நடையாகவும், கிடைத்த வாகனங்களில்

ஏறியும் வருகிறார்கள். அந்த ஊர் வழக்குரைஞர்கள் தாங்கள் இது சம்பந்தமாக நீதிமன்றங்களுக்கு எடுத்துச் சென்ற வழக்குகளின் விபரங்களைப் பற்றிக் காந்திக்குச் சொல்கிறார்கள்.

நிலப்பிரபுக்களால் நசுக்கப்பட்டு, பயந்து போயிருந்த அந்த விவசாயிகள் நீதிமன்றத்துக்குப் போயும் பலன் இருக்காது என்று காந்தி நினைத்தார். முதலில் அவர்கள் பயத்தை விட்டொழிக்க வேண்டும் என்று அவருக்குப் பட்டது.

சாம்ரான் மாகாணத்திலிருந்த பெரும்பாலான விளைநிலங்கள், பெரும் எஸ்டேட்டுகளாகப் பிரிக்கப்பட்டு, வெள்ளையர்கள் வசம் இருந்தன. அவற்றை இந்தியர்கள் குத்தகைக்கு எடுத்து விவசாயம் செய்து கொண்டிருந்தனர். குத்தகைப் பணத்திற்குப் பதிலாக அவர்கள் நிலத்தின் 15 சதவிகிதப் பகுதியில் இண்டிகோ எனப்படும் செடியை வளர்த்து மொத்தத்தையுமே முதலாளி களிடம் கொடுத்துவிட வேண்டும் என்பது நீண்டகால ஒப்பந்த அடிப்படையில் நடந்து வந்த நிகழ்வு.

தற்செயலாக அந்த நேரம் ஜெர்மனியில் அதே இண்டிகோவுக்குச் செயற்கையான மாற்றுக் கண்டுபிடித்து விட்டார்கள். அதனால் இயற்கையாக விளையும் இண்டிகோவின் மவுசு குறைந்தது. அதனால் ‘இண்டிகோ பயிரிட்டது போதும், இந்த 15 சதவிகித ஒப்பந்தம் வேண்டாம். அதிலிருந்து உங்களை விடுவித்து விடுகிறோம். அதற்காக நீங்கள் எங்களுக்கு நஷ்ட ஈடு கொடுக்க வேண்டும்’ என்றார்கள் வெள்ளையர்கள்.

தங்கள் நிலத்தில் பயிரிடுவதில் 15% பங்கு இண்டிகா பயிரிடுவது என்பது பெரும் தொல்லையாக மட்டுமின்றி அதில் மேலும் பல சங்கடங்கள் இருந்தன. அதிலிருந்து மீளக் கிடைத்திருக்கும் நல்ல வாய்ப்பு இது எனக் கருதிய, பல விவசாயிகளும், நஷ்ட ஈட்டு ஒப்பந்தத்தில் சந்தோஷமாகக் கையெழுத்திட்டார்கள். அதை ஏற்க மறுத்த ஒரு சிலர் நீதிமன்றங்களை நாடினார்கள். நிலப்பிரபுக்களோ கூலிப்படைகளை அமர்த்தி விவசாயிகளை மிரட்டிக் கையெழுத்து வாங்கினார்கள். தாங்கள் பணம் கொடுப்பதாக ஒப்புக்கொண்டு கையெழுத்து போட்ட பிறகுதான் செயற்கை இண்டிகோ கண்டுபிடிக்கப்பட்டிருப்பது பற்றி அந்த விவசாயிகளுக்குத் தெரிய வந்தது. அதனால் நஷ்ட ஈட்டுப் பணத்தைத் திரும்பக் கொடுக்கச் சொல்லி அந்த விவசாயிகள் தங்கள் முதலாளிகளிடம் கேட்டுக் கொண்டிருந்தார்கள். இந்த நேரம்தான் காந்தி சாம்ரான் வந்திருந்தார்.

காந்தி முதலில் இதுபற்றிய நிலப்பிரபுக்கள் அமைப்பின் (British Landlords Association) செயலாளரைப் பார்த்து விவரங்களைக் கேட்டார். வெளியாட்களுக்கு இதுபற்றி விவரங்களைத் தரமுடியாது என்றார் அந்த வெள்ளைக்காரச் செயலாளர்.

அடுத்து திர்ஹட் பிரிவின் பிரிட்டிஷ் கமிஷனரைப் போய்ப் பார்த்தார் காந்தி. அந்தக் கமிஷனர் காந்தியை விரட்டியது மட்டுமல்ல, திர்ஹட்டை விட்டு காந்தி உடனே வெளியேற வேண்டும் என்று அறிவுறுத்தினார். ஆனால் காந்தி வெளியேற வில்லை. மாறாக சாம்ரான் மாகாணத்தின் தலைநகரான மோட்டிஹரிக்குச் சென்றார். அவருடன் சேர்ந்து பல வழக்குரைஞர்களும் அங்கு சென்றனர். அவர் ரயிலில் சென்று இறங்கியபொழுது அங்கு பெருந்திரளான மக்கள் ரயிலடிக்கு வந்திருந்து அவரை வாழ்த்தினர். அவர் அங்கு தங்கியபடியே வீடு வீடாகச் சென்று விவரங்கள் சேகரித்தார்.

அதுசமயம் ஒரு விவசாயி கொடுமைப்படுத்தப்பட்டதாக அறிந்து அந்த விவசாயியைப் பார்ப்பதற்காக யானை மீது ஏறிப் போனார் காந்தி. பாதிதூரம் போவதற்குள் போலீஸ் சூப்பிரண்டினுடைய தடையுத்தரவுச் செய்தி அவரிடம் அளிக்கப்பட்டது. காந்தியைக் காரில் அழைத்துப் போய் அவரிடம் சாம்ராணை விட்டு உடனே வெளியேறும் அதிகாரபூர்வ அறிவிப்பை அவர்கள் கொடுத்தார்கள்.

காந்தி அதைப் பெற்றுக்கொண்டதற்காகக் கையெழுத்திட்ட ரசீதுப் புத்தகத்தில், தான் அந்த உத்தரவை மீறப் போவதாகத் தெளிவாக எழுதினார். இதனால் அடுத்த நாள் அவர் நீதி மன்றத்தில் ஆஜராக வேண்டும் என்று சம்மன் வழங்கப்பட்டது.

அன்று இரவு முழுவதும் காந்தி விழித்திருந்தார். ராஜேந்திர பிரசாத்துக்குத் தந்தி கொடுத்தார். சக்திமிக்கப் பெரிய மனிதர்களுடன் உடனே வரவும் என்றும், இடைப்பட்ட காலத்தில் தன்னுடைய ஆசிரமத்துக்கு அவர் என்னென்ன செய்யவேண்டும் என்றும் எழுதியனுப்பினார். பிரிட்டிஷ் அரசின் வைசிராய்க்கும் முழு விவரங்களையும் எழுதி அனுப்பினார்.

மறுநாள் காலை மோட்டிஹாரி டவுன் முழுவதிலும் இருந்த விவசாயிகள் ஒன்றாகக் குழுமினர். அவர்களுக்குத் தென்னாப்பிரிக்காவில் காந்தி செய்த போராட்டங்கள் பற்றித் தெரியாது. ஆனால் தங்களுக்கு உதவ வந்த காந்திக்கு அதிகாரிகளால் சிரமம் ஏற்பட்டுள்ளது என்பது மட்டும் புரிந்தது.

இந்தத் தகவலால் இயற்கையாக உந்தப்பட்ட விவசாயிகள் நீதிமன்ற வளாகத்தைச் சுற்றி ஆயிரக்கணக்கில் கூடிப் போராட்டத்தில் ஈடுபட்டனர். இது பிரிட்டிஷ் அரசு பற்றி அவர்கள் இதுவரை கொண்டிருந்த பயத்திலிருந்து விடுதலை பெறத் தொடங்கியதைக் காட்டியதாக காந்தி நினைத்தார்.

காந்தியின் ஒத்துழைப்பு இல்லாததால் அரசு அதிகாரிகள் சக்தியற்றவர்களாகத் தெரிந்தார்கள். அவர்களால் அங்கு கூடியிருந்த கூட்டத்தைக் கட்டுப்படுத்த முடியவில்லை. பின்பு அந்தக் கூட்டத்தை அமைதிப்படுத்தவும், முறைப்படுத்தவும் காந்தி, அதிகாரிகளுக்கு உதவினார். காந்தி அந்த இடத்தில் தன்னடக்கத்துடனும், நட்புணர்வுடனும் நடந்து கொண்டார். இதுவரை எதிர்ப்பின்றி ஏற்றுக்கொள்ளப்பட்ட பிரிட்டிஷ்காரர்களின் அதிகாரத்தை இந்தியர்களால் மறுக்கமுடியும் என்பதை காந்தி அப்போது நிரூபித்துக் காட்டினார்.

அரசு பயந்து போனது. பிராசிக்யூட்டர் எனப்படும் அரசுத்தரப்பு வழக்குரைஞர் வழக்கை விசாரிப்பதைத் தள்ளிப்போடச் சொல்லி நீதிபதியைக் கேட்டுக் கொண்டார். அவர் தங்கள் மேலதிகாரிகளைக் கலந்து ஆலோசித்து முடிவெடுக்க விரும்பினார். மொத்தத்தில் அங்கு குழப்பம் நிலவியது.

வழக்கு விசாரணை தாமதமாவதற்குக் காந்தி எதிர்ப்புத் தெரிவித்தார். தான் குற்றவாளிதான் என்பதை எழுதி வைத்து நீதிமன்றத்தில் வாசித்தார். ‘மனிதாபிமானத்துடன் கூடிய ஒரு தேசியக் கடமையைத் தான் செய்ய வேண்டியிருப்பதால், தான் சட்டத்தை மீறும் செயலைச் செய்து ஒரு தவறான முன்னுதாரணத்தைச் செய்ய வேண்டியிருக்கிறது’ என்று எடுத்துச் சொன்னார்.

‘என்னைச் சாம்ரானை விட்டு வெளியேறச் சொல்லும் சட்டப் படியான ஆர்டரை நான் மதிக்கக் கூடாது என்பதற்காக அதை மீறவில்லை. அதைவிட மேலான என் மனசாட்சி சொல்வதைக் கேட்க வேண்டும் என்பதால்தான், சாம்ரானை விட்டு வெளியேற மறுக்கிறேன்’ என்றார். ‘அதற்கு என்ன தண்டனையோ அதைத் தாருங்கள்’ என்றும் கேட்டார்.

இதைக் கேட்ட நீதிபதி, தான் இன்னும் இரண்டு மணி நேரத்தில் தீர்ப்புச் சொல்வதாகச் சொல்லி, அந்த 120 நிமிடங்களுக்கு ஜாமீனில் வெளியேவிட வேண்டிக் கொள்ளுங்கள் என்று காந்தியிடம் கூறினார். ஆனால் காந்தி ஒப்புக்கொள்ளவில்லை.

மறுத்தார். ஆனால் நீதிபதிக்கு கால அவகாசம் தேவைப்பட்டது. அதனால் காந்தி கேட்காமலேயே, பெயில் விண்ணப்பம் இல்லாமலேயே நீதிபதி காந்தியை இரண்டு மணி நேரம் வெளியே விட்டார். கோர்ட் மீண்டும் கூடியபொழுது, தீர்ப்பு வர இன்னும் பல நாள்களாகும் என்றும், அதுவரை காந்தி சுதந்திரமாக இருக்கலாம் என்றும் நீதிபதி கூறினார்.

ராஜேந்திர பிரசாத், பிரிஜ்கிஷ்ஷோர்பாபு, மௌலானா பாஸ்ஹாருன் ஹக் மற்றும் வேறு பல பெரிய வழக்குரைஞர்களும் பீகாரிலிருந்து இந்த விசாரணைக்காக வந்திருந்தார்கள். பின்னர் அறிவிக்கப்பட இருக்கும் தீர்ப்பு என்னைச் சிறையில் அடைக்க வேண்டும் என்பதாக இருந்தால் நீங்கள் என்ன செய்வீர்கள் என்று அவர்களைப் பார்த்துக் கேட்டார் காந்தி. 'ஏன்? உங்களுக்கு உதவவும், உங்களைச் சிறையில் போடாமல் இருக்கத் தேவையான வழிமுறைகளைச் சொல்லவும்தான் நாங்கள் இங்கு வந்து இருக்கிறோம். ஒருக்கால் உங்களை ஜெயிலில் போட்டு விட்டால், அதன்பிறகு எங்களுக்கு இங்கு என்ன வேலை? எங்கள் ஊர்களுக்குத் திரும்பிப் போய்விடுவோம்' என்று சொன்னார் ஒரு மூத்த வழக்குரைஞர்.

'விவசாயிகளுக்கு இழைக்கப்படும் அநீதிக்கு என்ன தீர்வு?' என்று அவர்களிடம் திருப்பிக் கேட்டார் காந்தி. இந்தக் கேள்வியால் சற்று அதிர்ந்துபோன அவர்கள், அதுபற்றிக் கலந்து பேசுவதற்காக அங்கிருந்து நகர்ந்தார்கள். 'காந்தி நமது மாகாணத்தைப் பொறுத்த வரை ஒரு வெளியாள். அவரே இந்த விவசாயிகள் பொருட்டு சிறை செல்லத் தயாராக இருக்கிறார். ஆனால் இதே இடத்தைச் சேர்ந்த நாம், இவர்களுக்காக வழக்காடியதாகவும் உதவியதாகவும் சொல்லிக் கொள்ளும் நாம், இவர்களை இப்படியே விட்டுவிட்டு போனால், அது நமக்கு அவமானம் தானே?' இப்படிப் போனது அவர்களது சிந்தனை.

அவர்கள் திரும்பவும் காந்தியிடம் வந்தார்கள். 'உங்களுக்கு சிறை தண்டனை அறிவிக்கப்பட்டால் உங்களோடு நாங்களும் சிறை புகுவோம்' என்றார்கள். உடனே 'சாம்ரான் போர் வெற்றியடைந்து விட்டது' என்று தன்னை மறந்து கத்தினார் காந்தி. பிறகு அவர் ஒரு காகிதத்தை எடுத்து அதில் யார் யார் கைதாக வேண்டும் என்று பெயர்களை எழுதினார். பல நாட்களுக்குப் பிறகு காந்திக்கு நீதிபதியிடமிருந்து ஒரு கடிதம் வந்தது. அதில் 'லெப்டினன்ட் கவர்னர் உங்கள் மீதிருந்த வழக்கைத் தள்ளுபடி செய்துவிட்டார்' என்று எழுதியிருந்தது.

இது விவசாயிகள் போராட்டத்தில் காந்திக்கு கிடைத்த முதல் வெற்றி. இதன்பிறகு காந்தியும் மற்ற வழக்குரைஞர்களும் சுமார் 10,000 விவசாயிகளின் குறைகளைப் புகார்களாக எழுதினார்கள். அதற்கான ஆதாரங்கள், ஆவணங்களைத் திரட்டினார்கள். நிலச் சுவான்தார்களுக்குத் தங்கள் எதிர்ப்புகளைத் தெரிவித்தார்கள். அந்தப் பிராந்தியம் முழுவதுமே இத்தகைய செயல்பாடுகளால் அல்லோகல்லோலப்பட்டது.

அந்த ஜூன் மாதம், சர் எட்வர்டு கெயிட் என்ற லெப்டினன்ட் கவர்னரைப் பார்க்குமாறு காந்திக்கு உத்திரவிடப்பட்டது. அதற்கு முன் காந்தி தன்னுடைய முக்கியக் கூட்டாளிகளைச் சந்தித்தார். தான் சிறையில் அடைக்கப்பட்டால், ஒத்துழையாமையை எந்த வகையில் பின்பற்ற வேண்டும் என்பது பற்றிய விவரமான திட்டங்களைத் தீட்டினார்.

மொத்தத்தில் நான்கு முறை அவர் கவர்னரைச் சந்தித்தார். விவரங்களை எடுத்துச் சொன்னார். இதன் விளைவாக இண்டிகோவைப் பங்கு முறையில் விளைவிக்கும் விவசாயிகளின் நிலைமை குறித்து விசாரிக்க ஓர் அதிகாரப் பூர்வமான கமிஷனை பிரிட்டிஷ் அரசு நியமித்தது.

அந்தக் கமிஷனில் நிலப்பிரபுக்களின் சார்பாகவும், அரசு சார்பாகவும் சிலர் இடம் பெற்றிருந்தனர். விவசாயிகளின் சார்பாக ஒரே ஒருவர் மட்டும்தாம் இடம்பெற்றிருந்தார். அவர் காந்தி. தொடக்கத்தில், சில நாட்களே ஆகும் போலத் தெரிந்த சாம்ரான் விவசாயிகளின் விஷயம் ஏழு மாதங்கள் வரை தொடர்ந்தது. பின்பு விட்டுவிட்டு பல நாட்கள் என மொத்தம் ஒரு வருட காலம் விசாரணை கமிஷன் செயல்பட்டது. பல விஷயங்கள் இதனால் வெளியே தெரிய வந்தன. நிலப்பிரபுக்களின் சுரண்டலை உலகத்துக்கு அம்பலப்படுத்தின. நிலப்பிரபுக்கள் தாங்கள் விவசாயிகளிடம் வசூலித்த தொகைகளைத் திருப்பித்தர ஒப்புக் கொண்டனர்.

தாங்கள் அநியாயமாக வசூலித்த மொத்தத் தொகையையும் திருப்பித் தர வேண்டுமென காந்தி சொல்வார் என அவர்கள் பயந்தார்கள். காந்தியோ அவர்கள் கொடுக்க வேண்டிய தொகையில் பாதியைத்தான் திருப்பிக் கேட்டார். அவர்கள் கால்வாசி தருகிறோம் என்றார்கள். அவர் அதற்கும் சரி என்றதும் அவர்களே ஆச்சரியப்பட்டுப் போனார்கள். உடனடியாகத் திருப்பித் தருவதாக ஒப்புக் கொண்டார்கள்.

‘எவ்வளவு தொகையை அவர்கள் திருப்பித் தந்தார்கள் என்பது இங்கே முக்கியமல்ல. விவசாயிகளிடம் வசூலித்ததை நிலப்பிரபுக்கள் திருப்பிக் கொடுப்பதன் மூலம் அவர்கள் பணத்தை மட்டும் திருப்பித் தரவில்லை. இதன்மூலம் அவர்கள் தங்களின் வறட்டுக் கௌரவத்தை விட்டுக் கொடுக்கிறார்கள். இதன்மூலம் நிலப்பிரபுக்களும் சட்டத்துக்கு உட்பட்டவர்கள் தான் என்பதும், விவசாயிகளால் அவர்களை எதிர்த்துப் போராடமுடியும் என்பதையும், அதில் அவர்கள் வெற்றி பெறமுடியும் என்பதையும் விவசாயிகள் அனுபவ பூர்வமாகக் கற்றுக் கொண்டிருக்கிறார்கள். அதுதான் முக்கியம்’ என்றார் காந்தி.

காந்தி எடுத்த நிலைப்பாடு சரிதான் என்பது சில வருடங் களிலேயே தெரியவந்தது. பிரிட்டிஷ்காரர்கள் தங்கள் நிலங்களை விட்டுவிட்டார்கள். அவை விவசாயிகளிடமே திரும்பி வந்தன. பகிர்ந்து கொள்ளும் முறையில் இண்டிகோ பயிரிடப்படுவதும் அத்தோடு மறைந்தது.

இந்தச் சாம்ரான் நிகழ்வு தன் வாழ்க்கையில் ஏற்பட்ட முக்கியத் திருப்பம் என்றார் காந்தி. ‘நான் மிகச் சாதாரணமானதொரு செயலைத்தான் செய்தேன். என்னை, என் தாய்நாட்டில் எப்படியிருக்க வேண்டுமென்பதற்கு பிரிட்டிஷார் கட்டளையிட முடியாது என்பதைத்தான் அவர்களுக்கு இதன்மூலம் அறிவுறுத்தினேன்’ என்றார். இப்படியாக இந்தப் பிரச்னை முடிந்த பிறகு, காந்தி பிஜி தீவுகளுக்குச் சுற்றுப்பயணம் மேற்கொள்ள முடிவெடுத்து அங்கு கிளம்புகிறார்.

சார்லஸ் பிரீர் ஆண்டுரூஸ் என்ற ஆங்கிலேயர் காந்தியின் மீது அதிக ஆர்வம் கொண்டவர். காந்தி சாம்ரான் வந்தபோது, அவரும் வந்திருந்தார். வேலை முடிந்து கிளம்பிய காந்தியை வழியனுப்பி வைக்க ஆண்டுரூஸூம் வருகிறார்.

காந்தி கிளம்பிப்போன பிறகு ஆண்டுரூசாவது தங்களுடன் தங்கி இருந்தால் நன்றாக இருக்கும் எனச் சாம்ரானிலுள்ள மற்றவர்கள் நினைக்கிறார்கள். ஆண்டுரூசுக்கும் அங்கு தங்கியிருந்து அந்த விவசாயிகளுக்குத் தொடர்ந்து பணியாற்ற விருப்பம்தான்.

காந்தி இதைக் கடுமையாக எதிர்க்கிறார். ‘ஒரு வெள்ளையர் நம் பக்கம் இருப்பதன் மூலம் நாம் பலம் பெறமுடியும் என்று நினைக்கிறீர்களா? இது உங்கள் மனதின் பலவீனத்தைத்தான் காட்டுகிறது. முதலில் நீங்கள் உங்கள்மீது நம்பிக்கை கொள்ள வேண்டும்’ என்றார்.

இதுபற்றிக் கருத்துத் தெரிவிக்கையில் 'காந்தியின் இந்தக் கேள்விக்கு எங்களிடம் பதிலில்லை. அவர் சொன்னதிலிருந்த உண்மை எங்களைச் சுட்டது. இதன்மூலம் சுயசார்பை காந்தி எங்களுக்குக் கற்றுக் கொடுத்தார்' என்றார்கள் அந்த ஊர்ப் பெரிய மனிதர்கள்.

தலைமை செய்த மாயம்

ஒரு சிறந்த தலைமை எப்படிச் செயல்பட வேண்டும் என்று தெரிந்துகொள்ள இது சிறந்த உதாரணம் இல்லையா?

இந்தச் சம்பவத்தின் தொடக்க நிகழ்வுகளை கவனித்திருப்பீர்கள். மோகன்தாஸ் காந்தி என்ற தனி மனிதனுக்கு அந்தச் சமயத்தில் பெரிய சக்தி இல்லை. அவரை பிரிட்டிஷ் அரசு அதிகாரிகள் அலட்சியம்தான் செய்திருக்கிறார்கள். கண்டுகொள்ளவில்லை. சாம்ரான் மாகாண மக்கள், பிரிட்டிஷ் மற்றும் உள்ளூர் நிலச்சுவான்தார்களின் அடக்கு முறைகளுக்கு அதுவரை பயந்து கொண்டுதான் இருந்திருக்கிறார்கள். அங்கே சுரண்டல் தாராளமாகச் சுதந்திரமாக நடந்து இருக்கிறது. அதனால் விவசாயிகளிடம் வருத்தமும் குமைச்சலும் இருந்திருக்கிறது. ஆனால் 'அடக்குமுறை பிரிட்டிஷ் அரசை எதிர்த்து நாம் ஏதும் செய்யமுடியாது. இதுதான் நமது தலைஎழுத்து' என்று வெறுமனே மனதுக்குள் புழுங்கிக் கொண்டிருந்திருக்கிறார்கள்.

சுக்லா இந்தப் பிரச்னையை உணர்கிறார். ஏதாவது செய்து அதைத் தடுக்கவேண்டும் என்று நினைக்கிறார். ஆனால் அவரால் ஏதும் செய்யமுடியாது. ஏன் என்றால் அவரிடம் தலைவனுக்கான குணங்கள் இல்லை. பிரச்னையைத் தீர்க்க தகுந்த தலைவனைத் தேடுகிறார்; அவர் விடாமுயற்சிக்காரர். காந்தி பற்றிக் கேள்விப் படுகிறார். தொடர்ந்து முயன்று காந்தியின் கவனத்தைக் கவர்ந்து அவரிடம் பிரச்னையை ஒப்படைக்கிறார். காந்தி வருகிறார்.

அதுவரை சாம்ரான் மாகாணத்தில் நிலவிய இண்டிகோ பிரச்னை பற்றி ஏதும் தெரியாத காந்தி வந்ததும் 'எடுத்தோம் கவிழ்த்தோம்' என்று போராட்டத்தில் குதித்து விடவில்லை. அதைப்பற்றிய தகவல்களைச் சேகரித்தார். அவசரம் காட்டவில்லை, பதற்றப்பட வில்லை.

உள்ளூர்ப் பெரிய மனிதர்களை அந்தப் பிரச்னையைத் தீர்த்து வைக்கும் முயற்சியில் ஈடுபடுத்த விரும்புகிறார். தானே, தனியே செய்து தனிப்புகழ் அடைய நினைக்கவில்லை. அவர்களைத்

தன்னுடன் சேர்ந்து செயல்பட வருமாறு அழைக்கிறார். அவர்களும் வருகிறார்கள். இடையில் பல சிரமங்களுக்கு உள்ளாகிறார். அவருடைய தன்னலமற்ற உழைப்பு எளிய விவசாயிகளின் உணர்வுகளைத் தொடுகிறது, தூண்டுகிறது. அதுவரை வாய் மூடி மௌனமாக, தங்களின் சிரமங்களைப் பொறுத்துக் கொண்டிருந்த விவசாயிகள் தங்களுக்கு உதவ வந்த ஓர் எளிமையான மனிதருக்குச் சிரமம் உண்டாகிறது; அதுவும் தங்களின் பொருட்டு ஏற்படுகிறது என்றதும் கோபப் படுகிறார்கள். பெரும் எண்ணிக்கையில் கூடுகிறார்கள். அது பிரிட்டிஷாருக்கு அதிர்ச்சியைத் தருகிறது. அதன்பிறகு நிலைமை அவர்களாலே சமாளிக்க முடியாததாகவும் ஆகிறது.

அங்கும் காந்தியின் நடவடிக்கைகள் கவனிக்கத்தக்கவையாக இருக்கின்றன. அவர் கூட்டத்தைக் கலைந்து போகச் சொல்ல வில்லை. அதே சமயம் அவர் அந்தக் கூட்டத்தின் உணர்வுகளைத் தற்காலிகமாக அரசுக்கு எதிராகத் திருப்பிவிட்டு, அதனால் எந்தப் பிரபல்யமோ குறுகிய காலப் பலனோ அடைய காந்தி நினைக்கவில்லை. அவர்கள் ஒரு கூட்டமாய்க் கூடிய தைரியம் அவருக்கு மகிழ்ச்சியை அளிக்கிறது. அந்தப் படிப்பறிவில்லாத ஏழை மக்கள், வெள்ளையர் அரசை பயமில்லாமல் எதிர்க்க முன் வந்ததையே அவர், பெரிய வெற்றியாக நினைக்கிறார். இருந்தும் ‘குழம்பிய குட்டையில் மீன்பிடிக்க’ நினைக்காமல், எதிர் பாராமல் கூடிய பெரும் கூட்டத்தை, கட்டுப்படுத்த முடியாமல் திணறிய சொற்ப எண்ணிக்கையில் இருந்த பிரிட்டிஷ் அரசு அதிகாரிகளுக்கு உதவுகிறார். கூட்டத்தை ஒழுங்குபடுத்த ஒத்துழைக்கிறார். இப்படி நடந்து கொண்டதால் அங்கிருந்த பிரிட்டிஷார் மதிப்பில் அவர் எவ்வளவு உயர்ந்து நிற்கிறார் பாருங்கள்!

தன்னுடைய நேர்மையாலும், வெளிப்படையான, தைரியமான தன்னலமற்றச் செயல்களாலும் பிரிட்டிஷ் அரசைத் திணற அடித்து, அவர்களே இவர் மேல் போட்டிருந்த வழக்குகளைத் தள்ளுபடி செய்ய வைக்கிறார். இந்நிகழ்வையெல்லாம் பார்த்துக் கொண்டிருக்கும் இந்தியர்கள் மனதில் இவை பெரிய தைரியத்தையும், மாற்றத்தையும் ஏற்படுத்துகின்றன. அவர்கள் பொருட்டு, தான் சிறை செல்லத் தயார் என்று முடிவெடுப்பதன் மூலம் உள்ளூர்த் தலைவர்களையும் சிந்திக்க வைத்து, அவர்களையும் பிரச்னையில் முழுமையாக ஈடுபட வைக்கிறார்.

தலைவன் என்றால் மற்றவர்களின் எண்ணத்தை மாற்றி (Influence செய்து) தான் நினைப்பதைச் செய்ய வைப்பதுதான். அதற்கு என்னவெல்லாம் செய்ய வேண்டும் என்று கேட்டால், சுலபமாக, ‘காந்தி செய்ததைப்போல’ என்று ஒரு வரியில் சொல்லிவிடலாம். மக்கள் சக்தியைத் திரட்டுவதில் காந்திக்கு நிகர் காந்திதான். தென்னாப்பிரிக்காவில் அதைத்தான் அவர் செய்தார். சாம்ரானில் என்ன நடந்தது என்பதையும் பார்த்தோம். பின்னால் வெள்ளையனே வெளியேறு போராட்டத்தின் போதும், உப்புச் சத்தியாகிரகத்தின்போதும் காந்தியே, மாபெரும் மக்கள் இயக்கங்கள் தோன்றி போராட காரணமாக இருந்தார்.

அனைவரையும் பாதிக்கக்கூடிய, எல்லோரும் சுலபமாகப் புரிந்துகொள்ளக்கூடிய ஒரு விஷயத்தை எடுத்துக் கொள்வது, தொடர்ந்து அதைப் பற்றி எழுதுவது, அதைக் கொஞ்சம் நாடகத்தனமாகத் தேவையான அளவுக்கு நீட்டிச் செய்வது. இதுதான் அவர் பாணி.

அவர் வேதாரண்யத்தில் ஒரு பிடி உப்பு எடுத்தது, இந்தியாவை மட்டுமல்ல இங்கிலாந்தை மட்டுமல்ல, உலகத்தையே திரும்பிப் பார்க்க வைத்தது என்றால் அது மிகையல்ல. நடையாய் நடந்து, போகும் வழியெல்லாம், மக்களைச் சந்தித்து, அவர்களிடம் பிரச்னைகளை விளக்கிச் சொல்லி, அவ்விஷயங்கள் பத்திரிகைகளில் தொடர்ந்து வெளியிடப்பட்டு, அவர் போகும் வழியெல்லாம் அந்தந்த ஊர்களில் வாழ்கின்ற மக்கள் எல்லாம் அவருடன் சேர்ந்து கொண்டு, நாட்கள் ஆக ஆக வெளிநாட்டுப் பத்திரிகையாளர்களும், ஆர்வத்துடன் வந்து அவருடன் சேர்ந்துகொள்ள, இதற்கு என்ன முடிவு கிடைக்கும் என்பதில் சம்பந்தப்பட்ட அனைவருக்குமே பெரிய ஆர்வம் வந்துவிட்டது.

உப்பு எடுப்பதை அவர் சபர்மதி ஆசிரமத்தில் இருந்து ஒரு ரயிலில் கிளம்பிப் போய் உடனடியாக செய்திருக்கலாம். அவர் நோக்கம் அதுவல்ல. மக்களைக் கிளர்ந்தெழச் செய்யவேண்டும். மக்கள் சக்தியை அடக்குமுறை வெள்ளை அரசுக்கு எதிராகத் திருப்பிவிட வேண்டும். அதுதான் அந்தத் தலைவனின் நோக்கமாக இருந்திருக்கிறது.

சாம்ரானிலுள்ள மக்களையும் அவர்கள் தங்கள் பலத்தை உணரும்படி செய்து தங்கள் பிரச்னைகளைத் தீர்ப்பதற்கு அவர்களே பொறுப்பேற்கும் வண்ணம் செய்துவிடுகிறார்.

இதற்குத்தான் தலைவன்

ஆக ஏதோ ஒரு விஷயத்தை செய்துமுடிக்க, வென்றெடுக்க இயக்கங்கள் தேவைப்படுகின்றன. அவற்றைச் செய்துமுடிக்க சம்மந்தப்பட்ட, பாதிக்கப்பட்ட மக்கள் இருப்பார்கள். ஆனால் அவர்களைத் தூண்டி, ஒன்றுசேர்த்து, நகர்த்தி, தேவைப்படும் அளவுக்கு மட்டுமே செயல்பட வைப்பதற்கு... தலைமை, தலைவன் தேவை.

ஸ்கம்பீட்டர் சொல்வார், 'எத்தனை ரயில் பெட்டிகள் சேர்த்தாலும், அது ரயில் வண்டியாகாது. ஏன் என்றால் அவற்றால் தனியாக நகர முடியாது. அவற்றுடன் ஓர் எஞ்சின் பொருத்தப்படும் பொழுது மட்டுமே அவற்றால் நகர முடியும். தலைவர்கள்தான் மக்கள் என்ற பெட்டிகளை இழுத்துச் செல்லும் எஞ்சின்கள்' என்று.

•

அத்தியாயம் 6

தலைவனாவது எப்படி?

-

ஒருவன் தலைவனாக உருவாக வேண்டுமென்றால், அவன் தன்னை முழுவதும் புரிந்தவனாக, தன்னை, தன் மனதை அடக்கியாளத் தெரிந்தவனாக, தன் மீது முழுக் கட்டுப்பாடு உள்ளவனாக ஆக வேண்டும்.

'ஒரு நல்ல தலைவனாக ஆவது சாதாரணமான விஷயமில்லை. அதை சாதாரணமாகச் செய்துவிட முடியாது. அதற்குச் சரியான புரிதலும், தீவிரமான பற்றுதலும், கொள்கைப் பிடிப்பும், ஆற்றலும் தேவை. இவையெல்லாம் ஒன்று சேரும்பொழுது, உண்மையில் நீங்கள் யார், எதற்காக நீங்கள் உருவாகுகிறீர்கள், என்பது தெரிந்துவிடும்' என்று மேரி காட்வின் ரேடியஸ் கூறியுள்ளார்.

என்ன இது? எடுத்தவுடன் இது சுலபமில்லை என்றும், தலைவன் ஆவது சிரமம் என்றும் சொல்கிறார்களே என்று தோன்றுகிறதோ, உண்மை அதுதான். அரசியல் என்று இல்லை, குடும்பங்கள், நிறுவனங்கள், சமுதாயம் என்று எங்கும் இதுதான் நிலைமை.

தலைவன் என்றால்

தலைவர், லீடர், பாஸ் என்றெல்லாம் பிறரால் அழைக்கப் பட்டாலும் சரி, அப்படி அழைக்கப்படாமல் போனாலும்கூட சிலர் ஏதாவதொரு வகையில் தலைமை தாங்குபவர்களாகத்தான் இருக்கிறார்கள். மற்றவர்கள், 'இவர்கள்' சொல்வதைக் கேட்கிறார்கள். நிரந்தரமாகவோ, தற்காலிகமாகவோ, பெரிய விஷயங்களிலோ, சிறிய விஷயங்களிலோ, அடிக்கடியோ, எப்பொழுதாவதோ... நாம் அங்கங்கே சில தலைவர்களைச் சந்திக்கிறோம். நாமும் சில இடங்களில், சிறிது நேரத்திற்கு, சில சமயங்களில் தலைவர்களாகச் செயல்படுகிறோம்.

'யாரும் ரேஷன் வாங்காதீங்கப்பா... அவரு சரியா எடை போட மாட்டேன்றாரு...' என்று சொல்லி, கடை ஊழியர் செய்யும் தவறைத் திருத்த முயல்வது முதல், 'என் தேசத்து மக்களை ஏன் இப்படி வித்தியாசமாக நடத்துகிறார்கள்? இதுபோல் இனிமேல் நடக்க அனுமதிக்க மாட்டேன்; அவர்களுக்கு விடுதலை வாங்கித் தந்தே தீருவேன்' என்று வாழ்நாள் முழுக்கப் போராடுவது வரை எல்லாமே தலைமை தாங்கும் செயல்கள்தான்.

தலைவன் ஆகும் வழிகள்

ராணுவத்தில் சிப்பாய்களுக்கும், மேஜருக்கும் இடையே வித்தியாசம் உண்டு. அதுபோலவே தொழிற்சங்கங்களில் தலைவருக்கும் சாதாரண உறுப்பினர்களுக்கும் இடையே, பள்ளிகளில் ஆசிரியர்களுக்கும் தலைமையாசிரியருக்கும் இடையே என்று எல்லா இடங்களிலுமே வித்தியாசங்கள் உண்டு!

பார்வை, பொறுப்பு, செயல்பாடு எனப் பலவற்றிலும் வித்தியாசங்கள் உண்டு. அப்படி உண்டாக்கிக் கொள்வதும் செயல்படுத்துவதும் தான் தலைவனாவதற்கான வழி.

தன்னை வெல்லுதல்

'உன்னை அறிந்தால், நீ உன்னை அறிந்தால் உலகத்தில் போராடலாம்' என்று கவியரசு கண்ணதாசன் சொன்னது போல, தான் வாழ்வதற்கு முதலில் தன்னை அறிய வேண்டும். பிறரை வழிநடத்த தன்னை அறிந்தால் மட்டும் போதாது, தன்னை வெல்லவும் வேண்டும்.

தன்னை வென்ற பிறகே உலகை வெல்ல முடியும். ஜிம் விட்டேக்கர் (Jim Wittaker) எவரெஸ்ட் சிகரம் ஏறிய முதல்

அமெரிக்கர். அவர் சொன்னார். 'நீங்கள் இமயமலைச் சிகரத்தைத் தொடுவதன் மூலம் அதை வெற்றிகொள்ளவில்லை; நீங்கள் வெற்றி கொள்வது உங்களையும், உங்கள் சந்தேகங்களையும், பயங்களையும்தான்.'

தலைமைப் பண்புகளை உருவாக்கிக் கொள்வது என்றால், தலைவனாவது என்றால், முதலில் தன்னைச் சரியாகப் புரிந்து கொள்வது, தன்னை மேம்படுத்திக் கொள்வதுதான். (Leadership development is self development). வித்தகர் ஆவதற்கும், கற்றுக் கொள்வதற்கும், கைகொள்வதற்கும், ஒவ்வொரு தொழிலில் உள்ளவர்களுக்கும் என்று தனித்தனிக் கருவிகள் உண்டு. பொறியாளர்கள் கம்ப்யூட்டர் முதலிய பலவற்றின் துணை கொண்டு அதை முடிக்கலாம். ஓவியர்களுக்கு வரையும் தூரிகைகள், 'கேன்வாஸ்' துணிகள். இசை வல்லுநர்களுக்கு வாத்தியக் கருவிகள். அப்படி தலைவர்களுக்கு உதவுவதற்கு என்று அப்படி ஏதாகிலும் கருவி(கள்) இருக்கிறதா?

இருக்கிறது! அந்தக் கருவியின் பெயர் மனம்! அவரவர்களுடைய மனம்!

ஒருவன் தலைவனாக உருவாக வேண்டுமென்றால், அவன் தன்னை முழுவதும் புரிந்தவனாக, தன் மனதை அடக்கத் தெரிந்தவனாக, தன் மீது முழுக் கட்டுப்பாடு உள்ளவனாக ஆகவேண்டும். கொஞ்சம் கொஞ்சமாக அவன் அப்படி மாற வேண்டும். அதுதான் ஆரம்பம். தன்னைக் கட்டுப்படுத்திக் கொள்ளத் தெரியாதவன் பிறகு எப்படிப் பலரை வழிநடத்துவது?

இதற்குச் சிறந்த உதாரணம் மகாத்மா காந்திதான். சாதாரண மோகன்தாஸ் கரம்சந்த் காந்தியாக இருந்தவர் 20ஆம் நூற்றாண்டின் மிகச் சிறந்த தலைவராக, உலகம் போற்றப் படுபவராக ஆனது இப்படித்தான்.

சாதாரண மனிதர்கள் செய்யும், ஏன் செய்யாத அத்தனை தவறுகளையும் தன் சிறு வயதில் காந்தி செய்திருக்கிறார். தவிர, தன் மனைவி கஸ்தூரிபாயைச் சிறு வயதிலேயே மணம் புரிந்தவர். அந்தச் சின்னப் பெண் விளையாடப் போவதற்குக்கூட இவரைக் கேட்டுத்தான் போக வேண்டும் என்று சொல்லிச் சிரமப்படுத்தி இருக்கிறார்.

சிறுவயதில் அப்படி இருந்த காந்தி, தன்னுடைய 78ஆவது வயதில் கோட்சேயால் சுடப்பட்டு, இறந்தபொழுது அந்த ஓர்

இறப்பு உலகத்தில் எத்தகைய தாக்கத்தை ஏற்படுத்தியது என்பதை, லூயிஸ் பிஷ்ஷர் என்ற ஆங்கிலேயர் தன்னுடைய காந்தி பற்றிய 'The Life of Mahatma Gandhi' புத்தகத்தில் இப்படிக் குறிப்பிடுகிறார்.

> ‘அவருடைய இறப்பு, இந்தியா முழுவதிலும் துக்கத்தையும் வலியையும் உண்டாக்குகிறது. அது என்னவோ, அவர் உடம்பில் புகுந்த மூன்று துப்பாக்கிக் குண்டுகளும், கோடிக்கணக்கான மக்களின் சதைகளைத் துளைத்ததுபோல, அவ்வளவு நபர்களுக்கும் அவருடைய மரணம் வலித்தது...’

> ‘...மோகன்தாஸ் காந்தி எப்பொழுதுமே ஒரே மாதிரிதான். மோகன்தாஸ் காந்தி, பணம், சொத்துக்கள் இல்லாத, பதவிகளோ பட்டங்களோ பெரிய படிப்போ பெற்றிராத, பெரிய விஞ்ஞானக் கண்டுபிடிப்புகள் ஏதும் செய்திராத, கலைகள் ஏதும் கைவரப்பெறாத ஒரு தனி நபர். இருந்தும், அரசாங்கத்தில் இருப்பவர்களும், ராணுவத்தில் இருப்பவர்களும், இந்தச் சிறிய உருவத்தில் பழுப்பு நிற, கோவணம் கட்டிய 78 வயது மனிதனுக்கு இறுதி மரியாதை செலுத்துகிறார்கள். வெளிநாடுகளில் இருந்து மொத்தம் 3,441 இரங்கல் செய்திகள் வந்திருக்கின்றன.’

லெயோன் பிலம் என்ற பிரான்சு தேசத்து சோசலிஸ்ட்டு எழுதுகிறார், (என்று லூயி பிஷரே குறிப்பிடுகிறார்) ‘நான் காந்தியைப் பார்த்தது இல்லை. எனக்கு அவர் பேசும் மொழி தெரியாது. நான் அவருடைய நாட்டில் கால் வைத்ததுகூட இல்லை. இருந்தும் அவர் இறந்த செய்தி கேட்டதும், ஏதோ மிக நெருக்கமானவரை இழந்துவிட்டதுபோல துக்கமாக உணருகிறேன். மொத்த உலகமுமே ஆழ்ந்த துக்கத்தில் வீழ்ந்துவிட்டது.’

இது எப்படி சாத்தியம்? இளம் வயதில் எப்படியெல்லாமோ இருந்த ஒரு சாதாரண மனிதன், எப்படித் தன் மறைவை இப்படிப் பலரும், முகம் தெரியாதவர்கள்கூட உணரும்படிச் செய்தார்? அதுதான் காந்தி. அவர் அப்படிப்பட்ட தலைவரானார். அவர் அப்படி ஆனது தன் மனத்தால் தான்.

ஆசைப்படுங்கள், கனவு காணுங்கள்

தலைவன் ஆக நினைப்பவர்கள், கனவு காண வேண்டும். அப்துல் கலாம் அவர்கள் சொல்வது போல, தூக்கத்தில் வரும் கனவல்ல;

தூங்க விடாமல் செய்யும் கனவு. எதிர்காலம் பற்றிய கனவு. இன்றைய பிரச்னைகளில் இருந்து வெளிவந்து விட்டது போல. அல்லது இன்றைய நிலையில் இருந்து மேம்பட்டுவிட்டது போலக் கனவு. தன்னுடைய மேம்பாடு குறித்து மட்டும் அல்லாமல் தன்னைச் சார்ந்த கூட்டத்திற்கான மேம்பாட்டுக் காகவும், அவர்களின் பிரச்னைகளை எப்படித் தீர்ப்பது என்பதைப் பற்றியும் கனவு காண வேண்டும்.

'ஆடுவோமே பள்ளுப் பாடுவோமே ஆனந்த சுதந்திரம் அடைந்து விட்டோமென்று' என்று சுதந்திரத்திற்கு முன்பே பாரதி பாடியது, அவருடைய ஆசையை, அவருடைய கனவைத்தான். வருங்காலத்தில் நிற பேதமின்றிக் கறுப்பு இன மக்களும், வெள்ளை இனமக்களும் ஒன்றாகச் சேர்ந்து வாழவேண்டும் என்பது மார்ட்டின் லூதர் கிங் கண்ட கனவு.

'உங்களுடைய மனதிலுள்ள ஆழமான ஆசைகள் எதுவோ, அதுதான் நீங்கள்; உங்கள் ஆசைகளின்படி இருப்பதே, உங்கள் செயல்பாடுகள்; அதுவேதான் உங்களின் மாற்ற முடியாத முடிவும்' (கூட) என்கிறது உபநிடதம்.

பெரியதோ சிறியதோ, எதைச் செய்ய வேண்டும் என்று நினைக்கிறோமோ அதுதான் நம்முடைய ஆசை. அது, பல தேசத்து விடுதலைப் போராட்டத் தலைவர்கள் தமது நாட்டு விடுதலை பற்றிக் கண்டார்களே அதுபோன்ற பெரிய அளவு கனவாகத்தான் இருக்க வேண்டும் என்பது இல்லை. ஆனால் எதையோ ஒன்றைப்பற்றிய ஆழமான ஆசை இருக்கவேண்டும். அதுதான் தாகம், வேட்கை. தலைவனாவதற்கு அந்தத் தாகம் வேட்கை கண்டிப்பாக வேண்டும். 'எல்லாம் சரியாகத்தான் இருக்கிறது', 'எல்லாம் இருப்பது போதும்' என்று நினைப்பவர் களால் தலைவன் ஆக முடியாது.

அடுத்து எப்படிப்பட்ட தலைவனாக ஆவது? ஒவ்வொரு தலைவரும் ஒவ்வொரு மாதிரி இருக்கிறார்கள்! பாணி, அணுகுமுறை, சித்தாந்தம் எல்லாம் வேறுபடுகின்றன! நான் எப்படிப்பட்டத் தலைவனாக வேண்டும். சுலபமான இரண்டு வழிகளைப் பார்ப்போம்.

1. நீங்களே உங்களுக்கு ஒரு பாராட்டுக் கடிதம் எழுதுங்கள்.

உங்களை மற்றவர்கள் எப்படிப் பார்க்க வேண்டும், பாராட்ட வேண்டும் என்று எதிர்பார்க்கிறீர்களோ... அப்படி ஒரு கடிதத்தை

உங்களுக்கு நீங்களே எழுதுங்கள். மேலும் அதில் உங்களை மற்றவர்கள் எப்படி அறிய வேண்டும், நினைக்க வேண்டும் என்பதையும் எழுதுங்கள். அப்படி எழுதிப் பார்க்கையில் நாம் எப்படிப்பட்டத் தலைவராக வர வேண்டும் என்பது பற்றிய ஒரு தெளிவு கிடைக்கும்.

2. உங்களைக் கவர்ந்த தலைவர்கள் யார் யார்?

இது தவிர இன்னொன்றும் செய்யலாம். சரித்திரத்தில் உங்களைக் கவர்ந்த தலைவர்கள் யார் யார்? உங்களைக் கவர்ந்த மற்ற நபர்கள் யார் யார்? ஒரு பட்டியல் தயாரிக்கலாம். அவர்கள் என்ன என்ன செய்தார்கள்? எதனால் உங்களுக்கு அவர்களைப் பிடித்தது, பிடிக்கிறது? என்று சிந்திக்கலாம். நீங்களும் அவரைப் போன்ற தலைவராக முயற்சிக்கலாம்.

என் வழி வேறு

ஒரு சிலர் தலைவர்கள் ஆவது தங்களிடமுள்ள தனித் தன்மையால்தான்.

தொடக்கத்தில் திராவிடர் கழகத்தில் இருந்தவர்தான் முன்னாள் முதல்வர் அண்ணாதுரை. ஆனால் அவர் என் வழி வேறு மாதிரியானது என்று தி.க.விலிருந்து பிரிந்தார். கடவுளே இல்லை என்று சொன்ன பெரியாரிடமிருந்து பிரிந்து போய், திராவிட முன்னேற்றக் கழகம் தொடங்கினார். கடவுள் இல்லை என்று சொல்லாமல் ஒன்றே குலம் ஒருவனே தேவன் என்றார். பின்பு தி.மு.க.வில் இருந்து எம்.ஜி.ஆர். பிரிந்தார். தனிக் கட்சி தொடங்கினார். அகில இந்திய அண்ணா தி.மு.க.வை நிறுவினார். அதே போல அதே தி.மு.க.விலிருந்து, என் வழியும் தனிவழிதான் என, வைகோ பிரிந்து போய் ம.தி.மு.க. ஆரம்பித்தார்.

நம்புவதைப் பேசுங்கள், பேசுவதைச் செய்யுங்கள்

ஒரு தனி மனிதனாக ஒருவன் எப்படியெல்லாம் இருக்கிறானோ அவனுடைய தலைமையும் அப்படித்தான் அமையும். (We lead from the essence of who we are as a person) என்று சாஸ்கட்சூவான் பல்கலைக்கழகத்தைச் சேர்ந்த லில்லாஸ் பிரவுன் (Lilas Brown, university of Saskatchewan) சொல்வார்.

ஒருவன் தலைவனாக இருந்து மற்றவர்களை வழிநடத்த வேண்டும்; அந்தத் தலைவன் சொல்வதை மற்றவர் ஏற்றுக் கொள்ளவேண்டும். அவன் பின்னால் நம்பிக்கையுடன்

மற்றவர்கள் அணிவகுத்து வரவேண்டுமென்றால் அதற்கு முன், அந்தத் தலைவனுக்குத் தான் கொண்ட தனது கொள்கை மீது, தீவிரமான நம்பிக்கை இருக்கவேண்டியது அவசியம். சாத்வீகமான முறையிலே வெள்ளையனை வெளியேற்ற முடியும் என்று காந்தியடிகள் ஆழமாக நம்பியதால்தான் அவரால் அந்த வழியில் கோடிக்கணக்கானவர்களை வழிநடத்த முடிந்தது. அவர் தனி மனிதனாக எப்படிப்பட்ட நம்பிக்கைகளை, செயல்பாடுகளைக் கொண்டிருந்தாரோ, அப்படியேதான் தலைவனாக இருக்கும்போது நடந்து கொண்டார்.

பெரியார் கடவுள் இல்லை என்றார். மற்றவர்களிடம் தன்னுடைய அந்தக் கருத்தைப் பரப்பினார். அவர் வாதம் எடுபட்டது. காரணம், அந்தக் கருத்தின் மீது அவருக்கு இருந்த அசைக்க முடியாத நம்பிக்கைதான்.

தலைவனாவதற்கு முன்னால் தான் யார்? தன்னுடைய மதிப்பீடுகள் என்ன? நம்பிக்கைகள் என்ன? எது என்னை அதிக அளவில் வழிநடத்திச் செல்கிறது என்பதையெல்லாம் புரிந்து கொள்ளுவது அவசியம். ஒரு விஷயத்தைப் பேசுவதற்கு முன்னால் அதை தான் நிச்சயமாக நம்புகிறோமா என்று நிச்சயப் படுத்திக் கொள்ளவேண்டும். நாம் பேசுவது குறித்து நமக்கே நம்பிக்கையில்லாமல் போனால், அப்படிப் பேசுவதை மக்கள் சுலபமாக அடையாளம் கண்டுகொள்வார்கள். அவர்களுக்கு அந்தப் பேச்சின் மீது நம்பிக்கை வராது.

ஒருவருக்கு, எடுத்தவுடனேயே இது எப்படிச் சாத்தியம் ஆகும் என்று கேட்கலாம். வில்லியம் ஸின் சீர் இதற்குப் பதில் சொல்கிறார்: ‘தொடக்கத்தில் தெளிவான அணுகுமுறை வராது போகலாம். அந்தச் சமயத்தில் நீங்கள், மதிக்கும் ஒருவரைப்போல நடந்துகொள்ளலாம். போகப்போக, உங்களுக்கென்று ஒரு பாணி வந்துவிடும். பிறகு பாம்பு தன் தோலை உரித்துப் போட்டு விடுவதுபோல நீங்களும் செய்து விடுவீர்கள்.’

1. தன்னைத்தாண்டிச் சிந்திப்பது

தலைவர்களும் மனிதர்கள்தான். ஆனால் அவர்கள் மற்றவர் களைப் போல, தங்களைப் பற்றி மட்டுமே நினைப்பதில்லை. இதுதான் தலைவனின் அடிப்படைக் குணம். தலைவர்கள் என்பவர்கள் அவர்கள் தலைவர் ஆவதற்கு முன்பிருந்தே அப்படித்தான் இருப்பார்கள், சிந்திப்பார்கள்.

தான் உண்டு, தன் வேலையுண்டு என்று செல்பவர்கள் தலைவர்கள் இல்லை. தனக்குக் கிடைப்பதை மட்டும் பார்க்காமல், மற்றவர்களுக்கும் கிடைக்க வேண்டும் என்று நினைப்பவர்கள்தான் தலைமையை நோக்கிச் செல்வதில் மற்றவர்களைவிட ஒருபடி மேலானவர்கள்.

காந்தி குஜராத்தில் வழக்குரைஞர் தொழிலைச் சிறப்பாக நடத்த முடியாமல், தென்னாப்பிரிக்கா போனார். அங்கு போய், தானுண்டு தன் வேலையுண்டு என்று இருந்தாரா? கூட்டம் கூட்டினார். மற்றவர்களின் உரிமைகளைப் பெற்றுத் தருவதற்காகப் போராடினார். அடி, உதை பட்டார்.

லீ க்வான் யூ, சிங்கப்பூரின் பிரதமரான பொழுது அவருக்கு வயது 35. மலேசிய பெடரேஷனிலிருந்து சிங்கப்பூரை கழற்றி விட்டிருந்த நேரம். நாட்டில் சீன, மலாய் மற்றும் இந்திய இனங்களை (பெரும்பாலும் தமிழர்கள்தான்) சேர்ந்தவர்கள் அதிக அளவில் இருந்தனர். அதுவரைத் தங்களை ஆண்டு கொண்டிருந்த மலேசிய இனத்தின் ஆக்கிரமிப்பு மீண்டும் வந்துவிடக்கூடாது என்றும், தன் நாட்டில் மூன்று பெரும் இனங்களாக மக்கள் பிரிந்து இருக்கிறார்களே, அதனால் வெளிநாட்டு அச்சுறுத்தல்கள், உள்நாட்டுக் கலகங்கள் வந்திடக்கூடாது என்றும் கவலைப் பட்டார் லீ க்வான் யூ. ‘வீடு கட்டுவது எப்படி போன்று எது எதற்கோ செய்முறைப் புத்தகங்கள் இருக்கின்றன. ஆனால் ஒரு நாட்டை எப்படி உருவாக்குவது என்பதற்கு வழிகாட்டக் கூடிய புத்தகங்கள் ஏதும் உள்ளனவா என்று தேடினேன்’ என்கிறார் அவர். தன்னைப் பற்றி, தன் குடும்பத்தைப் பற்றி சுற்றம் நண்பர்களைத் தாண்டி தேசத்துக்காகவே சிந்தித்தவர் அவர். பிடல் காஸ்ட்ரோ, நெல்சன் மண்டேலா என்று இதுபோல இன்னும் எத்தனையோ தேசத் தலைவர்களைச் சொல்லலாம்.

தேசத் தலைவர்களைப் போல அவ்வளவு பெரிய லட்சியங்கள், நோக்கங்கள், இலக்குகள்தான் இருக்க வேண்டுமென்ற அவசியம் இல்லை. லட்சியம், இலக்கு எளிய அளவானதாக இருந்தாலும் அவர்களைப் போன்ற உறுதியும் தன்னம்பிக்கையும் தன்னைத் தாண்டிச் சிந்திக்கும் இயல்பும் பெற்றுவிட்டாலே போதும். ஒரு தலைவனாக நிச்சயம் ஜெயித்து விடலாம்.

எவ்வளவோ தொழிற்சங்கவாதிகள் உலக முழுவதிலும் இதுபோல இருக்கிறார்கள். நிர்வாகத்துக்கும், தொழிற்சங்கங் களுக்கும் இடையே பேச்சுவார்த்தை நடக்கும்போது இவர்கள்தான்

தொழிலாளர்களுக்காகப் பேசுவார்கள், போராடுவார்கள். தொழிற்சங்கம் போராடினால்தான் தொழிலாளர்களுக்கு நல்லது நடக்கும்.

இப்படியெல்லாம் செய்வதால் இந்தத் தலைவர்கள் சிரமத்துக்கு உள்ளாவார்கள். அதற்காகக் கவலைப்பட மாட்டார்கள். எத்தனையோ தொழிலாளர்களுக்கு நன்மை ஏற்பட வேண்டும் என்பதற்காக, அவர்கள் தங்களுக்கு வரக்கூடிய சிரமங்களை மனதார ஏற்றுக் கொள்வார்கள். இதுதான் தன்னைத் தாண்டிச் சிந்திப்பது.

மறைந்த எழுத்தாளர் கந்தர்வனைப்பற்றி தெரிந்திருக்கலாம். தமிழக அரசில் கருவூல அதிகாரியாக வெகுகாலம் இருந்து ஓய்வு பெற்றவர். தொழிற்சங்கத்தில் அதிக ஈடுபாடு கொண்டவர். தொழிலாளர் பிரச்னைகளைப் பற்றி அரசாங்கத்திடம் எடுத்துப் பேசி, போராடி, அதற்காகப் பலமுறை தண்டிக்கப்பட்டிருக் கிறார். தற்காலிகப் பணிநீக்கம், சம்பளக் குறைப்பு, இழப்பு போன்ற தண்டனைகளை அனுபவித்து இருக்கிறார். எல்லாம் யாருக்காக? எதனால்? தன்னைத் தாண்டிச் சிந்திக்கும், பார்க்கும் குணம் இருப்பவர்கள் செய்வது மற்றவர்களுக்காகத்தான்.

கிரிக்கெட் போட்டி. ஆஸ்திரேலியாவுக்கு எதிராக இந்திய அணி களமிறங்குகிறது. முதலில் இந்தியா பேட்டிங். களமிறங்குகிற ஒவ்வொரு மட்டையாளருக்கும் (பேட்ஸ்மென்) நோக்கம் என்னவாக இருக்கும்! அணி ஜெயிக்க வேண்டும் என்ற நினைப்புதானே மனதில் இருக்கும். அத்தோடு தன் தனிப்பட்ட ஸ்கோர் பற்றிய அக்கறையும் இருக்குமா? இருக்கும்தான். இதுதான் தன்னைப் பற்றிச் சிந்திப்பது என்பது. ஆனால் கேப்டன்கள் நிலையோ வேறாக இருக்கும். அணி, அணியின் மொத்த ஓட்டங்கள் பற்றிய சிந்தனைதான் அவரிடம் மேலோங்கி இருக்கும்.

பாண்டிச்சேரியில் ஒரு தொழிற்சாலை. அங்கு 4 ஆண்டுகளுக்கு ஒருமுறை ஊதிய உயர்வுக்கான பேச்சுவார்த்தை நடைபெறும். அந்த முறை நிர்வாகம் சார்பாகப் பேசும் குழுவில் நானும், ஊழியர் சார்பாகப் பேசுவதற்கு தொழிற்சங்கச் செயற்குழு உறுப்பினர்களும் கூடியிருந்தோம்.

பேச்சுவார்த்தை பல சுற்றுக்களைக் கடந்து ஒரு நிலைக்கு வந்துவிட்டது. எந்த கிரேடுக்கு எவ்வளவு உயர்த்தலாம் என்று

நிர்வாகம் சார்பாக ஒரு வரைவு கொடுக்கிறோம். அதைத் தொழிற்சங்க நிர்வாகிகளுக்குத் தலைமையேற்றிருந்த இளைஞரிடம் கொடுக்கிறோம். (அப்போது அவருக்கு வயது 24, 25 இருந்தால் அதிகம்.)

அவரும் ஒரு தலைவர்தான். அதே சமயம் அவர் அந்தத் தொழிற்சாலையில் ஓர் ஊழியர். ஸ்டோர்ஸ் துறையில் அவர் பணியாற்றினார். அவருக்கும் ஒரு கிரேடு உண்டு. அவர் கிரேடு உட்பட, ஒவ்வொரு கிரேடுக்கும் எவ்வளவு தொகை மாதச் சம்பளத்தில் ஏற்றித் தருவது என்பது பற்றி எங்கள் தரப்பில் நினைத்திருந்த விவரங்களைக் கொடுத்தோம்.

அதுதான், நிர்வாகம் எவ்வளவு சம்பள உயர்வு தரமுடியும் என்று கோடி காட்டுகிற ஆவணம். அவரையே நான் கவனித்துக் கொண்டிருந்தேன். மனிதர் (தலைவர்) அவருடைய தனிப்பட்ட கிரேடுக்கு எவ்வளவு உயர்த்துவதாக நாங்கள் சொல்லி இருக்கிறோம் என்று பார்க்கிறாரா என்று. ஊஹூம், அதை விட்டுவிட்டு உடனடியாக அனைத்து ஊழியர்களுக்குமாகச் சேர்த்து மொத்தத் தொகை ஏற்றம் எவ்வளவு என்ற (Total Cost Implication) விவரம் இருந்த இரண்டாம் பக்கத்துக்கு டக்கென்று போய்விட்டார். பின்பு மற்ற கிரேடுகளின் சம்பள உயர்வுக்காக வாதாடினார்.

தான், தன் கிரேடு என்ற நினைப்பே அவரிடம் இருக்கவில்லை. தன்னைத் தாண்டிய சிந்தனை அவரிடம் இருந்தது! தன் தெருவுக்கு எது நல்லது, தன் ஊருக்கு எது நல்லது, தன் குழுவுக்கு எது நல்லது என எல்லாவற்றிலும் முன்னாள் தமிழக முதலமைச்சர் காமராஜரைப்போல, தன்னைத் தாண்டி சிந்திப்பவர்கள்தான் தலைவர்கள்.

பேசுவது, வாதாடுவது, சண்டை போடுவது, போராடுவது, தியாகம் செய்வது இது எதுவுமே தனக்காகவோ தன் குடும்பத்துக்காகவோ என்று இல்லாமல், சுயநலமாக ஒரு குறுகிய வட்டத்துக்காக என்று சுழலாமல், பிறருக்காகச் சிந்திப்பவர்கள் தான் தலைவர்கள். இப்படி, தான் பிறருக்காக ஈடுபடும் காரியத்தால் தனக்கு எத்தனை சிரமங்கள், பாதகங்கள், இழப்புகள் ஏற்பட்டாலும் கூட அல்லது இதனால் தனக்குப் பெருமளவில் ஆதாயம் கிடைக்கும் என்றாலும்கூட, எவர் கட்டாயத்துக்காகவும் விட்டுக் கொடுக்காமல் இருப்பவர்கள்தான் தலைவர்கள். அப்படிப்பட்டவர்கள்தான் தலைவர்களாகிறார்கள்.

2. பொது விஷயங்களில் ஈடுபடுத்திக் கொள்வது

'தன்னைத் தாண்டி சிந்திப்பது என்பது வேறு. பொது விஷயங்களில் ஈடுபடுத்திக் கொள்வது என்பது வேறா?' என்று கேட்கலாம். ஆம், வேறுதான்.

'எனக்காக இல்லை, மற்றவர்களுக்காகக் கேட்கிறேன்' என்பதுதான் தன்னைத் தாண்டிச் சிந்திப்பது. இப்படிச் சிந்திப்பவர்கள் நிச்சயம் மற்றவர்களின் நம்பிக்கையைப் பெறுவார்கள். அதனால் தலைவனாகச் சுலபமாக ஏற்றுக்கொள்ளப்படுவார்கள். மற்றவர்கள் எடுக்கத் தயங்குகிற விஷயங்களைக் கையில் எடுத்துக் கொள்பவர்கள்தான் தலைவர்கள். அதுவரை யாரும் முனைந்திராத ஒன்றை திடீரென்று யாரோ ஒருவர் முயற்சி எடுப்பார். எடுத்துச் சொல்வார். எதிர்ப்புகளைச் சமாளிப்பார். மக்களைத் திரட்டி, கேட்க வைத்து, வாங்கிக் கொடுப்பார். அப்படி தானாகவே முன்வந்து மற்றவர் நன்மைக்கான ஒரு விஷயத்தைத் தலைமை ஏற்று நடத்தித் தருபவர்தான் தலைவர்.

நிறுவனங்களிலும் இந்த நிலையைப் பார்க்கலாம். எத்தனையோ வருடங்களாக ஒரே மாதிரி மசமசவென்று நிறுவனம் நடந்து கொண்டிருந்திருக்கும். யாரோ ஒருவர் மாற்றலாகி அங்கு வருவார். மாற்றங்களையோ வளர்ச்சியையோ இலக்காக வைத்து முயற்சிகள் எடுப்பார். சிறந்த தலைமையைக் கொடுப்பார். அதனால் அங்குள்ள பிரச்னைகளுக்கு ஒரு முடிவு வரும்.

நம் நாட்டிலும் எத்தனையோ வருடங்களாகத் தேர்தல் கமிஷன் என்று ஒன்று இருந்தது. அந்தப் பதவிக்கு எவ்வளவு அதிகாரம் இருக்கிறது என்று சேஷன் வந்த பிறகுதானே தெரிந்தது.

ஒரு மாநிலத்தில் சபாநாயகர்களுக்கு என்ன அதிகாரம் இருக்கிறது என்பதைக் காட்டியது பி.எச்.பாண்டியன் தானே! நமக்கு எதுக்கு... நாம் அதற்கு என்ன செய்ய முடியும்? என்றெல்லாம் ஒதுங்காமல் வலியச் சென்று பொது விஷயங்களைக் கையில் எடுப்பவர்கள் தலைமைக் குணம் உடையவர்கள்.

3. மற்றவர் தேவைகளைப் புரிந்து கொள்வது

தன்னைச் சுற்றியுள்ள உலகம் எது? அது எப்படிப்பட்டது. அங்குள்ளவர்கள் யார்? அவர்களது பிரச்னை என்ன? அவர்களுக்கு என்ன தேவை? என அவற்றைச் சரியாகப் புரிந்து கொள்பவர்கள் தலைவர்கள்.

மற்றவர்களுக்காகச் சிந்திப்பவன்தான் தலைவன். காந்தி, நேரு, வல்லபாய் பட்டேல், ஆபிரகாம் லிங்கன், நெல்சன் மண்டேலா, அன்னை தெரசா, சிங்கப்பூரின் லீ க்வான் யூ.... இவர்கள் எல்லாரும் யாருக்காகச் சிந்தித்தார்கள்? யாருடைய தேவைகளுக்காகப் போராடினார்கள்? அவர்கள் நேசித்த மக்களுக்காக.

தலைவனுக்கு ஒரு கூட்டம் வேண்டும். அந்தக் கூட்டம் அவனைத் தலைவனாக எப்பொழுது ஏற்றுக்கொள்ளும்? அவன் தங்களுக்காகச் சிந்திக்கிறான், அதுவும் சரியாகச் சிந்திக்கிறான். அவன் சொல்வது சரி என்று அவர்கள் மனத்தில் அழுத்தமாகப் படும்பொழுதுதான்.

'வடக்கு வாழ்கிறது, தெற்கு தேய்கிறது', 'நம் மொழி அழிகிறது' என்று அண்ணா எடுத்துச் சொன்னார். அது, ஏற்றுக்கொள்ளப் பட்டது. அதனால் தமிழ்நாட்டில் இந்தி எதிர்ப்புப் போராட்டம் தொடங்கி, கொழுந்துவிட்டு எரிந்தது. அது ஒரு தலைவனின் சிந்தனை.

'அந்நியத் துணிகளைப் புறக்கணிப்போம். ராட்டை நூற்று நாமே நமக்கான ஆடைகளைத் தயாரிப்போம்' என்று காந்தி சிந்தித்தார். இந்திய தேசத்து மக்களும் அதை ஏற்றுக் கொண்டார்கள்.

1975ல் அவசரநிலைப் பிரகடனத்தின்போது, 'இந்தியாவைக் காப்போம், சுதந்திரத்தைக் காப்போம்' என்றார் ஜெயப்பிரகாஷ் நாராயணன். எமர்ஜென்சியால் பாதிப்புக்கு உள்ளான கூட்டம் அவர் தலைமையில் திரண்டது. எதிர்த்தார்கள். குரலெழுப்பினார்கள். சிறை சென்றார்கள். துன்பப்பட்டார்கள். இறுதியில் வென்றார்கள். மக்களின் உணர்வுகளைப் புரிந்து கொண்டவன் தலைவன். அதற்கேற்பத் திட்டங்கள் தீட்டிச் செயல்படுத்துபவன்தான் எல்லோராலும் ஏற்றுக்கொள்ளப்படும் தலைவன் ஆகிறான்.

4. மற்றவர்களுக்கு வழிகாட்டுவது

தங்களின் வாழ்க்கைப் பிரச்னையில் சிக்கித் தவித்து, என்ன செய்வது என்று தெரியாமல் இருக்கும்போது, 'இதோ இப்படிச் செய்' என்று வழிகாட்டுபவர்கள் தலைவர்கள். பிரச்னையை அடையாளம் காட்டுவது, எதிர்ப்பது ஒரு செயல். அடுத்து அதை முடிக்க, வெல்ல வழிவேண்டும். அதைச் சிந்தித்துச் செய்வதும் தலைவனின் குணம்தான்.

நமது தேசத்தை அடிமைப்படுத்தி வைத்திருந்த பிரிட்டிஷ் அரசாங்கத்தின் ராணுவ பலம் சொற்பம். வெறும் 80 ஆயிரம்

படைவீரர்கள்தான். அதிலும், இந்தியர்கள் நிறையப் பேர் இருந்தனர். இப்படிப்பட்ட ராணுவ மற்றும் இந்தியர்கள் அதிகம் பணிபுரிந்த காவல் துறையினரின் துணையோடுதான், பல கோடி இந்தியர்களை பிரிட்டிஷ் அரசு அடக்கி ஆண்டது.

இதை முறியடிக்க, நாமும் நமது தேசத்துக்கெனத் தனியாக ஒரு ராணுவம், 50 ஆயிரம் வீரர்கள் கொண்ட ராணுவத்தை அமைக்க வேண்டும். அப்படிச் செய்தால், ஆங்கில அரசுக்காகச் செயல் பட்டு வரும் ராணுவம், நாம் அமைக்கும் இந்திய ராணுவத்தை எதிர்க்கத் தயங்கும். இப்படி யோசித்து, இந்திய தேசிய ராணுவம் என்கிற ஒரு தனிப் படையைத் (Indian National Army - INA) தொடங்கியவர் சுபாஷ் சந்திரபோஸ். எப்படிச் செய்ய வேண்டும் என்று வழிகாட்டுவது தலைவனின் முக்கியப் பணி. வெறும் பிரச்னைகளையே சொல்லிக் கொண்டிருக்காமல், பிரச்னைகளில் இருந்து மீள்வது எப்படி? அதற்கு என்ன வழி... என்று சொல்பவன் தலைவன். அப்படித் தங்களுக்கு வழிகாட்டுபவர் களைத்தான் மற்றவர்கள் தலைவர்களாக ஏற்றுக்கொள்கிறார்கள். அவர்களைப் பின்பற்றத் தயாராகி விடுகிறார்கள். தலைவன் உருவாகிறான்.

அது ஒரு தொழிற்சாலை. அங்கு நிர்வாகம் சில புதிய விதிகளைக் கொண்டு வந்தது. அதனால் ஏற்பட்ட பிரச்னைகளால் பாதிக்கப் பட்ட தொழிலாளர்கள் என்ன செய்வது என்று தெரியாமல் விழித்தார்கள், திணறினார்கள்.

நிர்வாகமோ கெடுபிடியான நிர்வாகம். என்ன செய்வது? எதிர்ப்பை எப்படித் தெரியப்படுத்துவது? எதிர்ப்பைக் காட்ட முடியாவிட்டாலும்கூட தங்கள் மன உணர்வையாவது நிர்வாகத்திற்கு புரியவைப்பது எப்படி? அங்கிருந்த தொழிற் சங்கத் தலைவர் சிந்தித்தார்.

‘டீ பாய்காட்’ (Tea Boycott) என்ற ஒரு போராட்டத்தைக் கையில் எடுத்தார். வேலை செய்யாமல் உற்பத்தியை நிறுத்திப் பாதிப்பு ஏற்படுத்தினால் அது தவறு. நிர்வாகம் மேலும் கடுமை காட்டத் தொடங்கிவிடும். அதே சமயம் ஏதாவது ஒரு விஷயத்தில் தங்கள் அதிருப்தியைக் காட்ட வேண்டும்.

பணி நேரத்தில் ஷிப்டுக்கு இருமுறை நிர்வாகம் ஊழியர்களுக்கு தேநீர் தருவது வழக்கம். ‘தொழிலாளர்கள் எவரும் ஒரு நாள் தேநீர் அருந்தக்கூடாது’ என்று எழுதிய சிறு துண்டுச் சீட்டுகளை தொழிற்சாலைக்குள் ஒட்டினார்கள்.

ஊழியர்கள் அன்று ஒற்றுமையாக ஒட்டு மொத்தமாக ஒதுங்கிக் கொண்டார்கள். அன்றைய தினம் தொழிற்சாலையில் நிர்வாகம் சார்ந்தவர்களைத் தவிர வேறு எவரும் தேநீர் அருந்தவில்லை. அவ்வளவு தேநீரும் உணவகத்துக்குத் திரும்பிப் போனது. பகிஷ்கரிப்பு, நிராகரிப்பு, உண்ணாவிரதம்... எதிர்ப்பைத் தெரிவிக்கும் வழிமுறைகள்.

1970களில் இந்தியாவில் நெருக்கடி நிலை அறிவிக்கப்பட்டவுடன் பத்திரிகைகளில் வரும் அத்தனைச் செய்திகளும் அரசால் முன்னதாகப் படித்துப் பார்க்கப்பட்டு, அரசு அனுமதித்த செய்திகள் மட்டுமே பிரசுரமாகின.

இது அடக்குமுறை. இதற்கு ஒப்புக்கொள்ள மாட்டோம் என்று வெளிப்படையாக சொல்ல முடியாத நிலைமை. ஆனால் எதிர்ப்புணர்வை காட்டியே ஆக வேண்டும் என்று முடிவு செய்து ஒரு பத்திரிகை வெட்டுண்ட இடங்களை வேறு செய்திகள் கொண்டு நிரப்பாமல்... ஆங்காங்கே வெள்ளையாக வெற்றிடமாக விட்டு விட்டார்கள்.

இது அரசுக்கு எதிரானது அல்ல. அதே சமயம், அரசு எவ்வளவு தணிக்கை செய்கிறது என்பதை வெளிக்காட்டியது. இதுவும் ஒரு வழிகாட்டுதல்தான். இப்படிச் செய்த பத்திரிகையாளர், அந்த நேரம் மற்றவர்களுக்கு வழிகாட்டிய தலைவர்.

தொழிலில் தலைமை தாங்கும் முன்னணி நிறுவனம் என்ற தொனியில் சில நிறுவனங்களை, Industry Leader என்று அழைப்பார்கள். அதனால் அந்த நிறுவனம் மற்ற நிறுவனங் களுக்கு வழிகாட்டும் நிலையில் இருக்கும் முன்னணி நிறுவனமாகப் பார்க்கப்படும். பின்பற்றப்படும்.

இந்தியாவில் நிறுவனங்கள் தொடங்கியவர்கள், இந்தியப் பங்குச்சந்தைகளில் அவற்றைப் பட்டியலிடச் செய்து (List செய்து) தங்கள் நிறுவனப் பங்குகளைப் பரிவர்த்தனை செய்வது வழக்கம். இன்போசிஸ் நிறுவனம், முதன் முதலாக, தங்கள் நிறுவனப் பங்குகளை Nasdaq எனப்படும் அமெரிக்கப் பங்குச்சந்தையில் பட்டியலிட்டது. அதனால் பலனும் அடைந்தது. முதலில் அப்படிச் செய்து அது வழிகாட்ட, பின்பு மற்ற சில நிறுவனங் களும் அந்த வழியைப் பின்பற்றின.

யாரோ சிரமப்பட்டு அமைத்தப் பாதையில் செல்பவன் தலைவன் அல்ல. தானே பாதைகள் அமைப்பவன், தானே முதலில் அந்தப்

பாதையில் பயணம் செல்பவன், தானே வழிகள் பலவற்றைப் புதிதாகக் கண்டுபிடிப்பவன், மற்றவர்களுக்கு வழிகாட்டுபவன், பின்பற்றச் செய்பவன்... அவன் தான் தலைவன்.

5. மற்றவர்களைப் பங்குபெறச் செய்வது

சிலர் திறமைசாலிகளாக இருக்கிறார்கள். இவர்கள் மற்றவர்களை விடக் கூடுதல் திறமை படைத்தவர்கள். அதில் சந்தேகம் இல்லை. அவர்கள் தலைவர்களாகி விட முடியாதா? முடியாது.

வேலை செய்வதற்கும் வேலையைச் செய்துவாங்குவதற்கும் வித்தியாசங்கள் உண்டு. ஒன்றில் பரிமளிப்பவர் அடுத்ததிலும் பரிமளிப்பார் என்று சொல்ல முடியாது.

இரண்டுக்கும் தேவைப்படும் திறமைகள் மனோபாவங்கள் வேறு வேறு. தலைமையும் அப்படித்தான். அதற்கான திறன்களில் முக்கியமானது, மற்றவர்களிடம் அவரால் என்ன தாக்கத்தை ஏற்படுத்த முடியும் என்பது.

தானே செய்பவன் தலைவனல்ல. தானும் செய்யத்தான் வேண்டும். அதைவிட முக்கியம் மற்றவர்களையும் பங்குபெற, ஈடுபடச் செய்ய வேண்டும். அதற்குத்தான், தலைமை, தலைவர்கள் தேவை.

Leadership என்றாலே To influence என்பார்கள். மற்றவர்களைத் தான் நினைப்பதைச் செய்ய வைப்பது. அதில் மிகச் சிறந்தவர், மிகப் பெரும்பான்மையானவர்களைத் தான் நினைப்பதைச் செய்ய வைத்தவர் காந்தி. அவருடைய தலைமையில்தான் இவ்வளவு பெரிய தேசம். எத்தனையோ விதமான ஏற்றத் தாழ்வுகள், ஜாதி, இன, மத, மொழி வேறுபாடுகள் இருந்தும் விடுதலை பெற முடிந்தது.

ஒரு தலைவன் எப்படிச் சிந்திக்கிறான், திட்டமிடுகிறான், மக்களை ஈடுபடுத்திச் செயல் முடிக்கிறான் என்பதைத் தெரிந்து கொள்ள காந்தி நடத்திய உப்புச் சத்தியாகிரகம் ஒரு நல்ல உதாரணம்.

உப்புச் சத்தியாகிரகம்

பலம் வாய்ந்த பிரிட்டிஷ் அரசாங்கத்தை எதிர்க்க, காந்தி தேர்வு செய்த பொருள்; உப்பு. வறுமையில் இருப்பவன் கூட அன்றாடம் பயன்படுத்தும் ஒரு பண்டம் உப்பு. காந்தி செய்தது அற்புதமான தேர்வு. உப்பு என்பது சாதாரணமான ஒரு சமையல் பொருள்.

அதே சமயம் அது அத்யாவசியமான பண்டம். விலை மதிப்பில் சாதாரணமானதாகவும், தேவை மதிப்பில் மிகச் சிறந்த அடையாள மாகவும் உப்பு இருக்கிறது.

சட்டத்தை மீறி உப்புக் காய்ச்சுவதுதான் காந்தியின் நோக்க மென்றால், அலைகியூ பதம்சீ வியந்து கேட்பதைப் போல 'காந்தி சுலபமாக, ஒரு ரயில் ஏறித் தண்டிக்குப் போய், அங்கிருந்து, சில பர்லாங்குகள் நடந்து, கடற்கரையை அடைந்து. அங்கு கடல் நீரெடுத்து உப்புக் காய்ச்சி, கைதாகியிருக்கலாம்.'

ஆனால், அவர் அப்படிச் செய்யாமல், அதற்குப் பதில், சபர்மதி ஆசிரமத்திலிருந்து நான் பாதயாத்திரையாக நடந்து போகப் போகிறேன் என்று அறிவித்தார். அதற்குக் காரணம் அதை ஒரு பெரிய செய்தி ஆக்கி, நடந்து போகும் வழியெல்லாம் மக்களைச் சந்தித்து அது பற்றிப் பேச விரும்பினார். அவர்களையும் ஈடுபடுத்த விரும்பினார்.

அவர் தண்டியை சென்றடையப் பல நாட்கள் ஆனது. பல கிராமங்கள் வழியாகச் செல்ல வேண்டியிருந்தது. அவர் சென்ற வழியிலுள்ள கிராமங்களில் இருந்த பலரும் அவருடன் பாதயாத்திரையில் சேர்ந்து கொண்டனர். வழியில் பார்த்தவர்கள் மட்டுமல்ல, நாட்கள் செல்லச் செல்ல, தேசமெங்கிலிருந்தும், மக்களும், மக்கள் பிரதிநிதிகளும் சேர்ந்து கொண்டனர்.

மேலும், உலகெங்கிலுமிருந்து வந்திருந்த பத்திரிகையாளர்களும் அவரது போராட்டத்தைப் பற்றி செய்திகள் வெளியிடுவதற்காக யாத்திரையில் சேர்ந்து கொண்டனர். இதன்மூலம் காந்தி செய்தது, ஒரு தனி நபரின் விதிமீறலை மக்கள் பங்கேற்கும் ஒரு மாபெரும் இயக்கமாக மாற்றியதுதான்.

6. கொள்கைகளால் கவருங்கள்

ஒரு தனி மனிதரின் உருவம் இருக்கட்டும். அவை ஆரம்ப ஈர்ப்புக்கு உதவலாம். ஆனால் கொள்கைகளால்தான் ஒரு தலைவன் நிலைத்து நிற்க முடியும். எவ்வளவோ நபர்கள் அழகாக, கவர்ச்சியாக இருந்தும்கூட பெரிய கூட்டத்தைத் தன்வசப்படுத்த முடியாமல் தவற விடுகிறார்கள். காரணம் அவர்களுடைய கொள்கைகள்... அணுகுமுறைகள்தான். அதேசமயம் வெளித்தோற்றம் சிறப்பாக இல்லாதவர்கள்கூட தாக்கம் ஏற்படுத்துகிற தலைவர்களாகப் பரிமளிப்பதைப் பார்த்திருக்கிறோம்.

7. சொல்வதைச் செய்யுங்கள்

நீங்கள் உங்களின் முக்கிய கொள்கைகளாக, நம்பிக்கைகளாக எதைச் சொல்கிறீர்களோ அதை உங்களின் அன்றாட வாழ்க்கையிலும் செய்து காட்டுங்கள்.

வெறுமனே மற்றவர்களுக்காக மட்டும் அப்படிச் சொல்பவர் இல்லை தலைவர். அவர் அதற்காகவே வாழ்பவர். அவருடைய அத்தனை செயல்பாடுகளும் அதற்காகவே என்று மக்கள் நினைக்க வேண்டும்.

உங்கள் செயல் அட்டவணைகளில் அதற்கு நேரம் ஒதுக்க வேண்டும். தினசரி செய்யும் பல வேலைகளுக்கு நேரம் ஒதுக்கியதுபோல் இதற்கெனவும் கட்டாயம் நேரம் ஒதுக்க வேண்டும். அதுதான் தலைவனுக்கு இருக்கும் கொள்கைப் பிடிப்பைக் காட்டும். தன் கையே தனக்கு உதவி என்று Self Help பற்றி போதித்த காந்தி தினசரி நூல் நூற்றார். தன் கழிவறைகளைத் தானே சுத்தம் செய்தார்.

Critical Incidents எனப்படும் வாழ்வின் முக்கிய நிகழ்வுகளில், கொள்கைகளுக்கான நிகழ்வுகள் என்று ஏதாவது கட்டாயமாக இருக்க வேண்டும்.

மத நம்பிக்கை இல்லாதவராக தலைவர் பேசினால், அவரது திருமணம் அப்படிப்பட்ட திருமணமாக இருக்க வேண்டும்; தன்னை முற்போக்கானவரென்று சொல்லிக்கொள்பவரா? அப்படியென்றால், அதை வெளிக்காண்பிப்பதுபோல அவர் ஏதாவது செய்ய வேண்டும்.

தலைவன் சொல்லும் கதைகள், உதாரணங்கள், ஒப்பீடுகள் எல்லாம், அவர் ஓயாது பேசும் கொள்கை சம்பந்தப்பட்டதாகவே இருக்க வேண்டும். ‘படிப்பது ராமாயணம், இடிப்பது பெருமாள் கோவில்’ என்று முரண்பாடாக நடந்து கொள்பவர்களை ‘இடித்து’க் காட்டுவதற்கென்றே ஒரு பழமொழி வழக்கில் உண்டு. அப்படியிருக்கக் கூடாது.

8. பிரச்னைகளைப் புரிந்து கொள்ளுங்கள்

தலைவன் என்பவன் அல்லது தலைவனாக விரும்புகிறவன் தன் கூட்டத்தின் தேவைகளை, பிரச்னைகளைச் சரியாகப் புரிந்து கொள்ள வேண்டும். தன் மக்கள் யார்? அவர்களின் தற்போதைய நிலை என்ன? அவர்களின் இந்த நிலைக்கு யார் அல்லது எது

காரணம்? அவர்களுக்கு எந்த நிலை நல்லது; அந்த நிலை எப்படியிருக்கும்? என்பதையெல்லாம் ஆராய்ந்து அதற்கேற்றபடி செயல்படுபவன்தான் தலைவன். அதற்கு அவனுக்குத் தொலைநோக்குப் பார்வை இருக்க வேண்டும்.

மக்கள் தரையில் இருப்பதால், கூட்டத்தோடு கூட்டமாக இருப்பதால், அவர்களால் தங்களைச் சுற்றியுள்ள சிலவற்றைத் தான் பார்க்க முடியும். ஆனால் தலைவன் என்பவன் உள்ள நிலை அப்படிப்பட்டதல்ல. உயரத்தில் ஏறி தூரத்தில் இருப்பதைப் பார்ப்பது போலத் தலைவன் தூரத்தில் இருக்கும் நல்லவற்றைப் பார்க்க வேண்டும். அதற்குத் தேவை தொலை நோக்கு.

9. தொலைநோக்கு (Vision)

சில தலைவர்கள் நடைமுறையில் வரும் பிரச்னைகளைத் தீர்ப்பதற்கு வழிகாட்டுவார்கள்.

இதையெல்லாம் தாண்டித் தொலைநோக்குப் பார்வை இருப்பவர் களும் தலைவர்களாக அங்கீகரிக்கப்படுவார்கள். ‘இப்பொழுது இது சரி, ஆனால் பின்னாளில்..., இன்னும் சில ஆண்டுகள் கழித்து...?’ என்கிற கோணங்களில் சிலர் சிந்திப்பார்கள்.

இந்தியா போராடி ஆங்கிலேயர்களிடமிருந்து விடுதலை பெற்று விட்ட நேரம். அப்போது மக்கள் கவனம் முழுவதும் கொண்டாட்டங்களில் மட்டும்தான் இருந்தது. ஆனந்த சுதந்திரம் அடைந்து விட்டோமென்று அவர்கள் மகிழ்ச்சியாக ஆடிப்பாடிக் கொண்டிருந்தார்கள்.

வெள்ளையன் வெளியேறியாயிற்று. ரத்தக்களறி ஆனாலும்... பாகிஸ்தான் பிரிந்து விட்டது. அடுத்து... அடுத்து... என்று அப்போதைய நிலையைப் பற்றி மட்டுமல்ல, அடுத்த ஓரிரண்டு ஆண்டுகளுக்கான செயல் திட்டங்கள் பற்றி மட்டுமல்ல, அடுத்த தேர்தல் வரை மட்டுமல்ல... அடுத்தடுத்த தலைமுறைகளைப் பற்றியும் யோசித்தார் ஒருவர். இந்த தேசத்தின் முதல் பிரதமராக அவர் இருந்தது மட்டுமல்ல காரணம். அவர் ஒரு தொலை நோக்குள்ள தலைவராக இருந்ததும்தான். அவர் ஜவஹர்லால் நேரு.

பாரத தேசம் உலக நாடுகளுடன் ஒப்பிடக்கூடிய அளவுக்கு முன்னேற வேண்டும். நாட்டின் சுயசார்பு பெருக வேண்டும். வெறும் விவசாயத்தை மட்டுமே இந்தியா நம்பிக்கொண்டிருக்கக்

கூடாது, அதனால் மட்டும் பன்முக முன்னேற்றம் சாத்தியப்படாது என்று யோசித்தார். நாட்டுக்கு வளம் சேர்க்க, தொழில் வளம் பெருக வேண்டும் என்று முடிவெடுத்தார். தொலைநோக்குப் பார்வையில் (Vision) தொழிற்சாலைகளை நிறுவத் திட்ட மிட்டார். நாட்டின் கோயில்கள் (Temples of India) என்று அவர் தொழிற்சாலைகளை வர்ணித்தார். மனதார நம்பினார்.

மிகப்பெரிய இரும்பு உருக்காலைகள் (தற்போதைய SAIL) மின்சார உற்பத்திக்கு BHEL, விமானம் செய்வதற்கு HAL என்பது போல ஒவ்வொரு அடிப்படைத் தொழிலுக்கும் பெரிய பெரிய பொதுத்துறை நிறுவனங்கள் உருவாகத் திட்டங்கள் வகுத்தார். இவை எல்லாவற்றையும் கட்டி முடித்து உற்பத்தி தொடங்கவே ஆண்டுக்கணக்கில் ஆகும் என்பது அவருக்குத் தெரியும். இருந்தாலும் செய்தார். இன்றைக்கும் நாட்டின் முதுகெலும்பாக BEL, BEML, NLC, ONGC, IOC, BHEL, BEML, NTPC போன்ற நிறுவனங்கள் சிறப்பாகச் செயல்பட்டு வருகின்றன. காரணம் நேருவின் தொலைநோக்கு.

ஹீரோ ஹோண்டா முஞ்சால்

நிறுவன அளவில் பார்த்தால் தொலைநோக்குப் பார்வையுடன் செயல்பட்ட தலைவர்கள் நம் நாட்டில் ஏராளமானோர் இருக்கிறார்கள். அவர்களுள் ஒருவர் ஹீரோ ஹோண்டா நிறுவனர் முஞ்சால், தனது நிறுவனத்தை 'ஹீரோ சைக்கிள்ஸ்' என்ற மிதிவண்டிகள் தயாரித்துக் கொண்டிருந்த நிலையிலிருந்து, உலகில் மிக அதிகமாக மோட்டார் சைக்கிள்கள் தயாரிக்கும் நிறுவனமாக உயர்த்தி, ஹீரோ ஹோண்டாவாக ஆக்கினார். பின்பு ஹோண்டா தனியாகப் பிரிந்து, 2011-ல் ஹீரோ மோட்டார்ஸ் ஆகியது. அவர் ஐம்பது ஆண்டுகளுக்கும் முன்னால் கண்ட கனவு அது. பின்பு நனவாக்கியிருக்கிறார்.

பாலஸ்தீனியர்களுக்கெனத் தனி நாடு வேண்டும். வருங்காலத்தில் அதை அமைப்போம், அது சாத்தியம் என தம் மக்களை நம்ப வைத்த யாசர் அராபத்தும் நாட்டு நலனுக்காக நீண்டகாலத் திட்டம் தீட்டிய சிங்கப்பூரின் லீ க்வான் யூ போன்ற தலைவர்களும் கூட தொலைநோக்குப் பார்வை கொண்ட உதாரண புருஷர்கள்தாம்.

10. மற்றவர்களையும் கலந்து கொள்ளுங்கள்

தலைவனாகப் போகிறவர் சிந்திக்கிறார். அவருக்குப் பிரச்னைகள் புரிகின்றன. அவற்றைத் தீர்ப்பதற்கான வழிகளும் தெரிகின்றன.

அவர் செயல்பட ஆரம்பித்து விடலாமா? கூடாது. அவர் அளவுக்குத் தகுதி இல்லாவிட்டாலும், அவருக்கு உதவி செய்யும் குழு ஒன்று இருக்கும். அது முறையாக அமைக்கப்பட்டதாகவோ (Formal) அல்லது தானாகவே அமைந்து விட்டதாகவோ (Informal) இருக்கலாம். தன் திட்டங்களைப் பற்றி அவர்களுடன் விவாதித்து, அவர்களையும் கலந்து ஆலோசித்துத்தான் தலைவன் செயல்பட வேண்டும். ஏன் எனில்,

அ. தலைவனுக்கு எல்லாம் தெரிந்திருக்க வேண்டும் என்பது இல்லை.

ஆ. தலைவனுடைய கண்ணுக்குத் தெரியாத பிரச்னைகள் இருக்கலாம்.

இ. ஏன்? எதற்கு? எப்படி? என்பவை தெரிந்திருந்தால் தலைவனுடன் இருக்கும் குழுவுக்குச் செயல் முடித்தல் சுலபமாகும்.

ஈ. கூட இருப்பவர்களுக்கு விபரம் தெரியாவிட்டால், அவர்களால் முழு மனத்துடன் ஈடுபட முடியாது.

11. அவசர முடிவுகள் கூடாது

எடுத்தோம், கவிழ்த்தோம் என்று பெரிய முடிவுகளை தலைவன் நடைமுறைப்படுத்த முயற்சிக்கக் கூடாது. முதலில் தன் திட்டங்களை மற்றவர்கள் ஏற்றுக்கொள்ளும்படிச் செய்ய வேண்டும்.

நிறுவனங்களில் சில மேற்பார்வையாளர்கள், மேலாளர்கள்... 'அதெல்லாம் முடியாது. இப்படித்தான் செய்ய வேண்டும்' என்று ஊழியர்களைக் கட்டாயப்படுத்துவார்கள். ஊழியர்களைப் பேசவிட மாட்டார்கள். மற்றவர்கள் சொல்வதைக் காது கொடுத்துக் கேட்க மாட்டார்கள். ஆனால் அவர்கள் நினைத்த வேலை நடக்காது. பிற்பாடு செய்யாதவர்களைப் பார்த்துக் கத்தலாம். சத்தம் போடலாம். ஆனால் வேலை கெட்டது கெட்டதுதானே!

12. மற்றவர்களைக் கவர்வது

தலைவர்கள் அழகாக இருப்பது. ஆரம்ப ஈர்ப்புக்கு உதவும். மறைந்த முதல்வர் எம்.ஜி.ஆர் அதற்கு ஓர் உதாரணம். அதற்காகத் தலைவன் என்றாலே சிவப்பாக, அழகாகத்தான் இருக்க

வேண்டும் என்று அவசியமில்லை. காந்தி, ஆபிரகாம் லிங்கன், நெல்சன் மண்டேலா, காமராஜர், லால்பகதூர் சாஸ்திரி, அன்னை தெரசா, அண்ணாதுரை என்று சாதாரணத் தோற்றம் கொண்ட, மக்களின் மனம் கவர்ந்த எத்தனையோ தலைவர்கள் உண்டு. அழகுதான் அவசியமில்லையே தவிர, தலைவனுக்கு ஒரு தனித்தன்மை இருக்க வேண்டும்.

அவனுடைய உருவமோ, பேச்சோ, பாணியோ, செயல்பாடோ ஏதோ ஒன்று மற்றவர்களிலிருந்து வித்தியாசமாக, பிறரைக் கவர்வதாக இருக்க வேண்டும். மற்றவர்களைக் கவரத் தவறியவர்கள் தலைவர்களாகியதாகச் சரித்திரம் இல்லை.

தலைவன் என்பவன் மக்களை கவனிக்க வைக்க வேண்டும். தன்பால் திரும்ப வைக்க வேண்டும். காமராஜர் அவர்களின் உழைப்பு, நேர்மை, ஈடுபாடு, வெளிப்படையான பேச்சு, எளிமை எனப் பலவும் சேர்ந்துதான் அவரை மக்கள் கவனிக்கும்படிச் செய்தன. இதற்கு நாளாகும். பல ஆண்டுகள் கூட ஆகலாம். அண்ணா அவர்கள் மக்கள் மனத்தில் நுழைந்தது அவருடைய நாவன்மையால்தான். தமிழ், ஆங்கிலம் இரண்டிலுமே அவருக்குப் புலமை இருந்தது.

நாட்டில் எவ்வளவோ தலைமைப் பண்புள்ளவர்கள் இருக் கிறார்கள்தான். ஆனால் அவர்கள் அனைவருமே தலைவர்களாகி விடவில்லை. காரணம், பின்பற்ற வேண்டியவர்கள் அவர்களைக் கண்டுகொள்ளவில்லை. 'அப்படி ஒருவர் இருக்கிறார், அவருக்கு என்று தனி வழி இருக்கிறது, அவரால் தலைமை ஏற்று நடத்த முடியும்' என்பதெல்லாம் சிலருடைய விஷயத்தில் அதிகம் வெளித் தெரியாமலேயே போய் விடுகின்றன.

கூட்டங்களில் தலைவனின் திறமைகள் வெளித்தெரிய வேண்டும். அது செயல்பாட்டாலோ, அல்லது மற்ற எதனாலோ வெளிப்படலாம். விவேகானந்தர் உலகம் முழுவதும் சீடர்களைப் பெற்றவர். அவர் அமெரிக்காவில், சிகாகோ நகரில் நிகழ்த்திய உரையைப் பற்றியும், அது ஏற்படுத்திய விளைவுகளைப் பற்றியும் தெரிந்திருக்கலாம்.

எப்படி மக்களின் ஒன்றுபட்ட கவனத்தைக் கவருவது என்றும், அப்படிக் கவர்ந்த கவனத்தை எப்படித் தக்கவைத்துக் கொள்வது என்பதற்கு விவேகானந்தரின் அந்த அமெரிக்க உரை நிகழ்வையே உதாரணமாகப் பார்க்கலாம்.

விவேகானந்தர்

சர்வ மத மகாசபையில் (World Parliament of Religions) இந்தியாவின் பிரதிநிதியாக விவேகானந்தர் கலந்துகொள்ள வேண்டும் என்று அவருடைய அபிமானிகள் விரும்பினார்கள். விவேகானந்தருக்கு அப்பொழுது வயது முப்பது. அவருக்குப் பாரத தேசம் எங்கும் அபிமானிகள் இருந்தார்கள்.

அந்த அபிமானிகளே அவருடைய பயணச் செலவுக்கும் நிதி திரட்டித் தந்தார்கள். ராஜா சாகாப் காட்ரி என்பவர், சுவாமி விவேகானந்தருக்கான உடைகளை வடிவமைத்தார். தலைப்பாகை, கவுன், இடுப்புப் பட்டை, காலணிகள் என்று எல்லாவற்றையுமே பிரகாசமான ராஜஸ்தானி வண்ணங்களில் தயாரித்தார்.

விவேகானந்தர் அமெரிக்கா போய்ச் சேருவதில் ஏகப்பட்ட சிக்கல்கள் ஏற்பட்டன. எல்லாவற்றையும் கடந்து, ஒரு வழியாக அவர் அங்கு போய்ச் சேர்ந்துவிட்டார்.

தொடக்க விழா நடைபெறுகிறது. அந்த மேடையில் பல்வேறு நாடுகளைச் சேர்ந்தவர்களும் அமர்ந்து இருக்கிறார்கள். அதே மேடையில் பிரகாசமான உடையில் கம்பீரமாக விவேகானந்தரும் அமர்ந்திருக்கிறார். பார்வையாளர்கள் மற்றும் மேடையில் இருந்தவர்கள் அனைவர் கண்களும் அவர்மீதுதான் நிலைத்திருக்கின்றன. அவரைப் பேச அழைக்கிறார்கள். ஒவ்வொருமுறை அவரை அழைக்கும்பொழுதும், பிறகு பேசுகிறேன் என்கிறார். குழுமியிருந்தவர்கள் தள்ளிப் போய்க் கொண்டேயிருந்த அவர் பேச்சைக் கேட்க ஆவலாயிருக்கிறார்கள். அனைவருமே பேசி முடித்தாயிற்று. விவேகானந்தர்தான் இறுதிப் பேச்சாளர்.

அவர் பேச எழுகிறார். விவேகானந்தர் நின்ற தோரணையே அசாதாரணமானதாக இருந்தது. அவருடைய கால்கள் தரையில் உறுதியாக ஊன்றி இருந்தன. கைகளை அவர் தன்னுடைய அகன்ற மார்பைச் சுற்றிக் கட்டியிருந்தார். லேசாக வலதுபக்கத் தோள் பட்டைப் பக்கம் திரும்பியபடி முழுவதும் நிமிர்ந்த தலை. மொத்தத்தில், அவரிடம் கவர்ச்சியும், தன்னம்பிக்கையும் அபரிமிதமாய் மிளிர்ந்தன. அவர், வந்து இப்படி நின்றதுமே கைதட்டல். அது சில நிமிடங்களுக்குத் தொடர்ந்தது.

சிறிது நேர மௌனத்திற்குப் பிறகு, அவர் பேசத் தொடங்கினார். உணர்ச்சிகரமான குரலில், 'அமெரிக்காவைச் சார்ந்த சகோதர சகோதரிகளே' என்று தன் பேச்சை ஆரம்பித்தார். அவர் இப்படித்

தொடங்கியதுமே மீண்டும் பலத்த கைதட்டல். தொடர்ந்து அற்புதமாகப் பேசி முடித்தார் விவேகானந்தர்.

மறுநாள் அமெரிக்கா, இந்தியா உட்பட பல உலக நாடுகளின் செய்தித்தாள்களின் தலைப்புச் செய்தியாக அவருடைய பேச்சுதான் இடம்பெற்றது. தினசரிகளில் தலையங்கங்கள் இதற்கு முக்கியத்துவம் கொடுத்து எழுதப்பட்டன. அவருடைய அந்த மேடைப்பேச்சு ஒரு திருப்புமுனையாக அமைந்தது. அவருக்கு உலகமெங்கிலும் பல சீடர்களையும் அபிமானிகளையும் பெற்றுத் தந்தது.

தலைவனுக்கு மக்களைத் தன்பக்கம் ஈர்க்கும் சக்தி வேண்டும். அதே மேடையில் மற்றவர்களைப் போலவே உடை அணிந்து கொண்டு, அவர் சாதாரணமாகப் போயிருந்தால், தொடக்கத்திலேயே அந்த அளவு கவனிக்கப்பட்டு இருப்பாரா என்பது சந்தேகம்தான். அவர்கள் நடுநடுவில் அழைத்தபோது ஏதாவது ஒரு கட்டத்தில் எழுந்து சென்று பேசியிருந்தாலும், இந்த அளவுக்கு மற்றவர்களின் கவனத்தை ஈர்த்து இருப்பாரா என்றெல்லாம் நிச்சயமாகச் சொல்ல முடியாது.

13. நம்பிக்கைகொள்ள வையுங்கள்

யானையைத் தருகிறேன்... பூனையைத் தருகிறேன்... என்று யார் வேண்டுமானாலும் சொல்லலாம். கேட்பவர்கள் நம்ப வேண்டுமே. நம்ப வைப்பவன்தான் தலைவன். பலரும் சிறந்த சிந்தனையாளர்களாகவும், தொலைநோக்கு கொண்டவர்களாகவும், இருப்பார்கள். ஆனால் அப்படி இருப்பவர்கள் அனைவருமே தலைவர்களாக ஏற்றுக்கொள்ளப்படுவதில்லை.

எல்லா வெற்றிகரமான தலைவர்களிடமும் ஏதோ ஒரு வழிமுறை, சக்தி, திறன் இருக்கிறது. அவர்கள் சொல்வதை நம்புவதற்கு ஆட்கள் இருக்கிறார்கள். அப்படி, மக்களை நம்பிக்கைகொள்ள வைப்பது தலைமையின் குணம்.

'நாம் தடியெடுக்க வேண்டாம். துப்பாக்கி முதலிய ஆயுதங்களைக் கையில் எடுக்க வேண்டாம். மறியல் போர் செய்வோம். பிரிட்டிஷ் போலீஸ் அடித்தால், தடுக்கக் கூடாது. அடிகளை வாங்கிக் கொள்வோம்'. இப்படி ஒரு தலைவர் சொன்னார். 'இப்படியே தொடர்ந்து செய்து கொண்டிருந்தால், பிரிட்டிஷ் அரசு நமக்குச் சுதந்திரம் கொடுத்துவிட்டு, நம் தேசத்தை விட்டுப் போய்விடும்' என்றார் அவர்.

லட்சக்கணக்கான, கோடிக்கணக்கான மக்கள் அதை நம்பினார்கள். 'நான் எதற்கு வீணாக வெள்ளையனிடம் அடி வாங்க வேண்டும். நானும் திருப்பித் தாக்குவேன்!' என்றெல்லாம் அவர்கள் யாரும் வீம்பு பேசவில்லை. காந்தியின் வார்த்தைகளை அடிபிறழாமல் வேதம் போல் பின்பற்றினார்கள். அடுத்தடுத்து அடி வாங்கிச் சரிந்தார்கள். தலைவரின் சொல்லைத் தவறாமல் கடைபிடித்துக் கௌரவப்படுத்தினார்கள். இப்படி தலைவனின் தலையாயப் பணி, கூட்டத்தைத் தன்னை நம்ப வைப்பது. 'டிரஸ்ட்' (Trust). தலைமையின் வெற்றிக்கு இது அவசியம்.

எப்படி நம்பிக்கைகொள்ள வைப்பது?

இதற்கு ஒரே வரிப் பதிலோ, நிச்சயமானதொரு வழிமுறையோ இல்லை. தலைவர்கள் சொல்வதைச் செய்ய வேண்டும். அதனால் எவ்வளவு இழப்பு வந்தாலும், சிரமம் ஏற்பட்டாலும், At any cost என்பார்களே, எந்த விலை கொடுத்தும் நடந்து காட்டுதலிலுள்ள demonstration, அதற்குப் பலம் அதிகம்.

'நான் சொல்வதுபோலச் செய்யாதீர்கள், நான் செய்வதைப் போலச் செய்யுங்கள்' என்று ஆபிரகாம் லிங்கன் சொல்வார்.

உங்களுக்குச் சொல்லும் வழிமுறைகளில் நான் எதையேனும் கடைப்பிடிக்காவிட்டால் நீங்களும் அதைக் கடைப்பிடிக்க வேண்டாம். 'உங்களிடம், என்னவெல்லாம் எதிர்பார்க்கிறேனோ அப்படியெல்லாம் நானும் நடந்து கொள்வேன்' என்பதுதான் அவர் தெரிவித்த செய்தி. அவர் அப்படியே நடந்து கொண்டால், அவர்மீது எவ்வளவு நம்பிக்கை வரும்! அப்படிப்பட்ட தலைவர்கள் பலர் இருக்கிறார்கள்.

காந்தியின் செய்தி

காந்தியின் சபர்மதி ஆசிரமம், அவரைப் பார்க்கத் தேசத்தின் பல பாகங்களில் இருந்தும் தினம் தினம் கணிசமான எண்ணிக்கையில் மக்கள் வருவார்கள். ஒருநாள் ஒரு வியாபாரி, நல்லவர், தேசபக்தி உள்ளவர் காந்தியைப் பார்க்க வந்தார். காந்தியைச் சந்திக்கையில் அவர் கேட்டார், 'வாழ்க்கையில் விடாது பின்பற்ற ஏதாவது செய்தி சொல்லுங்கள்.' காந்தி அவருக்குச் செய்தி ஏதும் சொல்ல வில்லை. சிரித்துவிட்டுப் போய்விட்டார். அடுத்த நாளும் இதே கேள்வியை அந்த மனிதர் கேட்கிறார். பின்பு சொல்கிறேன் என்கிறார் காந்தி.

நாட்கள், வாரங்கள் ஆகி மாதங்களும் கடந்துவிட்டன. பொறுமையிழந்த அந்த வியாபாரி, காந்தியிடம் சென்று சற்று வேகமாகவே கேட்டார். 'எனது ஊரில் வேலைகள் பலவும் நிலுவையில் உள்ளன. நான் உடனே போயாக வேண்டும். உங்களை அப்படி என்ன பெரிதாகக் கேட்டுவிட்டேன். தொடர்ந்து, நான் கேட்கும்போதெல்லாம் பிறகு, பிறகு என்கிறீர்களே. வாழ்க்கையில் நான் கடைப்பிடிக்க வேண்டிய ஏதாவது ஒரு விஷயத்தைச் சொல்லுங்கள் என்றுதானே கேட்டேன்'.

காந்தி சொன்னார். 'நான் தனியாகச் சொல்வதற்கு என்ன இருக்கிறது. நீங்களும் ஆசிரமத்தில் இவ்வளவு நாட்கள் தங்கி இருந்திருக்கிறீர்கள். என செயல்பாடுகளைப் பார்த்திருக்கிறீர்கள். அவற்றில் எதுவுமே நீங்கள் கடைப்பிடிக்கத் தக்கதாக உங்களுக்குப் படவில்லையா! நான் செய்வது வேறு, சொல்வது வேறா! என் வாழ்க்கை முறைதான் மற்றவர்களுக்கு நான் சொல்லும் செய்தி என்று நான் நம்புகிறேன். அதனால்தான் தனியாக எதைப் பற்றியும் சொல்லவில்லை' என்றாராம்.

ஒரு தலைவன் தன்னைப் பின்பற்றுபவர்களை என்னென்ன எல்லாம் செய்யச் சொல்கிறார்களோ, அவற்றை முதலில் தலைவன்தான் செய்ய வேண்டும். எம்.ஜி.ஆர் முதலில், தான் பச்சை குத்திக்கொண்டார். அதற்குப் பின்புதான் தன் தொண்டர்களைப் பச்சை குத்திக்கொள்ளச் சொன்னார். காந்தி உண்மையையே பேசினார். அகிம்சையைப் போதித்தார். எல்லோரையும் நேசிக்கச் சொன்னார். தன்னை ஒருவன் துப்பாக்கியால் சுட்ட பிறகும், அவனை நிந்திக்காமல்... கத்தாமல்... ராம், ராம்... என்றவாறே சரிந்து விழுந்து உயிரை விட்டார்.

14. கவனம் பிசகக் கூடாது

இதை ஆங்கிலத்தில் Focus என்பார்கள். சிலர் 'லேசர் பீம் போகஸ்' (Laser Beam Focus) என்பார்கள். தலைவர்கள் ஏதோ ஒரு தொலைநோக்கைச் சொல்லி, எங்கேயோ தொடங்கி, எப்படியோ போய்த் திசை தடுமாறிச் செல்லும் பறவைகளாக ஆகிவிடக் கூடாது. மொழியா, இனமா, தேசமா, பொருளாதார உயர்வா, விரிவாக்கமா, சமுதாய முன்னேற்றமா அது எதுவாகவும் இருக்கலாம். எடுத்த செயலில் முழுக்கவனம் கொள்பவர்கள் தலைவர்கள். தலைவர்களுக்கு வேண்டிய குணம் இது.

திராவிடர் கழகம் பெரியார் தொடங்கி வைத்த இயக்கம். அது ஒரு பகுத்தறிவு இயக்கம். தேர்தலில் போட்டியிடுவதில்லை என்று அவர்கள் முதலிலேயே தீர்மானம் செய்தார்கள். இன்றளவும் அதிலிருந்து அவர்கள் மாறவில்லை.

வருமானம், வருமானம் இல்லை, புகழ், புகழ் இல்லை. ஆதரவு, ஆதரவு இல்லை போன்ற எதுவுமே சிலரைப் பாதிக்காது. அவர்கள் கவனம் எப்போதும் அவர்கள் கொள்கையில்தான் இருக்கும்.

15. சம்பந்தப்பட்டவர்களுக்குப் பெருமை செய்யுங்கள்

தலைவர்கள் என்பவர்கள் மற்றவர்கள் புகழை, உழைப்பைத் திருடுபவர்களாக இருக்கக் கூடாது. அப்படிச் செய்பவர்கள் மீது மற்றவர்களுக்கு நம்பிக்கை வராது. யார் செய்தாரோ அவருக்கே புகழையும், பெயரையும் (Credit) கொடுக்க வேண்டும். சிறிதளவே அதில் அவரது பங்களிப்பு இருந்தாலும், கிடைத்த வெற்றியில் சம்பந்தப்பட்டவர்கள் அதை எதிர்பார்ப்பார்கள். எனவே, தொடர்பிருப்பவர்கள் கேட்காமலேயே தலைவர்கள் அவர்களுக்குப் பெருமை செய்ய வேண்டும்.

தொண்டர்கள்தான் என்றில்லை, உடன் பணியாற்றுபவர்கள், குழு உறுப்பினர்கள் என்று அவர்கள் யாராக இருந்தாலும், வேலையில் பங்களிப்பைச் செய்தவரைக் கௌரவிக்கும் வகையில் 'அவர்தான் அந்தப் பணியைச் செய்தார்' என்று பிறரிடம் அறிமுகம் செய்வது ஓர் பண்பாடு. எதிரிகளாலும் மதிக்கப்படும் தலைவனுக்குத் தேவையான குணம் அது. அப்படிச் செய்ய தலைவனுக்குத் தன்னம்பிக்கை வேண்டும். தான் பாதுகாப்பாக இருப்பதாக உணர்பவர்களால்தான் மற்றவர்களுக்குப் பெருமை சேர்க்கும் விதமாக, பாராட்டு செய்யும் விதமாக நடந்துகொள்ள முடியும்.

16. நிதானம் தவறக் கூடாது

நல்ல தலைவர்கள் என்பவர்கள் வெற்றி கண்டு குதிக்க மாட்டார்கள். நிதானத்தைக் கடைப்பிடிப்பார்கள். ஒருமுறை பலத்த போட்டிக்கிடையே காமராஜ் அவர்கள் காங்கிரஸ் எம்.எல்.ஏ.க்களால் முதல்வராகத் தேர்வு செய்யப்பட்டார். முதல்வர் தேர்வு முடிந்தபிறகு காமராஜ் அவரை எதிர்த்து நின்ற பக்தவச்சலம், சி.சுப்பிரமணியம் முதலியவர்களையும் சந்தித்துப்

பேசிக் கட்டாயப்படுத்தித் தன் அமைச்சரவையில் சேர்த்துக் கொண்டார்.

1967 வருடத்திய தேர்தல் தமிழக அரசியலையே புரட்டிப் போட்டது. சுதந்திர இந்தியாவில் தமிழகத்தில் முதன்முதலாகக் காங்கிரஸ் கட்சி தோற்ற தேர்தல் அது. காங்கிரசை வீழ்த்தி வெற்றிபெற்ற தி.மு.க.வின் தலைவர் சி.என்.அண்ணாதுரை, அந்த வரலாற்று வெற்றிக்குப் பின் காமராஜரைச் சந்தித்து ஆசி பெற்றார். அறிவுரைகள் கேட்டார்.

கிரிக்கெட் போட்டிகள் பார்த்திருக்கிறோம். எனக்கு மிகவும் பிடித்த மூன்று அணித் தலைவர்கள் (கேப்டன்கள்) யார் தெரியுமா? கபில்தேவ், இம்ரான் கான் மற்றும் அசாருதீன். காரணம், அவர்களுடைய நிதானம். ஆட்டத்தில் அல்ல, வெற்றியில். வெற்றி பெற்ற பின்பு அவர்கள் நடந்துகொள்வதைப் பார்க்க வேண்டும். ஒவ்வொரு முறையும் ஆச்சரியப்பட்டுப் போயிருக்கிறேன்.

உலகக் கோப்பையையே 1983ல் இந்தியாவுக்கு வாங்கித் தந்தவர் கபில்தேவ். அதுவரை இந்தியா ஒருதின கிரிக்கெட் பந்தயத்தில் ஒன்றும் இல்லாத குழு.

கபில் தலைமையேற்று, விளையாடிய அந்த புருடென்சியல் கப் என்றழைக்கப்பட்ட உலகக்கோப்பை லீக் பந்தயங்களில் படிப்படியாக வெற்றிபெற்று, திறமையுடன் உலக சாம்பியனான மேற்கிந்திய தீவுகள் அணியையே இறுதிப் போட்டியில் தோற்கடித்து இந்தியாவிற்கு வெற்றி பெற்றுத் தந்தார் கபில். இந்தியா அடித்த ஓட்டங்கள் 183. அடுத்து ஆடிய வெஸ்ட் இண்டீஸ்... 9 விக்கெட்கள் இழந்துவிட்டார்கள். இன்னும் ஒரு விக்கெட்தான் பாக்கி. அதுவும் விழுந்துவிட்டால், இந்தியா முதல்முதலாக உலகக் கோப்பையை வென்றுவிடும். அட! அதுவும் நிகழ்ந்தது. இந்தியா வெற்றி.

போட்டியை நேரில் கண்டுகளித்துக் கொண்டிருந்த ரசிகர் மட்டுமல்ல ஆடுகளத்தில் இருந்த ஒவ்வொரு இந்திய வீரரும் குதிக்கிறார்கள். உண்மையில் வரலாறு காணாத வெற்றிதான் அது. இந்திய ரசிகர்களின் உற்சாகம் கரைபுரண்டு, ஆடுகளத்துக் குள்ளேயே அவர்களைப் பாய வைக்கிறது. வெற்றியைச் சாத்தியமாக்கிய வீரர்களை நோக்கி ஓடுகிறார்கள்.

ஆனால் அவ்வளவு பெரிய வெற்றிக்குப் பெரிதும் காரணமாக இருந்த கபில் ஆடவில்லை. குதிக்கவில்லை. நினைத்த செயல் முடிந்த நிதானத்துடன் நிறைவுடன் நடந்தார். சில ஆண்டுகளுக்குப் பின்பு பாகிஸ்தான் உலகக் கோப்பையை (ரிலையன்ஸ் கோப்பை) வென்றபோது இம்ரான் கானும் அப்படியேதான் நடந்துகொண்டார். அதே மாதிரியான நிதானம். என்ன கொஞ்சம் பெருமிதம் அவரிடம் தெரிந்தது. அவ்வளவுதான். அசாருதீனிடமும் அத்தகைய நிதானத்தை வெற்றி பெறும்போது பார்க்கலாம்.

17. விட்டுக் கொடுக்காதிருங்கள்

தலைவன் தனித்திறமையாளன் அல்ல. அப்படியே இருந்தாலும் தன் அணியை அரவணைத்துச் செல்ல வேண்டும். 'வெற்றிக்கு நானே காரணம். தோல்விகளுக்கு என் குழுதான் காரணம்' என்று சொல்பவர் நல்ல தலைவர் இல்லை. சில தருணங்களில் குறிப்பிட்ட சம்பவங்கள், நிகழ்ச்சிகளில், நேரங்களில் ஏதோ காரணங்களால் வெற்றி நழுவி விட்டது. தலைவனாக இருப்பவன் என்ன செய்வான்? எந்தக் காரணம் கொண்டும் தன் குழுவை விட்டுக் கொடுக்க மாட்டான். அவர்களுக்காக வாதாடுவான். இந்த அணுகுமுறை உள்ள தலைவர்கள் நிறையப் பேர் இருக்கிறார்கள்.

அப்படி இருப்பவர்களில் பெரும்பாலானவர்களுக்குத் தெரிந்த சுலபமான உதாரணம் சவ்ரவ் கங்குலி. வீரேந்திர சேவாக், இர்ஃபான் பதான், ஆசிஸ் நெஹ்ரா போன்ற பல புதியவர்களை அழைத்து வந்து, ஊக்குவித்து அவர்கள் சமயத்தில் சரியாக ஆடாவிட்டாலும்கூட அவர்களுக்காக வாதாடி மீண்டும் வாய்ப்புகள் பெற்றுத்தந்து, வெற்றி பெற வைத்தவர் கங்குலி.

சிறந்த தலைமைக்கான நல்ல அடையாளம் என்பது இதுதான்.

•

அத்தியாயம் 7

தலைமைப் பண்புகள்

தலைவர்கள், பல திறனும் பெற்றிருக்க வேண்டும் என்ற எதிர்பார்ப்பு மக்களிடம் உண்டு. ஆம்! தலைவர்களுக்கும், கடவுளர்களைப் போல அசாதாரணக் குணங்கள், திறன்கள் தேவைப்படத்தான் செய்கின்றன.

இந்த அத்தியாயத்தில், ஒரு தலைவருக்குத் தேவைப்படும் சிறப்பான குணங்கள் மற்றும் முக்கிய திறமைகளைப் பற்றிப் பார்க்கப் போகிறோம்.

மனிதனின் படைப்புகளிலேயே சுவாரஸ்யமானது எது என்று கேட்டால், 'கடவுள்' என்று சிலர் சொல்வார்கள். என்ன! கடவுள் மனிதனால் உருவாக்கப்பட்டாரா! இறைவன் தானே மனிதர்களை மட்டுமல்ல இந்தப் பிரபஞ்சத்தையே படைத்தான் என்று ஆத்திகர்கள் கொதித்து எழலாம்.

ஆனால், சொல்ல வரும் விஷயம் வேறு. கடவுளைப் பல்வேறு மதங்களும் பல்வேறு கோணங்களில் அறிமுகப்படுத்துகின்றன. இந்து மதத்தில் சில கடவுளர்களுக்குப் பத்து கைகள், பல தலைகள் உண்டு. முருகப் பெருமானுக்கு ஆறு முகங்கள், காளிக்கு

பல கைகள். விநாயகருக்குக் கூட அப்படிப் பல கைகள் உள்ளதாகத்தான் புராணங்கள் கூறுகின்றன. படங்களில், ஒவ்வொரு கையிலும் ஒரு பொருளைக் கடவுளர்கள் ஏந்திக் கொண்டிருப்பார்கள். இறைவன் ஏராளமான சக்தி படைத்தவன், அசாதாரணமானவன் என்பதை உணர்த்துவதற்காகத்தான் இதெல்லாம் சிருஷ்டிக்கப்படுகின்றன. தலைவர்களுக்குத் தேவைப்படும் திறன்களைப் பற்றி யோசித்தால், இவைதான் நினைவுக்கு வருகின்றன.

ஆம்! தலைவர்களுக்கும், கடவுளர்களைப் போல அசாதாரணக் குணங்கள், திறன்கள் தேவைப்படத்தான் செய்கின்றன.

தலைமைப் பண்புகள்

நேர்மை, தொலைநோக்குப் பார்வை, எதையும் செய்து முடிக்கும் வல்லமை, பாரபட்சமற்ற அணுகுமுறை, பரந்துபட்ட பார்வை, அறிவுத்திறன், நேர்மையான போக்கு, மனத்துணிவு, நம்பகத்தன்மை, ஒத்துழைக்கக்கூடிய, அக்கறை எடுத்துக் கொள்ளும் மனம், கற்பனைத் திறன், முதிர்ச்சி, தீர்மானிக்கும் திறன், வேட்கை, விசுவாசம், தன்னைக் கட்டுப்படுத்திக் கொள்ளும் பக்குவம் என்று ஒரு தலைவனிடம் இருக்க வேண்டிய பண்புகள் பற்றி ஒரு நீண்ட பட்டியல் இட்டு எவ்வளவு வேண்டுமானாலும் சொல்லிக் கொண்டே செல்லலாம்.

ஒருவரிடமே அத்தனை பண்புகளும் இருக்குமா? முடியுமா? சாத்தியமா? இருந்தால் எப்படியிருக்கும்?

நிச்சயமாக இருக்க முடியாது. பல்வேறு நல்ல தலைவர்களிடம் இருக்கக்கூடிய பண்புகள், திறமைகளை எல்லாம் பற்றி ஒரு தொகுப்பைத் தருவதுதான் இந்தப் பகுதி.

1. பெரிதாய் நினைப்பது

டாக்டர் ரெட்டீஸ் லேப் நிறுவனத்தை தொடங்கியவர் அதன் பெருமுதலாளி ஆஞ்சி ரெட்டி அவர்கள். அவர் ஒரு நிறுவனத்தில், மாதச் சம்பளம் ரூபாய் 1500க்கு வேலை செய்து கொண்டிருந்தார். சில வருடங்களுக்குப் பிறகு வேலையை ராஜினாமா செய்துவிட்டு நண்பருடன் சேர்ந்து ஒரு மருந்து தயாரிக்கும் நிறுவனத்தைத் தொடங்குகிறார். பெயர் ஸ்டாண்டர்ட் ஆர்கானிக்ஸ். அந்த நிறுவனத்தை 1984ல் விட்டுவிட்டு வெளிவந்த பொழுது அவரிடம் 5 லட்ச ரூபாயும்,

வங்கியில் அதைப்போல 5 மடங்கு (25 லட்சம் ரூபாய்) கடனும் இருந்தது.

இவ்வளவு பெரிய கடனுடன் வெளிவந்தபோது அவருடைய நெஞ்சில் சுமந்த கனவு என்ன தெரியுமா? புதிதாக தான் தொடங்கும் நிறுவனம் உலகின் மிகப் பெரிய மருந்து தயாரிக்கும் நிறுவனமாக இருக்க வேண்டும் என்பதுதான்.

2012-ஆம் ஆண்டு கணக்குப்படி, அவருடைய தனிநபர் சொத்து மதிப்பு மட்டும் 2000 கோடி. தொடக்கத்தில் அவரிடம் இருந்தது கடனும் பெரிய கனவும் மட்டுமே.

அந்த உயரிய கனவுதான் ஒரு தலைவனுக்கு மிகத் தேவையானது! தலைவர்கள் எதையும் பெரிதாக நினைக்க வேண்டும்; உயர்ந்ததாக நினைக்க வேண்டும். உள்ளுவதெல்லாம் உயர்வுள்ளல் என்பதே தேவை.

2. கம்யூனிகேஷன்

தலைவர்கள் என்றாலே தனிப்பட்டவர்கள் அல்ல, அவர்கள் ஒரு பெரும் கூட்டத்தின் பிரதிநிதி என்பது தெரியும். அப்படி ஒரு பெரும் கூட்டத்தை ஈர்க்கவும், அவர்களின் எண்ணங்களை மாற்றவும், அவர்களுடன் தொடர்புகொள்ள வேண்டியவர் தலைவர்.

அதற்கு ‘கம்யூனிகேஷன்’ எனப்படும் தகவல் தொடர்புத் திறமை மிக முக்கியம். நினைத்ததைச் சொல்லத் தெரிய வேண்டும். எல்லோரும்தான் தெரியப்படுத்துகிறார்கள், சொல்கிறார்கள், பேசுகிறார்கள். ஆனால் பலர் சொல்வது எடுபடுவதில்லை. புரிவதில்லை.

அடுக்குமொழி, அலங்கார மொழி என்று ஒருவகை. அதைக் கொண்டு சில தலைவர்கள் நன்கு பரிமளித்தார்கள். மறுப்பதற்கு இல்லை. ஆனால், அது மட்டுமே திறமை இல்லை. அதுவும் ஒரு திறமை அவ்வளவுதான்.

தான் நினைப்பது போல், விரும்புவது போல், கேட்பவர்களைப் புரிந்துகொள்ள வைப்பதுதான் செய்தித் தொடர்பான கம்யூனிகேஷனின் வெற்றி. ஒரு கூட்டத்தைக் கோப்பட வைக்க வேண்டும் அல்லது பரிதாபப்பட வைக்க வேண்டும். அல்லது எதையாவது மறுக்க, ஒதுக்கித் தள்ளிவைக்க வேண்டும். இதை எப்படி எடுத்துச் சொல்வது? எப்படிச் சொன்னால் அது

ஏற்கப்படும். இந்த சூட்சுமம்தான் கம்யூனிகேஷன். அதாவது, தான் சொல்ல வந்த விஷயத்தை சொல்லும் விதமாகச் சொல்லி பிறரை ஏற்றுக்கொள்ள வைத்தல்.

தனியாக நாலைந்து நபருடன் பேசுவது வேறு, பெரிய கூட்டத்தில் பேசுவது வேறு. சிலருக்கு முந்தையது சுலபம். அடுத்தது சிரமம். ஒரு கருத்தை மற்றவர்கள் ஏற்றுக்கொள்ளும் வண்ணம் திறம்பட எடுத்துரைப்பது ஒரு கலை, திறன். அதை முயன்று வளர்த்துக் கொள்ள வேண்டும். தங்கள் கருத்துக்களைக் கேட்பவர்கள் மனதில் பதியும்படி சொல்லத் தெரிய வேண்டும். இது தலைவர்களுக்குத் தேவையான முக்கியத் திறமை.

தலைவர்கள் அற்புதமாக எழுதக்கூடியவர்களாகவும் இருப்பார்கள். அது கூடுதல் பலம் தரும். காந்தி தொடர்ந்து சுயராஜ்யா என்ற தன்னுடைய பத்திரிக்கையில் எழுதினார். மக்களுடன் நெருக்கமானதொரு தொடர்பை வைத்திருந்தார். தமிழகத்திலும் அப்படிப்பட்டத் தலைவர்கள் நிறையப் பேர் இருந்தார்கள். இன்றும் இருக்கிறார்கள். தி.மு.க.வின் கொள்கைப் பரப்பு ஏடாகவே முரசொலி எப்போதும் இருந்து வந்திருக்கிறது. அதில் கருணாநிதி எழுதும் கடிதங்கள், அவருடைய அபிமானிகளின், ‘உடன்பிறப்பு’களின் எண்ணிக்கையை அதிகப்படுத்தி இருக்கிறது. உறவை பலப்படுத்தி இருக்கிறது.

தலைவர்கள் தொடர்ந்து தங்கள் கருத்துக்களை, பின்பற்றுவர்கள் மத்தியில் சொல்லிக் கொண்டே இருக்க வேண்டும். நிறுவனங்களில், நிறுவனத்தின் Shared Values எனப்படும் முக்கிய அடிப்படை நம்பிக்கைகளை நிறுவனத் தலைவர்கள் பல்வேறு விதங்களில் சொல்லிக் கொண்டேயிருப்பார்கள்.

2.1. கதை சொல்லுதல்

பொதுக்கூட்டங்களில் பேசுவதில் அதிகத் திறமை படைத்தவர் என்ற பட்டியலில் உலக அளவில் அதிகம் பேசப்படுபவர் மார்ட்டின் லூதர் கிங். அவருடைய I have a dream (எனக்கு ஒரு கனவு இருக்கிறது) என்ற பேச்சு மிகவும் பிரபலமானது.

அதைப் பேச்சு என்பதைவிட Articulation என்பார்கள். கேட்பவர் மனத்தில் கற்பனையை விரிய வைத்து, அதில் லயிக்க வைப்பது. அதுதான் ‘ஆர்ட்டிக்குலேஷன்’ என்பது. இந்தத் திறன் தலைவர்களுக்கு இருக்கவேண்டியது அவசியம்.

காரணம், ஒருவர் பிரமிக்கக்கூடிய, தயங்கக்கூடிய, முடியாது என்று நினைக்கக்கூடியச் செயல்களை, தலைவர்கள் தங்கள் பேச்சின் மூலம் தங்களைப் பின்பற்றுபவர்களின் மனத்தில் அவர்களும் கண்டிப்பாகச் செய்ய முடியும் என்கிற நம்பிக்கையை உருவாக்க வேண்டும். அதைச் செய்து முடிக்க வேண்டும் என்று ஆசைகொள்ளச் செய்ய வேண்டும். செய்து முடிப்பேன் என்கிற உறுதியை ஏற்படுத்தவேண்டும்.

'இதற்கான தேவை இருக்கிறது', 'இது அவசியம்', 'இதை நம்மால் செய்ய முடியும்' போன்ற எண்ணங்களைத் தங்கள் பேச்சின், எழுத்தின் மூலம் உணர வைக்க வேண்டும்.

இதற்கு சின்னஞ்சிறு கதைகள் சொல்வது, தங்களது அனுபவங்களைப் பகிர்ந்து கொள்வது போன்றவை உதவும். இதில் ஒரு வழிமுறை 'தெரிந்ததிலிருந்து தெரியாதது' (Known to unknown) இதுவும் அற்புதமான முறை.

2.2. தெரிந்ததிலிருந்து தெரியாதது

ஒரு நிறுவனத்தில் நூற்றுக்கும் மேற்பட்ட தொழிலாளர்கள் பணிபுரிந்தனர். குறிப்பிட்ட சமயம் நிறுவனத்தின் லாபம் கணிசமாகக் குறைந்திருந்தது. அதைச் சரி செய்ய நிர்வாகம் பல நடவடிக்கைகளை எடுத்தது. அதில் ஒன்று விரிவாக்கம் (Expansion). ஆனால் விரிவாக்கத்திற்காகப் புதிய தொழிலாளர்களை வேலைக்கு எடுக்காமலே நஷ்டத்தைக் குறைக்க வேண்டும் என்று யோசித்தது நிர்வாகம்.

தொழிலாளர்கள் தங்களுக்குத் தரப்பட்ட ஒரு வேலையை மட்டும் செய்யாமல், ஒன்றுக்கும் மேற்பட்ட வேலைகளைச் செய்தால் விரிவாக்கமும் செய்யலாம், அதற்காக ஆட்களும் புதிதாக எடுக்க வேண்டாம். ஊழியர்களுக்கு 'மல்டி டாஸ்கிங்' கொடுத்து அதிகச் செலவின்றி, கூடுதல் உற்பத்தி செய்ய வேண்டும்.

ஓர் ஊழியரே ஒன்றுக்கும் மேற்பட்ட மிஷின்களைப் பார்த்துக் கொள்ளும், 'மல்டி டாஸ்கிங்' முறை பற்றித் தொழிலாளர்களிடம் எடுத்துச் சொல்ல வேண்டும்.

நிறுவனத்தின் தலைவர் பிரகாஷ் அய்யர் வந்தார். நிறுவன உணவகத்தில் அதற்கான கூட்டத்தில் பேசினார். அனைத்துத் தொழிலாளர்களும் அங்கு கூடியிருந்தனர். தலைவர் பேச எழுந்தார். ஆவலோடு ஊழியர்கள் காத்திருந்தனர்.

சர்வதேச கிரிக்கெட் பந்தயம் ஒன்று நடந்து கொண்டிருந்த நேரம் அது. அங்கு கூடியிருந்த ஊழியர்களின் சராசரி வயது 25. சம்பிரதாயமான தொடக்கத்துக்குப் பிறகு, திடீரென 'உலகக் கோப்பை கிரிக்கெட்டை தொலைக்காட்சியில் பார்க்கிறீர்களா?' என்று ஊழியர்களைப் பார்த்து சினேகிதமாகக் கேட்டார் நிறுவனத் தலைவர். சந்தோஷமாய், எல்லோரும் 'ஆமாம்' என்றார்கள்.

தற்போதைய இந்தியக் கிரிக்கெட் டீமில் யார் 'ஸ்பெஷலிஸ்ட் பேட்ஸ்மென்?' என்று கேட்டார் தலைவர். ஸ்பெஷலிஸ்ட் பேட்ஸ்மென் என்றால் பேட்டிங் சிறப்பாக செய்யக்கூடியவர். அதுமட்டும் செய்பவர். யோசித்தது கூட்டம். முன்பு சுனில் கவாஸ்கர் இந்திய அணியில் அப்படிப்பட்டவராக இருந்திருக் கிறார். தற்சமயம் மிகச் சிறந்த பேட்ஸ்மென் என்றால், டெண்டுல்கர்தான் என்று பலரும் அதற்குப் பதில் சொன்னார்கள்.

அதைச் சிலர் மறுத்தார்கள். 'டெண்டுல்கர் 'போலிங்'கும் போடுவாரே!' ஆமாம் அவர் பெரும்பாலும் எல்லாப் பந்தயங்களிலுமே பந்து வீசவும் செய்வார். அவரை எப்படி ஸ்பெஷலிஸ்ட் பேட்ஸ்மென் என்று சொல்லி வெறும் பேட்ஸ்மென் எல்லைக்குள் குறுக்குவது! டெண்டுல்கரை ஆல் ரவுண்டர் என்றுதான் சொல்ல வேண்டும் என்று அந்த விவாதத்தை ஒரு முடிவுக்குக் கொண்டு வந்தது கூட்டம். அடுத்து வேறு ஒருவர் சத்தமாக ராகுல் டிராவிட் என்றார். 'அவர் அப்பப்ப விக்கெட் கீப்பிங்கும் செய்வாருப்பா', என்றதும் அவரும் ஸ்பெஷலிஸ்ட் இல்லை என்றானது. ஆக டிராவிடும் ஒரே வேலையை மட்டும் செய்பவரில்லை. அடுத்து வீரேந்திர சேவாக் பெயரும் விவாதத்திற்கு எடுத்துக்கொள்ளப்பட்டு பின்பு அவர் பந்து வீசி விக்கெட்டுகள் எடுப்பார் என்று சொல்லி அவருடைய பெயரும் ஸ்பெஷலிஸ்ட் பேட்ஸ்மென் இல்லை என நிராகரிக்கப்பட்டது

தலைவர் தன் பேச்சை இப்படியே கொண்டுபோக, ஒரே ஒரு வேலை மட்டும் செய்பவர் என்று எவரும் இல்லை என்று கூட்டம் சுலபமாக உணர்ந்து கொண்டது, அப்படி ஒரே ஒரு வேலையைத் தான் செய்வேன் என்பவர்களுக்கு குழுவில் இடம் கிடைக்காது என்பதையும் அவர்கள் உணர்ந்து கொண்ட பின்பு, நிறுவனத்தின் நிலைமையை அவர்களுக்கு எடுத்துச் சொன்னார்.

நிறுவனத்தின் உற்பத்தி, விரிவாக்கம் மற்றும் 'மல்டி டாஸ்கிங்' பற்றி அவர் தொடர்ந்து சொன்னபோது, தொழிலாளர்கள்

மத்தியில் அதற்குப் பெரிய எதிர்ப்பு ஏற்படவில்லை. நிலைமையை அவர்கள் அப்போது புரிந்து கொண்டார்கள். பின்பு ஏற்றுக்கொள்ளவும் செய்தார்கள். இதுதான் தெரிந்த ஒன்றைப் பற்றிச் சொல்லி, அதனுடன் சொல்ல வருவதை ஒப்பிடுவது. ஏற்றுக்கொள்ளச் செய்வது.

2.3 பெப்டாக் (Pep Talk)

ஒரு முக்கியப் போராட்டத்தை ஆரம்பிப்பதற்கு முன்பு, ஒரு முக்கியச் செயல்பாட்டின் துவக்கத்திற்கு முன்பு, முக்கிய நிகழ்வுக்கு முன்பு, தலைவர்கள் தங்கள் குழுவினருடன் பேசுவார்கள். பாரதப் போருக்கு முன்பு கிருஷ்ணர், அர்ஜுனனிடம்... 'உன் கடமையைச் செய். போர்க்களத்தில் உறவு என்பதையெல்லாம் பார்த்துக் கொண்டிருக்க முடியாது. அது கூடவும் கூடாது' என்று பேசினார் இல்லையா? போர்க்களத்தில் செயல்பட வேண்டிய அர்ஜுனனின் மனத்தில் இருந்த தயக்கத்தைப் போக்கி, சந்தேகங்களைப் போக்கி, 'தவறு செய்தவர்களை உறவினர்கள் என்று பார்க்க வேண்டாம்; இந்தக் காரியத்தைச் செய்யத்தான் வேண்டும்; இதில் தவறேதும் இல்லை; போர்க்களம் வந்த பிறகு போரிடவேண்டியது உனது தர்மம்' என்றெல்லாம் விளக்கிக் கூறினார் இல்லையா? அர்ஜுனனைத் தெளிவுபடுத்தி உணர்வு ஊட்டிய பேச்சல்லவா அது! அதுதானே பகவத்கீதை.

போர்க்காலங்களில் படைத் தளபதிகள் தங்கள் வீரர்களிடம் இப்படித்தான் பேசுவார்கள். கிரிக்கெட் போட்டிகளின் போதும் நீங்கள் பார்த்து இருக்கலாம். போட்டி தொடங்குவதற்கு முன், கேப்டன்கள் ஆடுகளத்தில் தங்கள் குழுவினருடன் பேசுவார்கள். 'நாம் வெல்ல முடியும், வென்றாக வேண்டும்' என்பதுபோல. அப்படிப்பட்ட ஒரு நம்பிக்கை தரும் பேச்சைக் கேட்பதால் வீரர்களின் தன்னம்பிக்கையும் பலமும் பலமடங்கு அதிகரிக்கும்.

பாஸ்கெட் பால், கால்பந்து, ஹாக்கி போன்ற விளையாட்டுகளில் ஆட்டத்தின் இடையில் கொடுக்கப்படும் இடைவேளையில் அணித் தலைவர்கள் தங்கள் அணியினரை வட்டமாக நிற்க வைத்து அவர்களுடன் பேசுவார்கள். அது அந்த அணியினருக்கு ஒரு டானிக் கொடுத்ததைப் போன்ற ஊக்கத்தைக் கொடுக்கும். இதன் பெயர் 'பெப் டாக்'. உற்சாகமூட்டும் சிறு பேச்சு. தலைவர்கள் தேவைப்படும் நேரங்களில் இந்த பெப் டாக்கைச் செய்ய வேண்டும்.

*2.4 பிக் பிக்சர் (*Big Picture*)*

தலைவர்கள் வெறுமனே 'இதைச் செய்', 'அதைச் செய்' என்று சொல்வதை விட, செய்வது எதற்காக என்பதை விளக்கினால், விளையப்போகும் பலன்களைப் பற்றி எடுத்துச் சொன்னால், 'ஓ, நாம் இவ்வளவு பெரிய விஷயத்திலா ஈடுபடுகிறோம். ஆஹா... இந்தக் காரணத்திற்காகத் தாராளமாகச் செய்யலாமே!' என்பதுபோல மக்களுக்குத் தோன்றும். அதனால் செய்வதை அவர்கள் ஆர்வமாகச் செய்வார்கள்.

தஞ்சை கோவில் கட்டுகிறேன்

தஞ்சாவூரில், உலகப் புகழ் பெற்ற பிரகதீஸ்வரர் ஆலயம் கட்டப்படுகிறது. பலரும் அதற்கான பல வேலைகளில் ஈடுபட்டிருக்கிறார்கள். மன்னர் வந்து கோயில் வேலைகள் நடப்பதை மகிழ்ச்சியோடு சுற்றிப் பார்க்கிறார்.

உளியால் செதுக்கிக் கொண்டிருந்த ஒருவரைப் பார்த்துக் கேட்கிறார். 'என்ன செய்கிறீர்கள்?' 'தூண் செய்கிறேன் மன்னா!' என்று பணிவாய் வருகிறது பதில். அங்கிருந்து நகர்ந்து வேறு ஒரு தொழிலாளியிடம் அதே கேள்வியைக் கேட்கிறார். 'நான் படிக்கட்டுகளுக்கான வேலைகளைச் செய்து கொண்டிருக்கிறேன் மன்னா!' அடுத்து அங்கு வேலை செய்து கொண்டிருந்த ஒரு வயதான பெண்மணியைப் பார்க்கிறார் மன்னர். அங்கு வேலை செய்து கொண்டிருந்தவர்களுக்கு ஓடி ஓடிச் சென்று குடிக்கத் தண்ணீர் எடுத்துத் தருகிறார் அந்தப் பாட்டி.

'நீங்கள் என்ன செய்து கொண்டிருக்கிறீர்கள் அம்மா?'

'நான் பிரகதீஸ்வரர் ஆலயம் கட்டிக் கொண்டிருக்கிறேன்!'

அட... அதுதானே பிரதான நோக்கம்! அதை முடிக்கத்தானே அங்கு பல்வேறு வேலைகளும் நடைபெற்றுக் கொண்டிருந்தன. அதற்காகத்தானே அத்தனை நபர்களும் செயல்பட்டுக் கொண்டிருந்தார்கள். தான் கொடுப்பது தண்ணீர், செய்வது எடுபிடி வேலை என்பதாக அந்த மூதாட்டி பார்க்கவில்லை. என்ன நோக்கத்திற்காகச் செய்கிறோம் என்பதில் அந்தப் பாட்டிக்கு தெளிவு இருக்கிறது. அதுதான் முழுப் படம் என்று சொல்லக் கூடிய பிக் பிக்சர்.

தான் செய்யும் வேலை எந்தப் பெரிய வேலையின் சிறு பகுதி என்று தெரிந்து வைத்திருக்க வேண்டும்.

ஒருவர் ஒரு பதிப்பகத்தில் அமர்ந்து தட்டச்சு செய்கிறார். அவர் வெறுமனே தட்டச்சு செய்யவில்லை. புத்தகம் தயாரிக்கிறார். தட்டச்சு செய்ய பலருக்கு அறிவுசார் விஷயங்களை எடுத்துச் செல்கிறார். அப்படித்தான் அந்தப் பதிப்பகத்தின் தலைவர் அவருக்கு எடுத்துச் சொல்ல வேண்டும். அதுதான் பிக் பிக்சர். அது தெரியவந்தால் உணரப்பட்ட வேலை உன்னதமாகச் செய்யப்படும்.

'பிக் பிக்சரை' எடுத்துச் சொல்லத் தலைவர்களுக்குத் தெரிந்திருக்க வேண்டும். அழகாக ஆர்ட்டிகுலேட் செய்யத் தெரிய வேண்டும்.

3. கற்றுக்கொள்ளுதல்

எப்பொழுது புதுவித செயல்பாடுகள், திறன்கள், மனோபாவங்கள் தேவைப்படுகிறது என்று ஒரு தலைவன் உணர்தல் அவசியம்.

பெப்ஸி நிறுவனம் ஓர் உலகளாவிய நிறுவனம். சுமார் 200 நாடுகளில் அதன் விற்பனை நடக்கிறது. அதன் ஓராண்டு விற்பனை வருமானம் சுமார் 70 பில்லியன் டாலர். தற்சமயம் அந்த மாபெரும் தலைமை நிறுவனத்தின் முதன்மை அதிகாரியாக இருப்பவர் சென்னையில் படித்த இந்திரா நூயி. அவருடைய பேட்டி ஒன்று சில ஆண்டுகளுக்கு முன் 'அவள் விகடன்' பத்திரிக்கையில் வந்திருந்தது.

அந்தப் பேட்டியில் அவர் சொல்கிறார்: 'நான் அமெரிக்கா சென்ற புதிதில் எனக்கு அதிகமாக ஒன்றும் தெரியாது. அங்கு போனபிறகு பல புத்தகங்களைப் படித்தேன். அவற்றிலிருந்து பல விஷயங்களைக் கற்றுக் கொண்டேன். முக்கியமாக அமெரிக்க மக்களின் பழக்க வழக்கங்களைப் பற்றித் தெரிந்து கொண்டேன். பெரிய பெரிய நிறுவனத்தின் தலைவர்களிடம் எப்படிப் பேசுவது, விருந்துகளுக்குப் போனால் எதைப்பற்றி அவர்கள் பேசுவார்கள் என்பதையெல்லாம் முனைந்து கற்றுக் கொண்டேன்' என்றார்.

தலைவர்கள் என்றால் சொல்லித் தருவது மட்டும் அல்ல. அவர்களும் கற்றுக்கொள்ள வேண்டியவை இருக்கும்போது ஆர்வத்துடன் கற்றுக்கொள்ள வேண்டும். இதுவும் ஒரு தலைமைப் பண்புதான்.

4. அறிவுத்திறன்

தலைவனாக இருப்பவனுக்கு குறைந்தபட்ச அறிவுத் திறமை அவசியம். தலைவன் பெரிய அறிவாளியாக இருக்க வேண்டும்

என்பதில்லை. ஆனால் அறிவாளிகளை அடையாளம் கண்டு கொள்பவனாக, பயன்படுத்திக்கொள்ளத் தெரிந்தவனாக இருக்க வேண்டும்.

5. டைவர்சிட்டி *(*Diversity*)*

உலக மயமாக்கல், தாராள மயமாக்கல் போன்றவற்றால் உலகம் வெகு விரைவாகச் சுருங்கிவிட்டது. தகவல் தொழில்நுட்பமும், போக்குவரத்தில் ஏற்பட்டுள்ள பிரம்மாண்ட மாறுதல்களும் உலகத்தைச் சுருக்கி விட்டன. இந்த நிலையில் ஜாதி, மதம் என இனம் பார்க்காமல் பலரையும் அரவணைத்து ஆதரித்துப் போவதுதான் தலைவர்களுக்கு நல்லது.

பலதரப்பட்டவர்களுக்கும் வாய்ப்பு அளித்து ஊக்குவிப்பது தலைமைக்கு அழகு மட்டுமல்ல, பாதுகாப்பானதும்கூட.

6. தவறுகளை ஒப்புக் கொள்ளுதல்

தலைவர்கள் மதிக்கப்படுபவர்களாகவும் இருக்க வேண்டும். அவர்கள் எந்தத் தவறுமே செய்யாமல் செயல்படும்பொழுது அவர்கள் மீது மற்றவர்களுக்கு மதிப்பு வருகிறது. அதே நேரத்தில் ஒரு தவறை செய்துவிட்டால், அத்தவறை மறைக்க முயலாமல், அதை நியாயப்படுத்தாமல் செய்த தவறை 'ஆமாம், நான் தவறு செய்துவிட்டேன்' என்று ஒப்புக் கொள்ளும்போது தலைவர்மீது முன்பிருந்ததைவிட அதிகமாகவே மதிப்பு வரும்.

தவறை ஒப்புக்கொள்ளத் தைரியம் வேண்டும். தவறை ஒப்புக் கொள்ளுவது, பிறரை மன்னிப்பது என்பவை எல்லாம் பெரிய மனிதர்களிடத்தில் இயல்பாகவே இருக்க வேண்டிய நற்குணமாகும். தவறு என்று ஒப்புக்கொண்ட பிறகும் தனக்கு மதிப்பு இருக்கும் என்கிற மன தைரியம் ஒரு நல்ல தலைவனுக்கு நிச்சயம் இருக்கும். அந்தைரியம் இல்லாதவர்கள்தான் தங்கள் தவறை மறைப்பார்கள்.

அதேபோலத்தான் தோல்வியை ஒப்புக் கொள்வதும்.

காமராஜர் தலைமையிலான காங்கிரஸ் கட்சியும் ராஜாஜியின் தலைமையில் இருந்த சுதந்திராக் கட்சியும் 1971 ஆம் ஆண்டு நடந்த தமிழக பொதுத் தேர்தலில் கூட்டணி அமைத்துப் போட்டியிட்டன. கூட்டணி தோல்வி அடைந்து தி.மு.க. ஜெயித்தது.

காமராஜர் தோற்றுவிட்டாரே என்று பலருக்கும் வருத்தம்.

அவரைச் சென்று பார்த்த பத்திரிகையாளர்கள் பேச்சோடு பேச்சாக, அவரது தோல்விக்குக் காரணம் சுதந்திராக் கட்சியுடன் வைத்த கூட்டணிதானோ... என்று கேட்டார்கள். அதற்கு காமராஜர், 'நம்மக்கிட்டதான் ஏதோ குறை இருக்கு. அதை விட்டுட்டு அவுங்களை ஏன் குறை சொல்லணும்' என்றாராம்.

இப்படிச் சொல்வதற்கு மிகுந்த தைரியம் வேண்டும். தன்னை, தன் கட்சியை மக்கள் நிராகரித்து விட்டார்கள் என்கிற யதார்த்தத்தை அப்படியே ஏற்றுக்கொள்கிற தைரியம். அது அந்தத் தலைவரிடம் இருக்கிறது.

தவறை ஒப்புக்கொண்டால் அசிங்கமில்லையா? அது எப்படி ஒரு தலைவனால் நான்தான் தப்பு செய்துவிட்டேன் என்றும் தவறு செய்துவிட்டேன் என்றும் சொல்ல முடியும். பிறகு, 'நீ என்ன தலைவன் என்று கேட்டுவிட மாட்டார்களா' என்று சிலருக்குத் தோன்றலாம். அது தவறு. எந்த மனிதனாலும் 100 சதவிகிதம் சரியாகச் செய்ய முடியாது.

7. நேர்மை

விப்ரோ நிறுவனத் தலைவர் அசிம் பிரேம்ஜி அவர்கள் தன் குழுவினரிடம் 'உங்கள் படத்துடன் நாளையப் பத்திரிகையில் எந்தச் செய்தியை நீங்கள் விரும்ப மாட்டீர்களோ அதைச் செய்யாதீர்கள்' என்று சொல்வாராம்.

ரஷ்யாவின் தலைமைப் பொறுப்பில் ஸ்டாலின் இருந்த நேரம். ஜெர்மனி ரஷ்யாவைத் தாக்குகிறது. கடுமையான போர்.

ஸ்டாலின் மகன் ஜெர்மானிய ராணுவத்திடம் பிடிபட்டு விடுகிறான். போர் ஒரு பக்கம் நடந்துகொண்டிருக்க, பேச்சு வார்த்தை வேறு ஒரு பக்கம் நடந்தது. ஸ்டாலின் மகனை விடுவிப்பதற்குப் பதிலாக ரஷ்ய ராணுவத்திடம் மாட்டிக் கொண்ட தங்களது 4 உயர் அதிகாரிகளை ஜெர்மனி ராணுவம் கேட்கிறது. தகவல் ஸ்டாலினுக்கும் போகிறது. ஸ்டாலின் அதைக் கேட்டு ஆச்சரியப் பட்டாராம். 'அவன் சாதாரண சிப்பாய் தானே! அவனுக்குப் பதிலாக எதற்கு 4 உயரதிகாரிகளைக் கேட்கிறார்கள்?' என்று. அந்த பேரத்திற்கு அவர் ஒப்புக்கொள்ள வில்லை. கடைசியில் அவனை ராணுவம் கொன்றுவிட்டது. ஒரு தலைவனுக்கு ஸ்டாலினிடம் இருந்தது போன்ற ஒரு நேர்மை இருக்க வேண்டும்.

8. நம்பகத்தன்மை

இந்த நம்பகத்தன்மை என்கிற குணாதிசயத்தை மனிதர்கள் அனைவருமே வளர்த்துக்கொள்ள வேண்டியது முக்கியம்தான் என்றாலும், தலைவர்களுக்கு இது மிகவும் அடிப்படையான முக்கிய தேவை. மற்றவர்கள் ஏற்றுக்கொண்டால்தான் தலைவன். மற்றவர்கள் அவன் சொல்லைக் கேட்டு நடந்தால்தான் வெற்றி. மக்கள் மாறாதிருப்பதும், தலைவன்மேல் அவர்கள் கொண்டுள்ள நம்பிக்கையில்தான் இருக்கிறது. Without credibility, you can't lead என்பார்கள்.

நம்பகத்தன்மை இல்லாதவரால் தலைமை ஏற்க முடியாது. நிறுவனங்களால் நியமனம் செய்யப்பட்டவர்களாக (Head of the Depts, Managers, GMs போல) அல்லது அரசியல் கட்சிகள் போன்றவற்றால் அமைப்புகளால் நியமனம் செய்யப்பட்டவர்களாக இருக்கலாம். இருந்தும் மற்றவர்களிடம் நம்பிக்கையை ஏற்படுத்தாமல், நம்பிக்கையைப் பெறாமல், வெற்றிகரமாகச் செயல்படமுடியாது..

நம்பகத்தன்மை பற்றிய எதிர்பார்ப்பு உலகின் வெவ்வேறு பகுதிகளில் வாழும் மக்களிடமும் ஒரே மாதிரியாக உள்ளதா? வேறுபடுகிறதா? நம்பகத்தன்மை தவிர தலைவனிடம் மக்களுக்கு இருக்கும் எதிர்பார்ப்புகள் என்ன? இதுபற்றியும் ஆராய்ந்திருக் கிறார்கள். நிறுவனத் தலைவர்கள் பற்றி நிறுவனங்களில் பணி புரிவோரிடம், கேட்டு விவரங்களைச் சேகரித்திருக்கிறார்கள்.

ஆஸ்திரேலியா, கனடா, ஜப்பான், சிங்கப்பூர் மற்றும் அமெரிக்காவில், 'நீங்கள் உங்கள் தலைவர்கள் எப்படியிருக்க வேண்டும் என்று நினைக்கிறீர்கள்? அவர்களிடம் உள்ள குணாதிசயங்களில் எதற்கு முக்கியத்துவம் கொடுக்கிறீர்கள்?' என்று கேட்டிருக்கிறார்கள்.

- அவர்களின் நேர்மை
- வருங்காலத்தில் நடக்கப் போவதைப்பற்றித் தெரிந்துகொண்டு அதற்கேற்ப நடக்கும் திறமை
- ஆர்வமூட்டும் வல்லமை

அதற்கு அவர்கள் கொடுத்த தகவல்களைக் கூட்டி, ஒவ்வொரு நாட்டிலும் ஒவ்வொரு குணாதிசயத்திற்கும் எவ்வளவு முக்கியத்துவம் தருகிறார்கள் என்பதை, நூற்றுக்கு எவ்வளவு

என்று கணக்கிட்டிருக்கிறார்கள். அந்த விபரங்களின் தொகுப்பு கீழே.

நாடு	நேர்மை	வருங்காலத்தை எதிர்நோக்கும் தன்மை	திறமை	ஆர்வமூட்டும் வல்லமை
ஆஸ்திரேலியா	93	83	59	73
கனடா	88	88	60	73
ஜப்பான்	67	83	61	51
சிங்கப்பூர்	65	78	78	94
அமெரிக்கா	88	71	69	63

தலைவனின் குணாதிசயங்களில் எதற்கு எவ்வளவு முக்கியத்துவம் தருகிறார்கள் (சதவிகிதங்களில்). சிங்கப்பூர் தவிர மற்ற நான்கு நாடுகளில் திறமையைக் காட்டிலும் நேர்மைக்கு அதிக முக்கியத்துவம் என்று பதில் சொன்னார்கள்.

8.1 சொல்வதும் செய்வதும்

ஒரு தலைவன் மற்றவர்களுக்குச் சொல்வதை தாங்களே கடை பிடிப்பது. Walk the talk 'சொல்வது போல நடந்துகொள்வது'. சொல்வதற்கும் செய்வதற்கும் வேறுபாடே இல்லாதிருப்பது.

மக்கள், தலைவர்கள் சொல்வதைக் கேட்டு அவர்கள் நடப்பது இல்லை. தலைவர்கள் என்ன செய்கிறார்கள் என்றும் பார்க்கிறார்கள்.

8.2 பெரியார் வெட்டிய தென்னை மரங்கள்

பெரியாருக்கு மதுவிலக்குக் கொள்கையில் ஈடுபாடு. மது ஒழிய வேண்டும் என்று பல போராட்டங்களை நடத்தியவர் பெரியார். அதை வெறுமனே சொல்லிக் கொண்டிருந்தவர் அல்லர் அவர். தனது தோட்டத்தில் இருந்த 500 தென்னை மரங்களை வெட்டிச் சாய்த்து, அதன்மூலம் தென்னங்கள் (மது) உற்பத்தியாவதைத் தடுத்தார். அதனால் நேரும் இழப்பை அவர் பொருட்படுத்த வில்லை.

8.3 மற்றவர்களுக்குச் சொல்வதைக் கடைபிடிப்பது

Practice what you preach என்பார்கள். எல்லாத் தியாகங்களுக்கும் தயாராக இருக்க வேண்டும் என்று சொல்லும் தலைவன், எதைத்

தியாகம் செய்கிறான் என்பதை அவனைப் பின்பற்றுபவன் கவனிப்பார்கள்.

மகன் பள்ளியில் இருந்து வீடு திரும்புகிறான். கையில் புதுப் பென்சில். அப்பா கேட்கிறார். 'ஏதுடா இது?' அவரே தொடர்கிறார், 'எவனுடையதையாவது திருடி விட்டாயா?' என்கிறார். மகன் எதற்கும் பதில் பேசாமல் மௌனமாக இருக்க, 'ஏண்டா, அப்பா எத்தனைமுறை சொல்லியிருக்கேன், திருடக் கூடாதுனு. என்கிட்ட கேட்டிருந்தா ஆபிஸிலிருந்து நானே எடுத்துக்கிட்டு வந்து உனக்கு கொடுத்திருப்பேனில்ல' என்று சொல்கிறார். அடடா! எப்படிப்பட்ட அப்பா!

8.4 தங்களின் பர்சனல் 'கமிட்மெண்ட்'டைக் காட்டுவது

கட்சித் தொண்டர்கள் அனைவரும் பச்சைக் குத்திக்கொள்ள வேண்டும் என்று சொன்ன எம்.ஜி.ஆர், முதலில் தானே பச்சை குத்திக்கொண்டார். காந்தி தினமும் கை இராட்டையில் நூல் நூற்றார். 'நான் விடுதலைப் போராட்டத்தின் தலைவன். எனக்கு இதற்கெல்லாம் ஏது நேரம்? ஆனால், இது அவசியம், கண்டிப்பாக நீங்களெல்லாம் தினசரி செய்யுங்கள்' என்று அவர் சொல்லியிருந்தால் எடுபட்டிருக்குமா?

9. கொண்ட கொள்கையில் பிடிப்பு

சுபாஷ் சந்திரபோஸ் (IAS போன்ற) அப்போதைய ICS தேர்வில் நான்காவது ரேங்க் வாங்கித் தேறினார். மகாத்மா காந்தி பிரிட்டிஷாரை எதிர்ப்பதற்காக மக்களை அதுபோன்ற படிப்புகள் படிப்பதைப் புறக்கணிக்கக் கேட்டுக் கொண்டதற்கு இணங்க, சுபாஷ் சந்திரபோஸும் தனது ICS பட்டத்தைப் புறக்கணித்தார். பிரிட்டிஷ் அரசாங்கத்திற்காகத் தான் வேலை செய்ய விரும்பவில்லை என்றார். அவருடைய தந்தைக்கு அதிர்ச்சி. எதிர்ப்பு தெரிவித்தார். சுபாஷ் கேட்கவில்லை. கொண்ட கொள்கையில் அப்படிப்பட்ட பிடிப்பு.

9.1 கொண்ட கொள்கையில் நம்பிக்கை

மீண்டும் இன்போசிஸ் நாராயண மூர்த்தியைத்தான் உதாரணமாகக் காட்ட வேண்டியிருக்கிறது. அவர் அந்த நிறுவனத்தைத் தன் நண்பர்கள் ஆறு பேருடன் சேர்ந்து 1981-ல் தொடங்கினார். தொடக்கத்தில் அவர்கள் மிகவும் சிரமப்பட்டார்கள். நாராயண மூர்த்தி தன் பங்கிற்குப் போட வேண்டிய முதலுக்காக

அவருடைய மனைவி சுதாமூர்த்தி, தன் தங்க வளையல்களைக் கழற்றிக் கொடுத்தார்களாம். ஆயிற்று நாட்கள், மாதங்கள், ஏன் வருடங்கள் கூட ஓடிவிட்டன. ஆரம்பித்து மொத்தம் 9 வருடங்கள் ஆகிவிட்டன. தொடர்ந்து நஷ்டத்தில்தான் இருந்தது அந்த நிறுவனம்.

'எதை எடுத்தாலும் சிரமமாக இருந்தது. இருந்த வேலைகளை விட்டுவிட்டு, கைக்காசைப் போட்டு, கூட்டாகத் தொழில் ஆரம்பித்தோம். ஆனால் ஒன்றுக்கும் பிரயோஜனமில்லாமல் இருக்கிறதே, எவ்வளவு நாள்தான் இப்படியே கஷ்டப்படுவது' என்று மனம் வெதும்பி, அவரைத் தவிர மற்ற ஆறு பேரும் நிறுவனத்தை மூடிவிடலாம் என்கிறார்கள்.

இதுகுறித்து நாராயண மூர்த்தியைச் சந்தித்துப் பேசுகிறார்கள். அந்தப் பேச்சுவார்த்தை 5 மணி நேரம் நடக்கிறது. 'மூட வேண்டாம், நிச்சயம் நன்றாக வரும்' என்று அவர் எவ்வளவோ சொல்லிப் பார்க்கிறார். ஊஹூம் மற்றவர்களுக்கு அதில் நம்பிக்கை வரவே இல்லை. ஆனால் கூட்டம் முடிந்து வெளியே வரும்பொழுது அவர்கள், 'சரி, இன்னும் கொஞ்ச நாள் பார்க்கலாம்!' என்ற முடிவுக்கு வருகிறார்கள். நாராயண மூர்த்தி கடைசியாக, அவர்கள் மனதை மாற்றுகிற வகையில் அப்படி எதைத்தான் சொன்னார்?

'சரி, நீங்கள் எல்லாம் போவதென்றால் போங்கள். நான் எதைச் சொன்னாலும் அதில் எதன் மேலும் உங்களுக்கு நம்பிக்கை வரவில்லை. அதற்காக நான் இந்த நிறுவனத்தை மூடப்போவது இல்லை. எனக்கு இந்த நிறுவனத்தின் மீது நிறைய நம்பிக்கை இருக்கிறது. உங்களுக்குச் சேர வேண்டிய பங்கையும் எப்படி யாவது நான் முயற்சி செய்து கொடுத்துவிடுகிறேன். உங்களின் பங்குகளையும் நானே முழுவதும் வைத்துக் கொள்வதன் மூலம் நானே இந்த நிறுவனத்தின் முழுப் பங்குதாரர் ஆகிவிடுகிறேன்.'

நாராயண மூர்த்தி இப்படிச் சொல்லவும் இதைக் கேட்ட பங்குதாரர்களுக்கு எப்படி இருந்திருக்கும்? 'அட! எந்த அளவுக்கு இவருக்கு இதன்மீது நம்பிக்கை இருந்தால் அவர் ஏற்கெனவே போட்டதுபோல இன்னும் 6 மடங்கு முதல் போடத் தயாராக இருப்பார். அப்படியானால் அவர் சரியாகத்தான் கணித்திருப்பார்' என்று வியப்பும் நம்பிக்கையும் ஒருசேர அவர்களிடம் தோன்றியிருக்கிறது. தொடர்ந்து உடனிருந்து நிறுவனத்தை நடத்த அவர்கள் ஒப்புக்கொள்கிறார்கள். அதனால் அவர்கள்

ஒவ்வொருவரும் இன்று ஆயிரக்கணக்கான கோடி ரூபாய்களுக்கு அதிபதிகளாக இருக்கிறார்கள்.

10. பொறுப்பேற்றுக் கொள்ளுதல்

ஒரு தலைவன் என்பவன் தன் தவறுகளுக்கு மட்டுமில்லாமல் தன்னைச் சார்ந்தவர்களின் செயல்பாடுகளுக்கும் தவறுகளுக்கும் கூட பொறுப்பேற்றுக் கொள்ளுவது என்பது சிறந்த தலைவனின் பண்புகளில் ஒன்றாகும்.

அதற்குச் சிறந்த உதாரணமாகத் திகழ்ந்தவர் முன்னாள் பிரதமர் லால் பகதூர் சாஸ்திரி அவர்கள். அவர் அப்பொழுது ரயில்வே துறையின் அமைச்சராக இருந்தார். அதுசமயம், மெஹபூப் நகர் என்ற இடத்தில் ஒரு பெரும் ரயில் விபத்து நிகழ்கிறது. அந்த விபத்தில் மொத்தம் 112 பேர் இறந்து விடுகிறார்கள். எவரும் ஏதும் கேட்பதற்கு முன்பாகவே தானாகவே வலிய முன்வந்து தன் மந்திரி பதவியை ராஜினாமா செய்கிறார் சாஸ்திரி. பிரதமராக இருந்த நேரு அவர்கள், அதை ஏற்றுக்கொள்ளவில்லை. அதன் பிறகு தமிழ்நாட்டில் அரியலூரில் மீண்டும் ஒரு பெரிய ரயில் விபத்து நடக்கிறது. அதில் 144 நபர்கள் இறந்து விடுகிறார்கள். ரயில்வே அமைச்சர் சாஸ்திரி மீண்டும் ராஜினாமா செய்கிறார். இந்த முறை அவரது ராஜினாமா ஏற்றுக்கொள்ளப்படுகிறது. ஆமாம் இப்படிப்பட்ட உன்னதமானத் தலைவர்கள் எல்லாம்கூட நம்மிடையே இருந்திருக்கிறார்கள்!

11. தன்னம்பிக்கை

வருடம் 1966. ஜனவரி மாதம், பாரதத்தின் பிரதமராக இருந்த லால்பகதூர் சாஸ்திரி திடீர் என்று ரஷ்ய மண்ணில் காலமாகி விட்டார். அப்போது அகில இந்திய காங்கிரஸ் கட்சியின் தலைவராக இருந்தது நமது காமராஜர். அவர்தான், சுமார் ஒன்றரை ஆண்டுகளுக்கு முன்னால் நேரு அவர்கள் மறைந்த பொழுது லால் பகதூரை பிரதமராக ஒருமனதாகத் தேர்வு செய்ய வைத்திருந்தார். அந்தச் சமயமே மொரார்ஜி போட்டியிடத் தயாராக இருந்தார். இப்பொழுது மீண்டும் பிரதமர் பதவி காலியாக இருக்கிறது. அதே காமராஜர்தான் தலைவர். இந்த முறை காமராஜ், நேருவின் மகளான இந்திராவைப் பிரதமராக்கலாம் என்று நினைக்கிறார். எனவே இப்போதும் போட்டியின்றி இந்திராவைத் தேர்ந்து எடுத்துவிடலாம் என்று அவர் யோசிக்க, மொரார்ஜி விடுவதாக இல்லை. அடுத்த பிரதமரை ரகசிய வாக்கெடுப்பு தீர்மானிக்கட்டும்

என்று திட்டவட்டமாகக் கூறிவிடுகிறார். அதுபோலவே வாக்கெடுப்பு நடத்துவதென்று முடிவாகிறது.

மத்திய மண்டபம். காங்கிரஸ் கட்சியின் எம்.பி.க்கள் அனைவரும் கூடியுள்ளனர். பிரதமர் பதவிக்கான போட்டியில் இந்திராவும், மொரார்ஜி தேசாயும் மட்டும். வெள்ளைக் கதர் புடவை, மஞ்சள் சால்வை, தலையில் ஒற்றை ரோஜா. கம்பீரமாக நடந்து வருகிறார் இந்திரா. அங்கே அனைத்துக் காங்கிரஸ் எம்.பி.க்களும் அமர்ந்துள்ளனர். நேராக வயதில் பெரியவரும், கட்சியில் சீனியரும், போட்டியாளருமான மொரார்ஜி தேசாய் அவர்கள் அமர்ந்திருந்த இடத்திற்குச் செல்கிறார் இந்திரா. அவரிடம், 'உங்கள் சவாலை ஏற்றுக்கொள்ளத் தயார்' என்பதுபோல கை குலுக்குகிறார். மொரார்ஜியே அசந்திருப்பார்.பின்பு கம்பீரமாக நடந்து, தன் இருக்கைக்குப் போகிறார், அமர்கிறார்.

ரகசிய வாக்கெடுப்பு நடைபெறுகிறது. முடிவுகள் வெளியானது. மொரார்ஜி தேசாயைவிட 186 வாக்குகள் அதிகம் பெற்று வெற்றிபெறுகிறார் இந்திரா. வெற்றிபெற்றது இருக்கட்டும், இந்திராவின் அந்தத் தன்னம்பிக்கை இருக்கிறதே அதுதான் சிறப்பு. தான் போட்டி போடுவது தன்னைவிட மூத்த பெரிய அரசியல்வாதியுடன் என்று இருந்தும், இந்திராவின் செயல்பாடுகள், நடவடிக்கைகள் அவருடைய தன்னம்பிக்கையைக் காட்டுவதாக இருந்தன. அதுதான் செய்தி.

12. ஒழுக்கம்

லால்பகதூர் சாஸ்திரி ஒருமுறை சிறையில் இருந்தபொழுது, அவருடைய மகளுக்கு உடல் நலமில்லை. அவர் வெளியில் வந்து மகளைப் பார்த்து வர அனுமதி வாங்க முயற்சிக்கிறார்கள் மற்றவர்கள். லால்பகதூர் சாஸ்திரி 15 நாட்களுக்குச் சென்றுவர அனுமதி அளிக்கத் தயாராக இருக்கிறார்கள் சிறை அதிகாரிகள். ஆனால் அதற்கு ஒரு நிபந்தனை விதிக்கிறார்கள், 'அவர் வெளியில் போயிருக்கும் நாட்களில் சுதந்திரப் போராட்டத்தில் கலந்து கொள்ளக் கூடாது.' இதற்கு சம்மதித்து எழுதிக் கையெழுத்து போடவேண்டும் என்கிறார்கள். சாஸ்திரி மறுத்துவிடுகிறார். இருந்தும் அவர் மீதுள்ள நம்பிக்கையில் வெளியே விடுகிறார்கள். அவர் வீடு வந்து சேரும் முன்னரே மகள் இறந்து விடுகிறார். இறந்த மகளைப் பார்த்துவிட்டு உடனே ஜெயிலுக்குத் திரும்பி விடுகிறார் சாஸ்திரி. அனுமதிக்கப்பட்டிருந்த மீதி நாட்களில் அவர் வெளியிலோ, வீட்டிலோ கழிக்கவில்லை.

13. விடாமுயற்சி

விவேகானந்தரை உலகமே அறிந்துகொள்ளும்படி அவருக்கு புகழைப் பெற்றுத் தந்த நகரம் அமெரிக்காவின் சிகாகோ. 1893 செப்டம்பர் 11ம் தேதி அங்கு 'மதங்களின் பாராளுமன்றம்' என்ற மாநாடு நடைபெற இருந்தது. அமெரிக்காவை கொலம்பஸ் கண்டுபிடித்த 400வது ஆண்டு விழாவின் ஒரு பகுதியாக அந்த மாநாடு நடைபெற இருந்தது.

மாநாட்டில் கலந்து கொள்ளுங்கள் என்று கூறி, அவருடைய அபிமானி ஒருவர் கொடுத்த கப்பல் டிக்கெட்டுடன் மே 13ம் தேதி அமெரிக்கா கிளம்புகிறார் விவேகானந்தர். கப்பல் சிலோன், பினாங்கு, சிங்கப்பூர், காண்டன், நாக சாகி, ஓசாகா, டோக்கியோ, யொகோகாமா, பின்பு வான்கூவர் என்று சுற்று வழியாக அமெரிக்கா போகிறது. மே மாதம் 13-ஆம் தேதி கிளம்பியவர், ஜூலை மாத மத்தியில், ரயில் மூலம் சிகாகோ வந்தடைகிறார். நிகழ்ச்சி நடைபெறப் போவது செப்டம்பர் மாதம்தான். ஆனால் அவர் வந்து இறங்கிய பதிவு செய்வதற்கான காலக்கெடு முடிந்து விட்டிருந்தது. மேலும் அதில் கலந்து கொள்ளுவதற்கு அதிகாரப் பூர்வமான அறிமுகமும் வேண்டும். அந்த நகரத்தில் விவேகானந்தரை எவருக்கும் தெரியாது. மேலும் அவரிடம் இருந்த பணமும் கப்பல் பயணத்திலேயே செலவாகி விட்டது.

ஆனால் விவேகானந்தரிடம் ஒன்று மட்டும் நிறைய இருந்தது. அது அவருடைய மனோதைரியம். அதை அவர் இழக்கவே இல்லை. அங்கிருந்து பாஸ்டன் நகருக்குப் பயணமானார். அவருடன் பயணம் செய்த ஒரு பெண்மணி விவேகானந்தரின் தோற்றத்திலும் பேச்சிலும் ஏதோ ஒன்று இருப்பதாக உணர்ந்து, அதனால் கவரப்பட்டு விவேகானந்தரை மாசாசூசெட்ஸில் உள்ள தன் வீட்டுக்கு அழைத்துச் சென்றார்.

பிறகு அவரை ஹார்வேர்டு பல்கலைக்கழகப் பேராசிரியர் பிரைட் என்பவரிடம் அறிமுகப்படுத்தினார். விவேகானந்தரிடம் பேசிப் பழகியதில் அவரை மிகவும் பிடித்துப் போன பேராசிரியர் பிரைட், விவேகானந்தரை மாநாட்டில் பேச வைக்க விரும்பினார். அதற்காக விவேகானந்தருக்கு மாநாட்டில் பேசவும், அவர் அங்கு தங்கியிருக்கவும் வசதி ஏற்படுத்தித் தரும்படி அமைப்பின் தலைவருக்கு ஒரு கடிதம் கொடுத்தார். அத்துடன் சிகாகோ செல்வதற்கான ரெயில் டிக்கெட்டும் எடுத்துக் கொடுத்து விவேகானந்தரை வழியனுப்பினார்.

விவேகானந்தர் சிகாகோ வந்து பார்த்தால், அவர் போய்ப் பார்க்க வேண்டிய நபரின் முகவரியைக் காணவில்லை! பலராலும் ஒதுக்கப்பட்டு, களைத்துப்போய், ரயில்வே பிளாட்பாரத்திலேயே, ஒரு பெரிய பெட்டியின் மீது படுத்து உறங்கிவிட்டார். மறுநாளும் அந்த ஊர்மக்களின் உதாசீனம் தொடர்ந்தது. நடந்து நடந்து அலுத்துக் களைத்துப் போய், தெருவிலேயே ஓரிடத்தில் உட்கார்ந்துவிட்டார்.

அவரைத் தன் வீட்டு ஜன்னல் வழியாகப் பார்த்த ஒரு பெண்மணி அவரை அழைத்து விசாரித்திருக்கிறார். விவேகானந்தர் விவரம் சொல்ல, அவருக்கு உணவு கொடுத்து, ஓய்வெடுக்க வசதியும் செய்து கொடுத்துப் பின், மாநாடு நடைபெறும் இடத்திற்கு அவரே அழைத்தும் சென்றிருக்கிறார்.

விவேகானந்தருக்கு மாநாட்டில் பேச அனுமதி கிடைத்து விடுகிறது. அந்தப் பெண்மணியின் பெயர் திருமதி ஹேல். அவர் அதற்குப் பிறகு இறுதிவரை விவேகானந்தரின் பக்தையாகவே இருந்திருக்கிறார்.

அந்த மாநாட்டில் விவேகானந்தர் பேசிய அந்தப் பேச்சுதான் அவரை உலகுக்கு அறிமுகப்படுத்தியது. அதை நிகழ்த்தும் முன் அவர்தான் எத்தனை எத்தனை சோதனைகளைச் சந்தித்திருக் கிறார். அதையெல்லாம் பார்த்து அவர் கொஞ்சமாவது கலங்கினாரா? மனம் தளர்ந்தாரா? இல்லையே. அதுதான் அவருடைய தனிச் சிறப்பு.

14. அம்பேத்கரின் விடாமுயற்சி

1947-ஆம் ஆண்டு சுதந்திர இந்தியாவிற்கான சட்டங்களை இயற்றும் பொறுப்பு டாக்டர் அம்பேத்கரிடம் தரப்பட்டது. அவருக்கு உதவ, பல சட்ட ஆலோசகர்கள் நியமிக்கப்பட்டார்கள்.

அவர்களுக்கும், அம்பேத்கருக்கும் கருத்து வேறுபாடுகள் ஏற்பட்டதால் அவர்கள் இடையில் விலகிக் கொண்டார்கள்.

ஆனாலும், அம்பேத்கர் விடாது தன்னுடைய உதவியாளர் ஒருவரை உதவியாக வைத்துக்கொண்டு இந்தியாவின் அரசியல் சட்டங்களை இயற்றினார். ஏற்றுக் கொண்டதை முடித்தார்.

மற்றவர்கள் முடியாது என்று நினைக்கும் வேலைகளையும் செய்து காட்டும் திறமை தலைவர்களுக்கு இருக்க வேண்டும். செய்ய வேண்டிய வேலையைப் பற்றிய மலைப்பு தலைவனுக்கு

இருக்கக் கூடாது. முடியக் கூடிய விஷயம்தான், சாத்தியம்தான் என அவன் மனதில் பட்டால்தான் ஒரு காரியத்தை வெற்றிகரமாக முடிக்க முடியும். மனதிற்குள் முடியாது என்ற எண்ணம் துளியளவு இருந்தாலும் அது முடியாதுதான். மேலும் எங்கோ ஓரிடத்தில் இருந்துகொண்டு ஒரு காரியத்தைச் செய்யச் சொல்லாமல், பிரச்னைக்குரிய இடத்திற்கு, தலைவன் நேரில் தானே வந்து நிற்பது, நிற்பது மட்டுமல்ல, முன்னின்று அந்தக் காரியத்தை இறங்கிச் செய்வது, இவையெல்லாம் தொண்டர்கள், அவரைப் பின்பற்றுபவர்கள் மத்தியில் எழுச்சியியை உண்டாக்கும், எடுத்த காரியத்தை சாதிக்க வைக்கும்.

15. மனோதைரியம்

தலைவர்கள் ஒருபோதும் நம்பிக்கை இழக்கவே கூடாது. எவ்வளவு சோதனைகள் வந்தாலும், தங்கள் மன தைரியத்தை அவர்கள் விட்டுவிடவே கூடாது.

1970களின் தொடக்கத்தில், மத்தியில் ஆண்ட காங்கிரஸ் அரசு அவசர நிலையை (எமெர்ஜென்சி) பிரகடனம் செய்தது. கருணாநிதி சொன்னது போல, 'ம்' என்றால் சிறைவாசம், 'ஏன்' என்றால் வனவாசம் என்ற நிலை.

தமிழ்நாட்டைப் பொறுத்தவரை, தி.மு.க. தான் காங்கிரசின் பிரதான எதிரி. அதனால் தமிழ்நாட்டில் ஆட்சியிலிருந்த தி.மு.க. அரசு கலைக்கப்பட்டது. 'மிசா' என்று ஒரு சட்டம் (தற்போதைய தடா, பொடா போல) அமலுக்கு வந்தது. தி.மு.க. தொண்டர்கள், சிறையிலிடப்பட்டார்கள். வானொலியிலும் மற்ற தொலைத் தொடர்பு சாதனங்களிலும் தொடர்ந்து தி.மு.க. ஊழல் செய்தது எனப் பிரச்சாரம் செய்யப்பட்டது. பத்திரிகைத் தணிக்கை இருந்ததால் தி.மு.க. வால் ஒன்றும் செய்ய முடியவில்லை.

கட்சித் தலைவரான கருணாநிதி, தான் மனம் தளராதது மட்டுமல்ல... தன் கட்சியினரும் சோர்ந்து விடாமலிருக்க, தொடர்ந்து கட்சிப் பத்திரிகையான முரசொலியில் கட்சித் தொண்டர்களுக்கு கடிதங்கள் எழுதினார். இயக்கத்தினர் உணர்வு மழுங்கி விடாமல் இருக்க அது உதவியது. ஆட்சியில் இல்லாவிட்டாலும் தொண்டர்களின் தொடர்பு அறுந்து போகாமல் பார்த்துக் கொண்டார். எவ்வளவோ சோதனை களுக்குப் பிறகும் தி.மு.க. அழிந்து போகாமல் இருப்பதற்குக் காரணம் அவருடைய விடாமுயற்சிகள்தான். எத்தனையோ

சிரமங்களுக்கு உள்ளாகியும் பல தி.மு.க. தொண்டர்களின் உணர்வுகள் மங்கவில்லை. பயந்து விடவில்லை. மாறாக, அதன்பிறகுதான் புதிய வேகத்துடனும், உறுதியுடனும் தி.மு.க. எழுந்தது.

16. தோல்விகளைக் கண்டு மனம் தளராமை வேண்டாம்

இது ஒன்றும் புதிய செய்தி இல்லை. பலரும் சொல்வதுதான். 'ஒரு வெற்றி மற்றொரு வெற்றியைக் கொடுக்கும்' என்றும், 'தோல்வியே வெற்றியின் முதல் படி' என்றும் சொல்வார்கள். எல்லா வெற்றிகளுமே நிச்சயமாக அடுத்த வெற்றிக்கு வழிவகுக்கும் என்று சொல்ல முடியாது. அதேபோல முதலில் தோல்வி அடைந்து, அதன் பின்புதான் வெற்றி பெற வேண்டும் என்றும் அவசியமில்லை.

தோல்வியடைந்தவன் அடுத்து வெற்றியடைய முடியாது என்பதல்ல. தொடர்ந்து தோல்வியே கிடைத்தாலும் கூட அவன் மனம் தளர வேண்டாம். தொடர்ந்து தோல்விகளே கிடைத்தாலும் கூட அதற்குப் பிறகு மிகப்பெரிய வெற்றிகள் சாத்தியம்தான்.

இதற்கு அமெரிக்காவின் ஆபிரகாம் லிங்கன் போல் பல உதாரணங்களைச் சொல்லமுடியும்.

17. வெற்றிக்கு முன் பல தோல்விகள்

மார்ட்டினா நவராட்டிலோவா உலகின் சிறந்த டென்னிஸ் வீராங்கனைகளில் ஒருவர். வாழ்க்கையில் ஒரு முறையேனும் விம்பிள்டனில் விளையாடத் தேர்வு ஆகவேண்டும், விம்பிள்டன் சாம்பியனாக ஒரு முறையேனும் வரவேண்டும் என்று முயற்சிப்பவர்களின் எண்ணிக்கை ஏராளம். அந்த விம்பிள்டன் பட்டத்தை, ஒன்பது முறை வென்றவர்தான் மார்ட்டினா. அதுவும் இடைவிடாமல் தொடர்ச்சியாக ஒன்பது முறை.

ஆனால் அவர் அந்த நிலையை எட்டுவதற்கு முன், அவருடைய டென்னிஸ் விளையாட்டின் பரம எதிரியான கிரிஸ் இவெர்ட் என்பவருக்கு எதிராக ஆடிய 24 பந்தயங்களில், 21 பந்தயங்களில் மார்ட்டினா தோற்றிருக்கிறார்.

தியோடர் சு. கீஸ்சல் என்பவர் சிறார்களுக்கான ஒரு புத்தகம் எழுதினார். அந்தப் புத்தகம் மொத்தம் 60 லட்சம் பிரதிகள் விற்றுத் தீர்ந்தது. தியோடர் சந்தித்துத் தன் எழுத்தைப் பிரசுரிக்கக் கேட்டுக்கொண்ட இருபத்து நான்காவது பதிப்பாளர்தான் அதை

வெளியிடச் சம்மதித்தார். அதற்கு முன் அதே 'புத்தக'த்தை 23 பதிப்பாளர்கள், இது விற்காது. அதனால் இதைப் பதிப்பிக்க முடியாது என நிராகரித்து இருக்கிறார்கள். கீஸ்செல் சோர்ந்து விடாமல், 24வது நபரையும் சந்தித்து, இறுதியாக வெற்றி பெற்றிருக்கிறார்.

நாட்டில் அவசர நிலை அறிவித்த சில மாதங்களுக்குப் பிறகு பிரதமர் இந்திரா தேர்தல்களை அறிவித்தார். நாடெங்கிலும் இந்திராவின் அவசர நிலைக் காலக் கொடுமைகளுக்குக் கடும் எதிர்ப்பு இருந்த நேரம் அது. ஆனால் தான் நிச்சயம் ஜெயிக்கப் போவதாக நினைத்துத்தான் அவர் தேர்தலை அறிவித்தார். அப்பொழுது இந்திராவை விட்டுவிட்டு ஜெகஜீவன் ராம் அவர்கள் பிரிந்துப் போய் (Congress for Democracy) CFD என்ற தனிக் கட்சியைத் தொடங்கினார். அது போதாதென்று, காங்கிரஸ் கட்சியிலிருந்தே இந்திராவை வெளியேற்றினார்கள் - அதெல்லாம் இல்லை, 'நானே காங்கிரஸ்' என்று சொல்லி 'இந்திரா காங்கிரஸ்' என்று தன் கட்சிக்குப் பெயர் வைத்தார் இந்திரா. அவருடைய இரட்டைக் காளைமாடு சின்னம் பறிபோனது. இந்திரா அந்தத் தேர்தலில் படுதோல்வி அடைந்தார். விடுதலை இந்தியாவில் காங்கிரஸ் கட்சி முதன்முதலாகத் தேர்தல் தோல்வியைச் சந்தித்தது அப்பொழுதுதான்.

அடுத்து வந்த காலங்கள் அவருக்கு மிகவும் சோதனை தரும் காலங்களாக அமைந்தன. இந்திரா கைது செய்யப்பட்டார். ஆனால் அவர் அச்சப்படவில்லை. கைது செய்ய வந்த போலீஸ் அதிகாரிகளிடம், 'கைது என்றால், எனக்கு விலங்கிடுங்கள்' என்று கட்டாயப்படுத்தினார். அதற்குச் சில நாட்களிலேயே நடந்த சிக்மகளூர் இடைத்தேர்தலில் தானே வேட்பாளராக நின்று பெரிய அளவில், வென்று எம்.பி.யாகி, பாராளுமன்றத்திற்கு வந்தார்.

அப்பொழுதும் அவரை விடவில்லை. பாராளுமன்றத்தில் அவரைப் பார்த்து, 'மாருதி கார் நிறுவனத்தில் ஊழல் செய்திருக்கிறீர்கள்' என்று குற்றம் சாட்டினார்கள். அசரவில்லை. பயந்து ஓடவில்லை, ஒளியவில்லை. 'ஊழல் தானே, இங்கேயே என்னைக் கைது செய்யுங்கள்' என்று பாராளுமன்றத்திலேயே தரையில் உட்கார்ந்து விட்டார். கைது செய்தார்கள். எம்.பி. பதவி பறிபோனது.

1979ல் மீண்டும் தேர்தல் வந்தது. இந்திரா முழுமூச்சாய் இறங்கி வேலை செய்தார். வென்றார். பாராளுமன்றத் தொகுதிகளில் 524

இடங்களில் 351 இடங்களைப் பிடித்து வெற்றி பெற்றார்! அதற்கு முன் நடந்த தேர்தலில் தோல்வியைச் சந்தித்தவர், அடுத்த தேர்தலில் மிகப் பெரிய வெற்றிப் பெற்றார்! மனம் தளராத தன்மையுடைய இவரைப் போன்ற தலைவர்களால்தான், தன்னைச் சேர்ந்தவர்களுக்கு எழுச்சியூட்டி, சரித்திரத்தைப் புரட்டிப் போட முடியும்.

18. அரவணைத்துச் செல்லும் தலைமை

பகைவனையும் நண்பனாக்கிக் கொள்ளும் திறமை சிலரிடம் மட்டும்தான் உண்டு. அதிகம் படிக்காத காமராஜ் செய்தது அப்படிப்பட்டதுதான்.

தமிழகத்தில் காங்கிரஸ் கட்சி வெல்கிறது. அந்தக் கட்சியின் எம்.எல்.ஏ.க்கள் கூடி அவர்களில் ஒருவரை முதலமைச்சராகத் தேர்வு செய்யவேண்டும். ரகசிய வாக்கெடுப்பு நடத்துவதுதான் கட்சியின் நடைமுறை. இரண்டு பேர் போட்டியிட்டார்கள். ஒருவர் காமராஜர். மற்றொருவர் சி. சுப்ரமணியம். காங்கிரஸ் எம்.எல்.ஏக்கள் மொத்தம் 134 பேர் இருந்தனர். 93 வாக்குகள் பெற்று காமராஜர் வெற்றி பெறுகிறார். சி.சுப்ரமணியத்துக்கு 41 வாக்குகள் கிடைத்தன. காமராஜர் முதல்வராவதற்கு முன்பிருந்த மந்திரி சபையில் மொத்தம் 12 அமைச்சர்கள் இருந்தனர். அதை எட்டாகக் காமராஜர் குறைத்துக் கொண்டபோதும், அந்த 8 அமைச்சர்களில் ஒருவராக சி.சுப்ரமணியத்தைக் கட்டாயப் படுத்திச் சேர்த்துக் கொண்டு அவருக்கு கல்வி, சட்டம் மற்றும் தேர்தல் விளம்பரம் என்ற மூன்று முக்கியத் துறைகளைக் கொடுத்தார் காமராஜர்.

காமராஜர் முதல்வராயிருந்தபோது குழந்தைகளுக்கு மதிய உணவு போடுவது பற்றிய விவாதம் சட்டசபையில் நடைபெறுகிறது. சிறிய அளவில் நடைமுறைப்படுத்தப்பட்டுக் கொண்டிருந்த திட்டத்தைப் பல பள்ளிகளுக்கும் விரிவுபடுத்துவது பற்றிய விவாதம். 'பள்ளிகளில் மதிய உணவா? அப்படியெல்லாம் செய்ய முடியாது. அப்படிச் செய்தால் 'காண்டிராக்டர்கள்' அரிசியை தங்கள் வீட்டுக்கு எடுத்துப் போய் விடுவார்கள். ஆசிரியர்கள் சாப்பாட்டை தங்கள் வீட்டுக்குக் கொண்டுபோய் விடுவார்கள். இதெல்லாம் நடைமுறைக்கு ஒத்து வராது' என எதிர்க்கட்சியினர் பேசுகிறார்கள்.

எல்லாவற்றையும் பொறுமையாகக் கேட்டுக்கொண்ட முதல்வர் காமராஜர், 'மாணவர்கள் மட்டுமல்ல, ஆசிரியர்களும் அங்கேயே

அந்தச் சாப்பாட்டைச் சாப்பிடலாம். இந்தத் திட்டம் ஒழுங்காக செயல்பட வேண்டுமென்றால் இதை ‘காண்டிராக்டர்களிடம் விடவேண்டாம். இந்தத் திட்டத்தை அந்தந்தப் பகுதி மக்களே ஏற்று நடத்தவேண்டும்’ என்று முடிவுசெய்து அறிவிக்கிறார். எதிர்க்கட்சியினர் சொன்னதில் இருந்த கருத்துக்களை எடுத்துக் கொண்டார். விரிவுபடுத்தப்பட்ட அந்தத் திட்டத்தின் மூலம் 30,000 தொடக்கப் பள்ளிகளிலுள்ள, 6 லட்சம் குழந்தைகள் மதிய உணவு கிடைக்கப் பெற்றனர்.

தலைவனுக்கும் மற்றவர்களுக்கும் வித்தியாசங்கள் உண்டு. அதனால்தான் சிலர் மட்டுமே வெற்றி பெறும் தலைவர்களாக இருக்கிறார்கள். இந்த அத்தியாயத்தில் நாம் பார்த்த தலைவனுக்குத் தேவையான பண்புகளில் பலவற்றை நிச்சயம் முயன்று வளர்த்துக்கொள்ள முடியும்.

இப்படிப்பட்ட பண்புகளை உடைய தலைவர்கள் எப்படிச் செயல்பட வேண்டும்? அதாவது தலைவனின் செயல்பாடுகள் எப்படியிருக்க வேண்டும்? அடுத்த அத்தியாயம் அதைப் பற்றியதுதான்.

•

அத்தியாயம் 8

தலைவனின் செயல்பாடுகள் எப்படி இருக்கவேண்டும்?

தலைவனிடம் ஏராளமான மனித சக்தியுண்டு. அது அவன் கைகாட்டும் திசை நோக்கிப் பாயும். அந்தத் திசை சரியில்லை எனில் அவ்வளவு சக்தியும் வீண் தானே! அதனால்தான் தலைவனுக்கு தொலைநோக்கு மிக மிக முக்கியம்.

ஒரு தலைவனின் செயல்பாடுகள் எப்படியிருக்க வேண்டும்? தன்னை நம்பி, தன் தலைமையை நம்பி, தன் பின்னே வரத் தயாராக இருக்கும் கூட்டத்தை, சரியான முறையில் வழிநடத்திச் செல்ல வேண்டியவன் தலைவன். அவனுடைய செயல்பாடுகள் அனைவரின் நம்பிக்கைக்குப் பாத்திரமானதாக அவர்களது எதிர்பார்ப்புகளையும் லட்சியங்களையும் நிறைவேற்றுவதாக இருக்க வேண்டும்.

தலைவனுக்கு, என்று பல பணிகள் இருக்கின்றன. அவற்றைப் பல ஆராய்ச்சியாளர்களும் வெவ்வேறு விதத்தில் பிரித்துப் பார்த்திருக்கிறார்கள். சமுதாயமோ அரசியலோ நிறுவனமோ அல்லது வேறு எந்த அமைப்போ, தலைவர்களாக

இருப்பவர்களுக்கு என்று ஐந்து முக்கிய பொறுப்புகள் உண்டு. அவற்றைச் சார்ந்துதான் அவர்கள் செயல்பட வேண்டும். அவை:

1. தொலைநோக்குப் பணி (Vision)
2. உறவுநிலையைப் பேணும் பணி (Relationship Role)
3. கட்டுப்படுத்தும் பணி (Control Role)
4. ஊக்கப்படுத்தும் பணி (Encouragement Role)
5. தகவல் தரும் பணி (Information Role)

1. தொலைநோக்குப் பணி

தலைவன் என்றாலே இந்தத் தொலைநோக்கு என்பது தன்னால் வந்து ஒட்டிக்கொண்டு விடும். அதைத் தவிர்க்க முடியாது. அதன் முக்கியத்துவம் அப்படி.

மார்ட்டின் லூதர் கிங்கின் 'எனக்கு ஓர் கனவு இருக்கிறது' (I have a dream) என்ற தலைப்பிலான பேச்சு இதற்கு நல்ல உதாரணம். அமெரிக்கா சுதந்திரம் அடைவதற்கு முன்பு, மார்டின் லூதர் கிங் ஒரு கூட்டத்தில் பேசுகிறார். கறுப்பு இன மக்களுக்கு பாகுபாடற்ற சுதந்திரம் வேண்டுமெனப் போராடிய தலைவர் அவர். நிற பேதமற்ற சுதந்திர அமெரிக்கா எப்படி இருக்கும், எப்படி இருக்க வேண்டும் என்கிற அவருடைய கனவு பற்றிப் பேசிய பேச்சு அது. அந்தத் தனது கனவை, ஆசையைக் கேட்போரிடமும் வலுவாகக் கொண்டு சேர்க்கிறார் மார்ட்டின் லூதர் கிங்.

'நிலவுக்குச் செல்லும் முதல் மனிதனாக நாம் ஆகாமல் போகலாம். ஆனால், இந்தச் சவாலை நிராகரிப்பதன் மூலம் நாம் நிச்சயமாக இந்தப் பந்தயத்தில் கடைசியில் வந்தவர்களாகி விடுவோம்.' சொன்னது ஜான் எப் கென்னடி!

வால்ட் டிஸ்னியின் தெளிவான கனவு

வால்ட் டிஸ்னி (Walt Disney) டிஸ்னி லேண்ட் என்ற மாபெரும் நிறுவனத்தை உருவாக்கியவர். மிகப் பெரிய, புதிய வெற்றி பெற்ற சிந்தனை அவருடையது. பிரும்மாண்டமான வியாபார சாம்ராஜ்யத்தை நிறுவிய அவருடைய ஆரம்ப காலம் மிகச் சாதாரணமானது. அவ்வளவு பெரிய ஆலமரம், அவருடைய மூளைக்குள்தான் சின்ன விதையாக உறங்கிக் கொண்டிருந் திருக்கிறது. அவர் தன்னுடைய கனவுப் பிரதேசமான டிஸ்னி லேண்டினை உருவாக்குவதற்கு முன், அது எப்படியிருக்க

வேண்டும் என்று தான் கற்பனை செய்திருப்பதை விவரிப்பது, ஒரு தேர்ந்த பொறியாளர் வரையும் கட்டிடத்தின் 'புளூ பிரிண்ட்' போல விவரமாக இருக்கிறது. அவர் சொல்கிறார்:

> '...டிஸ்னி லேண்டின் முக்கியக் கிராமத்தில் ரயில்வே நிலையம் இருக்கும். அந்த ரயில் நிலையத்தைச் சுற்றி, எங்கும் பசுமை நிறைந்த பூந்தோட்டம் இருக்கும். அங்கு மரங்களும், செடி கொடிகளும், பருகக்கூடிய நீரூற்றுகளும் இருக்கும். அந்தப் பூந்தோட்டத்தில் அமர்வதற்கான ஏராளமான பென்ச்சுகளுடன், ஒரு பேருந்து நிலையமும் இருக்கும். மொத்தத்தில் அது மக்கள் அமரக்கூடிய, ஓய்வு எடுக்கக்கூடிய இடமாக இருக்கும். அங்கு பாட்டிமார்களும், தாய்மார்களும் தங்கள் குழந்தைகள் விளையாடுவதைப் பார்த்துக் கொண்டு அமர்ந்திருக்கலாம். மொத்தத்தில், டிஸ்னி லேண்ட், மன மகிழ்வு அளிப்பதாகவும், நிம்மதி தருவதாகவும், 'வாருங்கள்' என்று அனைவரையும் சுண்டி இழுப்பதாகவும் இருக்கவேண்டும் என்று நான் விரும்புகிறேன்.'

விஷன், தொலைநோக்கு, கனவு முக்கியம்

ஸ்கண்டிநேவியன் ஏர் லைன் சிஸ்டம் (SAS) என்ற நிறுவனத்தின் தலைமை நிர்வாகி, ஜேன் கார்ல்சான், பதவி ஏற்றுக்கொண்டதும், நஷ்டத்தில் ஓடிக்கொண்டிருந்த அந்த நிறுவனத்தை முன்னேற்று வதற்காகச் செய்த முதல் விஷயம், அதற்கு ஒரு விஷன் தொலைநோக்கு உருவாக்கியதுதான். Best airline in the world for frequent Business Traveller. அதாவது அடிக்கடிப் பயணம் செய்யும் தொழில், வியாபாரப் பயணிகளுக்கான மிகச் சிறந்த விமான சேவை நிறுவனமாக தனது நிறுவனத்தை ஆக்க வேண்டும் என்பதுதான் அந்த விஷன். அவருடைய அந்த நிறுவனத்தின் எல்லாச் செயல்பாடுகளும் எதற்காக என்பதும், எதை நோக்கி இருக்கவேண்டும் என்பதும் அந்த நிறுவனத்தில் பணிபுரிந்த கடைசித் தொழிலாளி வரைக்கும் தெளிவாக எந்தவிதக் குழப்பமும் இல்லாமல் தெரிந்திருந்தது. அதற்கு காரணம் அவருடைய தெளிவான விஷன்தான்.

2. உறவுகளைப் பராமரிக்கும் பணி

ஒரு மனிதக் கூட்டத்தின் மேலே அமர்ந்திருப்பவன்தான் தலைவன். மனிதர்கள் என்றால் ஒருவரோடு ஒருவர் உறவாட வேண்டும். பந்தம், பாசம், பிணைப்பு, அன்பு எல்லாம்

அவர்களுக்குள் இருக்க வேண்டும். அப்படி உறவுகளுக்குள் அன்பையும் அரவணைப்பையும் ஊக்குவிப்பதாக, வளர்ப்பதாக தலைவனது செயல்பாடுகள் இருக்க வேண்டும். அது அவனுடைய முக்கிய பணி.

அனைவர் மீதும் அக்கறை காட்டுவது

நார்மன் ஷர்ன் வே என்ற ஓய்வுபெற்ற அமெரிக்க காங்கிரஸின் பிரதிநிதி பள்ளிப் படிப்பு படிக்கும் தன் இரு மகன்களுடன் ஒரு நீச்சல் குளத்திற்குச் சென்றிருக்கிறார். அமெரிக்காவின் துணை அதிபராக இருந்த ஜார்ஜ் புஷ்ஷின் கார் கட்டிட வாசலில் நிற்பதைக் கண்டு தன் மகன்களுக்குத் துணை அதிபரைக் காட்ட வேண்டுமென்று அவருக்கு ஆசை வந்தது. மூவரும் உள்ளே ஓடுகிறார்கள். ஆனால் புஷ்ஷைக் குளத்தில் காணவில்லை. அங்கும் இங்கும் தேடியதில், புஷ் உடை மாற்றும் அறைக்குப் போய்விட்டது தெரிந்தது. மெதுவாய் அந்த அறைக்குள்ளும் நுழைந்துவிட்டார்கள். அவர் அருகேயும் போய்விட்டார்கள்.

திறந்திருந்த ஒரு லாக்கரின் எதிரே, தலையிலிருந்தும், உடம்பிலிருந்தும் சொட்டும் தண்ணீரைத் துடைத்தபடி, நாட்டின் துணை அதிபர் நின்று கொண்டிருக்கிறார். ஓய்வுபெற்ற அந்த அதிகாரி, தயங்கியபடியே தன் மகன்களை அவரிடம் அறிமுகப்படுத்த, பத்து நிமிடங்களுக்கும் அதிகமாக புஷ் அந்த இரு பள்ளிச் சிறுவர்களுடனும் அக்கறையுடன் பேசிக் கொண்டிருந்தார். தண்ணீர் சொட்டும் ஈர உடம்புடன் அவ்வளவு நேரம் அவர் தொடர்ந்து பேசிக் கொண்டேயிருந்ததை தன்னால் மறக்கவே முடியாது என்கிறார் நார்மன்.

3. கட்டுப்படுத்தும் பணி

நிறைய வளங்கள் இருந்தாலே அவற்றைக் காப்பாற்றப் பல கட்டுப்பாடுகள் வேண்டும். மனித சக்தி ஒரு முக்கிய வளம். ஆகவே, அவற்றைக் காக்க வேண்டியது தலைவனின் பொறுப்பு. மற்றவர்கள் என்ன நினைத்துக் கொள்வார்கள் என்றோ, தட்டிக் கேட்டால் நம்மை விட்டுப் போய்விடுவார்கள் என்றோ கவலைப்பட முடியாது. சொல்லப்போனால் அப்படிப்பட்டவர் களுக்கு மதிப்பும் இருக்காது. தவறுகளைத் தடுப்பவன்தான் தலைவன். அதைப் பற்றிப் பேசும் தைரியமும், அதனால் வரக்கூடிய பிரச்னைகளைச் சந்திக்கும் ஆற்றலும் தேவை. இல்லாவிட்டால் அமைப்புக் கெட்டுவிடும்.

கட்சிக் கட்டுப்பாட்டினை மீறியதற்காகச் சிலர் கட்சியிலிருந்து வெளியேற்றப்படுவார்கள். கேரளாவில் மூத்த காங்கிரஸ் தலைவர் கருணாகரனேகூட அது மாதிரி வெளியேற்றப்பட்டார். நேரம் காலம் பார்த்து இதைச் செய்ய வேண்டும் என்பதெல்லாம் சில சமயங்களில் சரியாக இருக்கும். ஆனாலும் ஒரு அமைப்பின் கட்டுப்பாட்டைக் கட்டிக்காக்க இதுபோன்ற நடவடிக்கைகளும் தேவை. அதற்குத் தலைவன்தான் பொறுப்பேற்க வேண்டும். பொறுப்பைத் தட்டிக் கழிக்கக் கூடாது.

எந்தச் சமயங்களில் என்ன செய்ய வேண்டும் என்று ஒரு தலைவனுக்குக் கட்டாயம் தெரிந்திருக்க வேண்டும்.

4. ஊக்கப்படுத்தும் பணி

உழைப்பவர்களை, உண்மையாக இருப்பவர்களை, விசுவாசமாக இருப்பவர்களைத் தலைவன் கவனித்து ஊக்கப்படுத்த வேண்டும். அது, பொறுப்புகளை அளிப்பது, பாராட்டுவது, அங்கீகாரம், அதிகாரம், வெகுமதிகள் என அது எந்த வகையாகவும் இருக்கலாம். இதுபோன்றவைதான் அவர்களுக்குப் பெரிய ஊக்கம் தருவதாக இருக்கும். தலைவன் எதையும் பார்த்துப் பார்த்துச் செய்ய வேண்டும். அலட்சியம் கூடாது. தலைமைப் பதவிக்குப் போய் அமர்ந்ததும் சாதாரண மக்களை, மனிதர்களை, ஊழியர்களை, தொண்டர்களை மறந்துவிடக் கூடாது. அவர்களை ஊக்கப்படுத்தி எப்போதும் துடிப்பானமுறையில் வைத்துக் கொள்ளவேண்டும்.

5. தகவல் தரும் பணி

முதலில் தலைவனிடம்தான் எல்லாத் தகவல்களும் வரும். அவன்தான் கேந்திரம். அவன்தான் மையம். அவனுக்கு வரும் தகவல்களைத் தேவையானவர்களுக்குத் தேவையான நேரத்தில் கொடுக்க வேண்டும்.

மேற்கண்டவை தவிர தலைவர்கள் செய்ய வேண்டியவை இன்னும் சில உள்ளன. அவை...

கிரியா ஊக்கி *(*Facilitator*)*

ஒரு பயோ டெக்னாலஜி நிறுவனத்தின் தலைமை நிர்வாகி (CEO), சொன்னார், 'எனது தலையாய வேலை, வேலைகள் செய்ய பயிற்றுவிப்பது. வேலை செய்பவர்கள் தங்களின் அதிகபட்சத் திறமையை பயன்படுத்தி வேலையைச் செய்ய வைப்பது.

அதற்காக, நிறுவன அமைப்புகளில் உள்ள பல கதவுகளைத் திறந்து விடுதல், தடுப்புச் சுவர்களை உடைத்தல், இணைப்புப் பாலங்களைக் கட்டுதல் ஆகியவற்றை செய்யத்தான் நான் இருக்கிறேன். நிறுவனத்தின் தலைமைப் பொறுப்பில்தான் நான் இருக்கிறேன் என்றால், நான் அந்த அமைப்பின் கட்டுமானப் பொறியாளர் நிலையிலிருக்கிறேன் என்று பொருள். எது நடக்க வெண்டுமோ அதை நடக்கச் செய்வதற்காகத்தான் நானும் என் குழு உறுப்பினர்களும் இருக்கிறோம்.'

தலைவன் என்பவன் அவனே செய்பவன் அல்ல. காந்தி ஒருவர் மட்டுமே தனியாகப் போராடி சுதந்திரத்தை வாங்கியிருக்க முடியாது. அவர் காங்கிரஸ் என்ற இயக்கத்தின் தலைவர். அப்படி அவர் தலைவராக இருந்தபோது என்னென்ன வகையில் செயல்பட்டிருப்பார் என்பதை மேலே பார்த்த தலைமை நிர்வாகி சொன்னதுடன் பொருத்திக்கொள்ளலாம்.

நிகழ்காலம், எதிர்காலம்

தலைவர் நிகழ்காலப் பிரச்னைகள் மற்றும் எதிர்காலப் பிரச்னை ஆகிய இரண்டிலும் கவனம் செலுத்த வேண்டும். இரண்டும் முக்கியம். Tactical leaders எனப்படும் தந்திரோபாயத் தலைவர்கள், முக்கியமான நிகழ்கால விஷயங்களில் அதிக கவனம் செலுத்துவார்கள். Strategic leaders எனப்படும் மூலோபாயத் தலைவர்கள் பெரும்பாலும் வருங்காலம் பற்றியும் கவலை கொள்வார்கள். Operational leaders எனப்படும் செயல்பாட்டுத் தலைவர்கள் முழுவதுமே தினசரி செயல்பாடுகளைப் பற்றித்தான் அக்கறை காட்டுவார்கள். இவை மூன்றுமே தேவைப்படும் செயல்கள்தான் என்றாலும், தலைவனின் முக்கியப் பணி பெரும்பாலும் வருங்காலம் பற்றியதாகத்தான் இருக்க வேண்டும்.

கிளாக் பில்டர்ஸ் (Clock Builders)

மாபெரும் நிறுவனங்கள், அமைப்புகள் நிலைத்து நிற்பதற்காக, தொடர்ந்து பணியாற்றுவதற்காக உருவாக்கப்படுபவை. அப்படிப்பட்ட நிறுவனங்களை, அமைப்புகளை உருவாக்குவதுதான் சிறந்த தலைவனின் வேலை.

'பில்ட் டு லாஸ்ட்' புத்தக ஆசிரியர் ஜேம்ஸ் காலின்ஸ் ஒரு தத்துவம் சொல்வார். தலைவர்கள் என்பவர்கள் 'Time teller'ஆக இருக்கக் கூடாது. அவர்கள் 'Clock Builders'ஆக இருக்க வேண்டும்.

கடிகாரத்தைப் பார்த்து மணி என்ன ஆகிறது என்று சொல்வதிலே என்ன சிறப்பு இருக்கிறது?

தலைவர்கள் மணி காட்டக் கூடிய கடிகாரங்களை உருவாக்குபவர் களாக இருக்க வேண்டும். யாரோ செய்துவைத்த நிறுவனத்தில், அமைப்பில், தாங்களே சிந்தித்து முனைந்து தேவைப்படும் ஓர் அமைப்பை உருவாக்குவதுதான் கிளாக் பில்டிங். சோனி, GE போன்ற நூறாண்டுகளைக் கடந்து நிற்கும் நிறுவனங்களை உருவாக்கிய தலைவர்கள் செய்தது அதைத்தான்.

தேவையற்ற செயல்களைக் கண்டறிந்து தடுப்பது

சிலர் எவரோ, எப்பொழுதோ ஆரம்பித்ததைத் தொடர்ந்து செய்து கொண்டிருப்பார்கள். இதனால் பொருள், நேரம், சக்தி போன்றவை விரயமாகின்றன என்பதைத் தலைமையில் உள்ளவர்கள் கவனிக்க வேண்டும். அவற்றைத் தவிர்க்க வேண்டும்.

வால்மார்ட் என்ற மிகப் பெரிய உலகளாவிய அமெரிக்க நிறுவனத்தில் தேவையானவற்றை மட்டுமே செய்ய வேண்டும். தேவையில்லாதவற்றைத் தவிர்த்துவிட வேண்டும் என்பது அங்கு ஒரு கலாச்சாரமாகவே இருக்கிறது. இருக்கும் நிலை சரிதானா என்று கேள்வி கேட்டுத் தேவையான மாற்றங்களைச் செய் (Challenge the status quo) என்பதுதான் அங்குள்ள தலைவர்களின் தாரக மந்திரம்.

அதைச் சுருக்கமாக ETDT என்று குறிப்பிடுகிறார்கள். 'Eliminate the dump things' என்பதன் சுருக்கம். 'இல்லை இல்லை இங்கு எப்பொழுதுமே இப்படித்தான் செய்வோம்' என்று சொல்லி எவராவது தேவையில்லாத நடைமுறையைக் கைவிடத் தயங்கினால் போதும், நாம் மிகச் சிறந்த நிறுவனமாக வருவதற்கு இது எந்த வகையில் உதவும் என்று கேள்வி கேட்டு யோசிக்க வைப்பார்கள்.

புதிய சிந்தனைகளை வரவேற்பது

தான் மட்டுமே விஷயம் தெரிந்தவன் என்று மட்டுமே நினைக்காமல் வேறு எவரும் சிறப்பாகச் செய்திருப்பது தெரிந்தால், நாமும் ஏன் அதைப் போன்று சிறப்பாகச் செய்யக்கூடாது? என்று ஒரு தலைவன் நினைக்க வேண்டும்.

அமெரிக்காவில் வடக்கு மியாமி கடற்கரையில் செஃப் அலன்'ஸ் (Chef Allen's) என்ற ஓர் உணவகம் விருதுகள் பல பெற்ற

நிறுவனம். இதன் தலைவர், உரிமையாளர் அலன் சஸ்சர். அவர் ஒரு திட்டம் வைத்திருந்தார். அந்தத் திட்டத்தின் பெயர் 'சௌ நௌ' (Chow Now). அதன்படி அலன் தன் நிறுவனத்தில் பணிபுரிந்த சமையல்காரர்களுக்கும், பரிமாறுபவர்களுக்கும் வாரம் தலா 50 டாலர் பணம் கொடுப்பார். அந்தப் பணத்தைக் கொண்டு அவர்கள், 'செஃப் அலன்'ஸ் போன்ற வேறு ஏதாவது ஓர் உணவகத்திற்குப் போய்ச் சாப்பிடலாம்.

அப்படிச் சாப்பிட்டு விட்டு வந்த பிறகு அவர்கள் தங்கள் நிறுவனத்தில் பணிபுரியும் மற்றவர்களிடம் தாங்கள் சாப்பிட்ட உணவகத்தில் என்னென்ன பார்த்தோம், கற்றுக் கொண்டோம் என்பது பற்றிப் பகிர்ந்துகொள்ள வேண்டும்.

ஜேக் வெல்ஷ் உலகத்தின் மிகப் பிரபலமான தலைமை நிர்வாகிகளுள் ஒருவர் ஜெனரல் எலெக்டிரிக்கின் CEO ஆக 1981ல் பொறுப்பேற்றபோது, நிறுவனத்தின் வியாபாரம், 25 பில்லியன் டாலர்.

இருபது வருடம் கழித்து அவர் 2001ல் பொறுப்பிலிருந்து விலகியபோது வியாபாரம் 130 பில்லியன் டாலர். அதே காலகட்டத்தில் GEயின் Market Capitalisation 13 பில்லியன் டாலரிலிருந்து, 400 பில்லியன் டாலராக உயர்ந்து இருந்தது. அவ்வளவு பெரிய வெற்றியை ஈட்டிய ஜேக் வெல்ஷ் சொல்வது:

'தகவல் என்பது, சொத்துக்களைவிட மதிப்புள்ளது. ஒவ்வொருவரின் யோசனைகளும், பங்களிப்புகளும் முக்கியம் என்பதை அவர்களுக்குப் புரிய வைக்க வேண்டும்... அவர்களுடைய வெற்றிகளைக் கொண்டாட வேண்டும்; அவை சிறியதோ, பெரியதோ அவர்களால் அடைய முடிந்தது அது. அனைவருக்கும் ஒரே அளவு முக்கியத்துவம் கொடுக்க வேண்டும். (Give everybody the same page) என்னுடைய வெற்றிக்கான காரணம் வியாபாரத்தைச் சரியாக நிர்வகித்தது அல்ல; மக்களைச் சரியாக நிர்வகித்தது.'

குழுவினரிடம் திடத்தை வளர்த்தல்

தனி மனிதனாக எந்தத் தலைவனும் வெற்றி பெற்றுவிட முடியாது. அவனிடம் மிகச் சிறந்த படை இருக்க வேண்டும். படை என்றால் அவனுடைய குழு. அந்தக் கூட்டத்தில் உள்ளவர்களின் திறமை, செயல் முடிக்கும் திண்மை போன்றவைதான் தலைவனின் பலம். அதன் பொருட்டு

தலைவன் நீண்ட காலத் திட்டமாகத் தன் படையினரின் திறமை, திண்மை முதலியவற்றை வளர்க்க முயற்சிகள் எடுக்க வேண்டும். எப்படி?

இதோ வள்ளுவம் சொல்லும் வழி! (திருவள்ளுவர் எதைத்தான் திருக்குறளில் சொல்லவில்லை?)

தம்மிற் பெரியார் தமரா ஒழுகுதல்
வன்மையுள் எல்லாம் தலை *(444)*

என்ற குறள் மூலம் அவர், தலைமைப் பொறுப்பில் இருக்க விரும்பும் ஒருவர் எப்படி நடந்துகொள்ள வேண்டும் என்பதை, மிகத் தெளிவாகச் சொல்லியிருக்கிறார்.

நம்மைக் காட்டிலும் அறிவு, அனுபவம், திறமை முதலியவற்றில் சிறந்த பெரியவர்கள் நமக்கு எப்போதும் துணையாக இருக்கப் பெறுவது, நமக்குள்ள எல்லா வலிமைகளிலும் சிறந்தது என்கிறார் வள்ளுவர்.

தன்னைக் காட்டிலும் திறமையுடையவரைக் கண்டு பொறாமைப் படவோ, வெறுக்கவோ, பயப்படவோ வேண்டியதில்லை. தலைமைப் பொறுப்பில் இருப்பவன், அத்தகைய திறமைசாலிகளைக் கண்டால் அவர்களைத் தன் பக்கம் சேர்த்துக்கொள்வதே புத்திசாலித்தனம்.

'தன்னைவிடப் புத்திசாலிகளையும், திறமைசாலிகளையும் தன்னுடன் சேர்த்துக்கொண்டு அவர்கள் மூலம் வெற்றிகளைச் சாதித்தவன் இங்கே உறங்குகிறான்.'

என்று தன் சமாதியில் எழுதி வைக்கச் சொல்லியவர் டேல் கார்னகி.

எல்லாத் தலைவர்களும் எல்லா நேரத்திலும் வெற்றி பெறுவதில்லை. அவர்கள் தோல்வியைச் சந்திப்பதும் உண்டு. அது ஏன்? எதனால்? அடுத்த அத்தியாயத்தில் பார்க்கலாம்.

•

அத்தியாயம் 9

தலைமை தோற்பது ஏன்?

தலைவராவது சிரமம். அதைவிடச் சிரமம் தலைவராக தொடர்ந்து நீடிப்பது. அப்படிப் பலரால் நீடிக்க முடியாது. கோளாறு காரணமாகக் கீழே விழும் ராக்கெட்டுகளைப்போல விழுந்து விடுகிறார்கள்.

‘**தோ**ல்விதான் வெற்றியின் முதல்படி.’ சொல்வதற்கு நன்றாக இருக்கும். ஆனால் எப்பொழுதும் வரவேற்கப்படுவது வெற்றிதான். தோல்வி என்பது, அதுவும் வெற்றிகள் பெற்ற பிறகு, பலனை அனுபவித்த பிறகு, தோல்வி என்பது மிகக் கொடுமையாக இருக்கும். வெற்றியைச் சுவைத்த பிறகு தோல்வி என்பது கசக்கும். ஏன் இந்தத் தோல்வி?

ஸ்ரீஹரிக்கோட்டா என்றால் நம் நினைவுக்கு வருவது ராக்கெட் தானே. அங்கிருந்து இந்திய விஞ்ஞானிகள் எத்தனையோ ராக்கெட்டுகளை வெற்றிகரமாக விண்ணில் ஏவியிருக்கிறார்கள்!

ஆனால் சில ராக்கெட்டுகள் விண்ணில் செலுத்தப்பட்ட கொஞ்ச நேரத்திலேயே ஏதேனும் கோளாறு காரணமாக, மேலே போகாமல் கீழே விழுந்து விடும் அல்லது வெடித்து விடும்.

ஆமாம்... இதற்கும் தலைமைக்கும் என்ன சம்பந்தம் என்று யோசிக்கிறீர்களா? நிறையச் சம்பந்தம் இருக்கிறது.

ஏகப்பட்ட தயாரிப்புகள். பல நாள் உழைப்பு! எத்தனையோ நபர்களுடைய ஒத்துழைப்பு! எல்லாம் சேர்ந்துதான் ஒரு ராக்கெட்டை விண்ணில் பாய வைக்கிறது. அது போன்றதுதான் பலருடன் சாதாரணமாக இருந்த ஒருவர் மேலே உச்சத்துக்குப் போய்த் தலைவராவதும். தலைமைப் பொறுப்புக்கு, பதவிக்கு, உயர் இடத்துக்கு வந்துவிடுவது என்பது, ராக்கெட் மேலே போய், சுற்றுவட்டப் பாதையை அடைவதைப் போன்றது. அத்துடன் அதன் வேலை முடிந்து விடுவதில்லை. மேலே போனது அதன் வேலையின் ஒரு பகுதி. அதற்குப்பின் அங்கேயே இருந்து செயல்பட வேண்டியது மற்றொரு பகுதி. அதற்காகத்தானே அது மேலே போனது. மேலே செல்வதே ஏதோ ஒன்றை சாதிக்கத்தானே.

தலைவராவதும் அதற்காகத்தான். பல தலைவர்களுக்கு அந்த விஷயத்தில் தெளிவு இல்லாமல் இருப்பதைப் பார்க்கிறோம். அப்படிப்பட்டவர்களுக்குத் தலைவராக ஆவதுதான் குறி. தலைவர் ஆனதும்... எதற்காக நம்மைத் தலைவராக்கினார்கள் என்றோ, எதைச் செய்வதற்காக, தான் தலைவர் ஆனோம் என்பதோ அவர்கள் கவனத்தில் இருக்காது.

தலைவராவது சிரமம். அதைவிடச் சிரமம் தலைவராகவே தொடர்ந்து நீடிப்பது. அப்படிப் பலரால் நீடிக்க முடியாது. கோளாறு காரணமாகக் கீழே விழும் சில ராக்கெட்டுகளைப் போல அவர்களும் விழுந்து விடுகிறார்கள்.

இது ஏன் நிகழ்கிறது? இப்படி நிகழாமல் இருக்க என்ன செய்யலாம்? என்ன செய்யக்கூடாது?

இரண்டுவித திறமைகள்

தலைமைப் பொறுப்பிற்குப் போவதற்குத் தேவைப்படும் திறமைகள் ஒருவிதம். மேலே போன பிறகு அங்கே 'பேலன்ஸ்' சமன் செய்து செயல்படுவதற்குத் தேவைப்படும் திறமைகள் வேறு. சிலரிடம் இரண்டும் இருக்கலாம். சிலரிடம் இரண்டாவது மட்டும் இருக்கலாம்; அதாவது தலைமைக்குப் போன பிறகு செயல்படும் திறமை. ஆனால் இவர்களை யாராவது மேலே கொண்டு சென்றால் அதன்பிறகுதான் இவர்கள் சிறப்பாகச் செயல்படுவார்கள்.

இப்படிப்பட்டவர்கள்தான் ‘அட்மினிஸ்டிரேட்டிவ் எக்ஸ்பர்ட்ஸ்’ (Administrative Experts). இவர்களும் தலைவர்கள்தான். ஆனால் இவர்கள் வேறு எவராலாவது நியமிக்கப்பட்டால்தான் உண்டு. மறைந்த திரு.ஜி.கே. மூப்பனாரை இந்தவிதத் தலைவர்களுக்கு ஓர் உதாரணமாகச் சொல்லலாம். மிகவும் திறமையானவர். காங்கிரஸ் கட்சியின் அகில இந்திய செயலாளராகச் சிறப்பாகப் பணியாற்றியவர். கட்சியின் முக்கியப் பிரமுகர்களிடையே பிரச்னை என்றால் தீர்த்து வைக்க கட்சித் தலைமை இவரைத்தான் நம்பிக்கையுடன் அனுப்பிவைக்கும். இவரும் ஒவ்வொரு முறையும் பிரச்னையை முடித்து வைப்பார். ஆனால், இவர் கட்சியின் அடிமட்டத்திலிருந்து, சாதாரண நிலையிலிருந்து போராடி, மேலே வந்தாரா என்றால், இல்லை.

தலைமைக்குத் தோல்வி ஏன்?

இதற்குப் பல காரணங்கள் உண்டு. முக்கியமான சிலவற்றைப் பற்றி மட்டும் பார்ப்போம். தலைமை தோற்கிறது என்றால் தேர்தலில் அரசியல்வாதி தோற்பது மட்டுமல்ல. தலைமையில் இருப்பவரால் தொடர்ந்து மக்களிடையே தாக்கம் ஏற்படுத்த முடியாமல் போவதும் தோல்விதான். தன் கூட்டத்தை முன்போல் influence செய்ய முடியாமல், impact செய்ய முடியாமல் போவது என்பதும் தோல்விதான். ஏன் அப்படிப்பட்ட தோல்வி? காரணங்கள் பல.

1. தொலைநோக்கு இல்லாமை

வரப்போவது தெரியாமல் செய்ததையே செய்து கொண்டிருப்பது. ஆங்கிலத்தில் விஷன் (Vision) என்பார்கள். எது நம் இலக்கு? எதை அடைவதற்கு நாம் முயற்சி செய்கிறோம்? நம்மைப் பின்பற்று பவர்கள், எதற்காக, ஏன் நம்மை நம்புகிறார்கள்? இவற்றைப் பற்றித் தெளிவிருந்தால் அந்தத் தலைமை தோற்காது. இந்தத் தெளிவு இல்லாவிட்டால் தலைமை தோற்றுவிடும். அப்படிப் பட்ட தொலைநோக்கு என்பதும், நம்மைப் பின்பற்றுபவர் களுக்கு முக்கியமானதாக இருக்க வேண்டும்.

காந்தி முதலிய பல தேசத் தலைவர்களுக்கும் அந்தக் காலத்தில் இருந்த ஒரே தொலைநோக்கு தேச விடுதலைதான். அதை முயன்று போராடி 1947ல் அடைந்தாயிற்று. அதன்பிறகு?

அதுபோலத்தான் சில தொலைநோக்குகள். அவை குறிப்பானவை. அந்த இலட்சியம் நிறைவேறியதும் பூர்த்தியாகி

விடுகிறது. திருப்தி ஏற்பட்டு விடுகிறது. அதற்குப் பின் அந்த தொலைநோக்கோ, அதைச் சொல்லிய, அதற்காக தலைமையேற்ற தலைவரோ, அதன்பின்னர் பழைய அளவுக்குச் சுவாரஸ்யமானவராக இருக்க முடியாது.

அதனால்தான் நாடு விடுதலை பெற்றதும் காங்கிரஸைக் கலைத்து விடுங்கள், இனி அது தேவையில்லை என்றார் மகாத்மா காந்தி. அவரேகூட சுதந்திரத்தைப் பெரிதாகக் கொண்டாடியதாகத் தெரியவில்லை.

சுதந்திரத்துக்குப் பிறகு காந்தி சாகாமல் வெகுநாள் இருந்திருந்தால், அவர் சுதந்திரத்திற்கு முன்பு இருந்த அதே அளவுக்கு முக்கியத்துவம் பெற்றிருப்பாரா என்பது சந்தேகம்தான். ஆக அந்தத் தொலைநோக்கும் ஒரு சூழ்நிலையில் அர்த்தமற்றதாகப் போய்விடுகிறது.

2. மாற்றங்களைப் புரிந்துகொள்ளாமை

தலைமை என்பது தனிப்பட்டவரின் எண்ணங்கள் நிறைவேறு வதற்காக அல்ல. தலைமைக்கு பலமே அதைப் பின்பற்று பவர்கள்தான். அவர்களின் நம்பிக்கையைத் தலைமை தக்க வைத்துக்கொள்ள வேண்டும். அதற்கு நடைபெறும் மாற்றங் களைத் தலைமை சரியாகப் புரிந்துகொள்ள வேண்டும். இல்லாவிட்டால் தலைமைக்குத் தோல்விதான்.

புதிதாகக் கம்ப்யூட்டர் வந்த காலத்தில் பிரபலமாக இருந்தது ஐபிஎம் (IBM) என்ற நிறுவனம். உலகின் முதல் தர கம்ப்யூட்டர் நிறுவனங்களில் முதன்மையானதாக அது கோலோச்சியது. சுமார் 40 ஆண்டு காலம் வேறு எந்த நிறுவனமும் அருகில்கூட வரமுடியாது என்ற அளவில் மிக உயரத்தில் கொடி கட்டிப் பறந்து கொண்டிருந்த நிறுவனம் அது.

டாம் வாட்சன் IBMமை உருவாக்கினார். அதிக சக்தியுள்ள பெரிய கணினிகளைத் (கம்ப்யூட்டர்) தயாரித்த, IBM கிட்டத்தட்ட ஒரு ராணுவம் போலவே இருந்தது. அப்படி இருந்ததால்தான் அந்த நிறுவனத்தால் பரந்து விரிந்து வளர்ந்து கொண்டிருந்த கம்ப்யூட்டர் தொழிலை மிக வேகமாகக் கைப்பற்ற முடிந்தது. உலக கணினிச் சந்தையில் கொடி கட்டிப் பறந்தது.

ஆனால் அதே நிறுவனம் 1980களில் தன் வசமிருந்த கணிசமான விற்பனை வாய்ப்புகளை இழக்க நேரிட்டது. சிறிய துடிப்பான

போட்டியாளர்களான, காம்பாக் (Compaq), டெல் (Dell) மற்றும் ஆப்பிள் (Apple) போன்ற நிறுவனங்களிடம் தன் வியாபார வாய்ப்புகளை இழந்தது.

காரணம், மாறிவிட்ட சூழ்நிலைகள் தெரியாத நிறுவனமாய் IBM இருந்ததுதான். அந்நிறுவனத்தின் தலைவர்கள், பர்சனல் கம்ப்யூட்டர்களை, மலிவான, அதிக ஆயுள் இல்லாத, துல்லியமற்றக் கருவிகளாகத்தான் நினைத்தார்கள். அப்படியே பேசியும் வந்தார்கள்.

பழம் பெருமைகளைப் பேசிக் காலம் கழித்துக் கொண்டிருந்த IBM, கடந்த காலப் போர்களில் வென்றெடுத்த பதக்கங்களுடன், முன்னம் பலரும் பாராட்டிப் பேசிய புகழுரைகளை மனதில் தாங்கியபடி வேறு சூழ்நிலைகளுக்கு ஏற்ற புதிய ஆயுதங்கள் இன்றி வெற்று நம்பிக்கையோடு போர்க்களத்துக்கு வந்தது. போட்டியாளர்களால் இரக்கமின்றி வெட்டிச் சாய்க்கப்பட்டது!

இரண்டே ஆண்டுகளில் ஆண்டுக்கு 30 ஆயிரம் கோடி நஷ்டம் என்ற நிலைக்கு வீழ்ந்தது.

அதே போல, பார்ட்ச்சூன் அமைப்பின் 'அமெரிக்காவின் மிகவும் மதிக்கப்படும் நிறுவனங்களின்' பட்டியலில் 1986ல் முதல் இடத்தில் இருந்த IBM 1993ல் 296வது இடத்துக்குத் தள்ளப்பட்டது.

தலைமை என்பது உயரத்தைக் குறிக்கிறது. ஆனால் அந்த உயரத்தில் தொடர்ந்து இருக்க அடிப்படை உண்மைகளை (ground realities) சரியாகப் புரிந்துகொள்ள வேண்டும். Keep an ear to the ground என்பார்கள்.

தலைவர்களும் தொண்டர்களின் மனநிலையைப் புரிந்துகொள்ள வேண்டும். இன்னும் சொல்லப் போனால், தலைவனே முன்வந்து முக்கியமானவர்களின் கருத்துக்களைக் கேட்டறிய வேண்டும். இல்லாவிட்டால், திண்டாட்டம்தான்.

3. தொடர்பு விட்டுப்போதல்

சிலருக்கு மேலே போனதும், கீழே உள்ளவர்களுடனான நேரடித் தொடர்பானது விட்டுப்போய்விடும். அவர்கள் என்ன நினைக்கிறார்கள், என்ன எதிர்பார்க்கிறார்கள், நம் செயல் பாடுகளை அவர்கள் எப்படிக் கணக்கிடுறார்கள் என்பதை எல்லாம் தலைமை தொடர்ந்து தெரிந்துகொள்ள வேண்டும். மாற்றங்களை உணர வேண்டும்.

தன்னைச் சுற்றியிருப்பவர்கள் எப்படிப்பட்டவர்களாக இருந்தால், தலைமைக்குச் சரியான தகவல்கள் கிடைக்கும்! அவர்கள் உண்மையைச் சொல்பவர்களாக இருந்தால்தானே! அதே நபர்கள் வேறு ஏதோ காரணங்களுக்காக உண்மையைச் சொல்லாமல் தலைமைக்கு வெறும் ஜால்ரா போட்டுக் கொண்டு 'ஆமாம் சாமி' களாக இருந்தால்! சிரமம்தான். தலைமை தோற்பதற்கு இதுவும் ஒரு காரணம்.

4. தன் பலத்தில் இருந்து விலகுவது

ஒவ்வொரு தலைமைக்கும், அது வெற்றி பெறுவதற்குத் தனிப்பட்ட காரணங்கள் இருக்கலாம். அதை வைத்துத்தான், அதற்காகத்தான் பலரும் அந்தத் தலைமையை, தலைவரை ஆதரிப்பார்கள். அவர் மீது நம்பிக்கை வைப்பார்கள். ஆக, தலைமைக்கு ஏதோ சில விஷயங்கள்தான் அடிப்படை பலம். அந்த பலத்தில் இருந்து விலகினால் தோல்வி நிச்சயம்.

சில தலைவர்கள், ஏதோ காரணங்களுக்காக அடிப்படைச் சித்தாந்தங்களில் இருந்து விலகுவார்கள். அப்படி விலகினால் போச்சு. அவர்களை விட்டுவிட்டு அவர்களைப் பின்பற்றுபவர்களும் விலகி விடுவார்கள்.

சில கட்சிகளில், அமைப்புகளில் தொண்டர்கள் இருப்பதற்குக் காரணம் அதன் சித்தாந்தங்கள், நம்பிக்கைகளுக்காகத்தான். அவற்றைப் பேசும், அவற்றுக்காகப் போராடும் தலைவர்களைத் தொண்டர்களுக்குப் பிடிக்கும். அந்தப் பிடிப்பிற்குக் காரணம் தலைவர்கள், தனி நபர் அல்ல. அந்தச் சித்தாந்தங்களின் வடிவம் அவர்.

5. பலவீனம் ஆகும் பலம்

ஒரு காலகட்டத்தில் பலமாக இருந்த ஒன்றே வேறு ஒரு கால கட்டத்தில் பலவீனமாகி விடுவதும் உண்டு. தலைமையிடத்திற்கு வரத் தேவைப்படும் திறன் வேறு. அந்த இடத்தைத் தக்கவைத்துக் கொள்ளத் தேவைப்படும் திறன் வேறு. மேலே வரப் பயன்பட்ட ஒரு திறனே மேலே வந்தபிறகு தொந்தரவாகி விடலாம்.

உதாரணத்திற்குச் சில கட்சிகள், எதையும் சிறப்பாகக் குறைகூறும்! எதிர்த்து உணர்வுப்பூர்வமாகப் போராட்டங்கள் நடத்தும். இவர்கள் எதிர்ப்பதில் வல்லவர்களாக இருப்பார்கள். மக்கள் சக்தியை எப்படியாவது திரட்டி விடுவார்கள். சில நபர்கள்கூட

அப்படித்தான். குற்றங் கண்டுபிடித்தே பிழைப்பவர்கள் இவர்கள். எல்லாவற்றிலும் ஏதாவது குறைகள் கண்டுபிடித்து விடுவார்கள். பாதிக்கப்பட்டவர்கள் இவர்களைத் தலைவர்கள் ஆக்கி விடுவார்கள். இவை தலைவனாக வர உதவும் பலங்கள்.

இப்படி மற்றவர்களைக் குற்றம் சொல்லிக் கொண்டிருந்தவர்கள் பதவிக்கோ, ஆட்சிக்கோ வந்தபிறகு சுறுசுறுப்பாகச் செயல்பட வேண்டும். தன்கீழ் உள்ளவர்களுக்குப் பலன் தரவேண்டும் (Have to deliver). ஆனால் தலைவர்கள் பழைய குணத்துடனேயே இருந்தால், வேறு யாரையோ, எதையோ காரணம் காட்டி, அதற்காக நாம் போராடலாம் என்றால், அது எடுபடாது. இவர்களால் இதைச் செய்ய முடியவில்லையே என்று மக்களுக்குத் தோன்றும். இவர்கள் கேள்வி கேட்கவும், போராடவும்தான் லாயக்கு. இவர்களால் செயலாற்ற முடியாது என்று இவர்களைத் தேர்வு செய்தவர்கள் எண்ணத் தொடங்கி விடலாம். இதனால் தலைமைக்குத் தோல்வி ஏற்படும். முன்பு பலமாக இருந்த ஒரு திறன், பின்பு அதுவே அவர்களது பலவீனமாகவும் ஆகிவிடுகிறது.

6. வெற்றி போதை

வெற்றி பெறும்வரை ஒரு மாதிரியும், வெற்றி பெற்றதும் வேறு மாதிரியுமாக சில தலைவர்கள் மாறிவிடுவார்கள். தங்களுக்குக் கிடைத்த, தலைமைக்குக் கிடைத்த வெற்றியை அனுபவிப் பார்கள், பெரிதும் ரசிப்பார்கள்.

'இனி தாங்கள்தான் எல்லாம், எவரும் தன்னையோ, தங்கள் அமைப்பையோ எதுவும் செய்துவிட முடியாது' என்று எண்ணத் தொடங்கி விடுவார்கள். இப்படிப்பட்ட நினைப்பால், அவர்களது நடவடிக்கைகளில் ஓர் அலட்சியம் தெரியும். இது ஒரு மனநிலை.வெற்றி பெற்ற கூட்டத்தின் மனநிலை.

தாங்கள் மிகவும் பலம் வாய்ந்தவர்கள். தங்களை மிஞ்ச எவருமில்லை. தாங்கள் நினைத்தால் எதுவும் செய்யலாம், செய்ய முடியும் என்ற எண்ண ஓட்டம் மிகும். மொத்தத்தில் தங்களை எவரும் வெற்றிகொள்ள முடியாது என்ற நினைப்பு அழுத்தமாகத் தோன்றும். இந்த நினைப்பானது இந்தக் கூட்டத்தைத் தவறுகள் செய்ய வைக்கும். இவர்கள் தங்கள் சக்திக்கு மீறிய செயல் களையும் நடவடிக்கைகளையும் எடுப்பார்கள். பின்னால் நஷ்டத்தை அனுபவிப்பார்கள். சில தலைமைகள் தோற்பதற்கு இதுவும் ஒரு காரணம்.

7. தன்னிச்சையானச் செயல்பாடு

‘எனக்கு எல்லாம் தெரியும், நான் சொல்வதை அனைவரும் கேட்க வேண்டும். எவரும் எனக்கு அறிவுரை சொல்லத் தேவை இல்லை.’ - இப்படி நினைப்பவர்களும் நடப்பவர்களும் தன்னிச்சையாகச் சர்வாதிகாரத்தனமாக நடப்பார்கள். இதனால் முடிவுகளில், செயல்பாடுகளில் தவறுகள் நிகழும். அதனால் தலைமை நிச்சயம் தோற்கும்.

தலைமைப் பொறுப்பில் இருப்பவர்கள் முடிவுகளை எடுக்கலாம். ஆனால் அதை நடைமுறைப்படுத்த வேண்டியவர்கள் அடுத்தடுத்தக் கட்டங்களில் இருப்பவர்களும் அதற்கும் கீழே இருப்பவர்களும்தானே. அவர்களுக்கும் அந்த விஷயம் பற்றி கொஞ்சமாவது தெரிந்திருக்கும். எப்படி முடிவெடுத்தால் அது சரியாக வரும் என்ற யோசனை அவர்களுக்கும் இருக்கும். அவர்களின் கருத்தைக் கேட்காமல், அவர்கள்மீது தன்னிச்சையாக ஒரு முடிவு திணிக்கப்பட்டால், அவர்கள் அதை எப்படி முழு மனதோடு செய்வார்கள்?

8. எல்லாவற்றையும் கட்டுப்படுத்தும் ஆசை

சில தலைவர்களுக்கு, எல்லாவற்றையும் தான்தான் கட்டுப்படுத்த வேண்டும், தன்னைக் கேட்டுத்தான் எல்லாமே நடக்க வேண்டும் என்ற ஆசை வந்துவிடும். இது பிரச்னைக்கு வழிவகுத்து விடும். நாம் தானே தலைவன், நம்மைக் கேட்டுக்கொண்டுதான் எதுவுமே நடைபெற வேண்டும் என்று சிலர் நினைப்பது உண்டு. சின்ன விஷயமோ பெரிய விஷயமோ எதுவானாலும் தன்னைக் கேட்காமல் நடைபெறக்கூடாது என்றால் என்னவாகும்? வேலைகள் தாமதமாகும்!

தலைவர்தான் எல்லாவற்றிலும் முடிவெடுப்பார் என்றால் மற்றவர்களுக்கு அதில் உள்ள சுவாரசியம் போய்விடும். தங்களுக்கு முக்கியத்துவம் இல்லை என நினைப்பார்கள்.

9. முக்கியத்துவத்துக்கு ஆசை

தலைமை என்பது அமைப்பில் ஓர் இடம். அவ்வளவுதான். அது, இருப்பதிலேயே அதிமுக்கியமான இடமாக இருக்கலாம். இருந்தாலும் அதுவும் பலவற்றுள் ஓர் இடம். அவ்வளவுதான்.

தவிரவும், அமைப்பில் அதற்குக் கீழ் உள்ள பல இடங்கள் இருக்கின்றன. மைய அரசில், பிரதம மந்திரியாக ஒருவர்

இருக்கிறார். அவரைத் தவிர கட்சித் தலைவர், அமைச்சர்கள், அதே கட்சி ஆட்சி செய்யும் சில மாநிலங்களின் முதல்வர்கள், கட்சிக்கு வெளியே இருக்கும் கட்சியின் ஆதரவாளர்கள் என்று ஏராளமானவர்கள் உண்டு. அனைவரும் சேர்ந்து இழுத்தால்தான் தேர் ஓடும். தலைவர் என்பவர் ஓர் ஒருங்கிணைப்பாளர் (Co-ordinator) அவ்வளவுதான். அதைப் புரிந்துகொள்ள வேண்டும். முடிவெடுப்பது மட்டுமல்ல, எல்லா நிகழ்ச்சிகளுக்கும் தலைவனையே அழைக்க வேண்டும். எல்லாவற்றிலும் ஒருவர் பெயரே வரவேண்டும் என்று ஆசைப்பட்டால், எல்லா முக்கியத்துவமும் தனக்கே வேண்டுமென ஒரு பிரதமர் நினைத்து விட்டால்... நினைக்கலாம். ஆனால் மற்றவர்கள் அதை விரும்பு வார்களா? விடுவார்களா? சகித்துக் கொள்வார்களா? சொல்ல முடியாது. தலைமை இப்படியே எல்லாவற்றுக்கும் ஆசைப்பட ஆசைப்பட அதுவே பல பிரச்னைகளை உண்டாக்கலாம்.

தலைமை மற்றவர்களுக்கும் இடம் அளிக்க வேண்டும். தன்னைச் சுற்றியிருப்பவர்களுக்கும் முக்கியத்துவம் கொடுக்க வேண்டும். அதுவே நிறுவனத்தில் சுமுகத்தன்மைக்கு வழி வகுக்கும்.

10. கருத்து வேற்றுமைகளைத் தவிர்ப்பது

பல மனிதர்கள் இருக்கும் இடங்களில் பல கருத்துகள் இருப்பது இயற்கை. கொள்கைகளில் இல்லாமல் இருக்கலாம். ஆனால் வழிமுறைகளில், எடுக்கும் முடிவுகளில் கருத்து வேறுபாடுகள் வரத்தான் செய்யும். எல்லா முடிவுகளையும் தலைமையே எடுத்தாலும் சரி, எடுத்ததை, நடைமுறைப்படுத்தும் வரை எவரிடமும் சொல்லாமல் வைத்திருந்து திடுமென நடைமுறைப் படுத்தினாலும் சரி, பிரச்னைகள் வருமா வராதா? நிச்சயம் வரும்.

பிரச்னைகள் வெளித் தெரியலாம். அல்லது சில காலம், தலைவரின் அதிகார பலம் காரணமாக உள் அமைப்புப் பிரச்னைகள் வெளியே தெரிவிக்கப்படாமலும் போகலாம். அவை மண்ணில் புதைக்கப்பட்ட கண்ணி வெடிகள்தான். கொஞ்சம் இடறினாலும் வெடிக்கும் அபாயம் உண்டு.

கருத்து வேற்றுமை என்பது முற்றிலும் தவறானதோ, தவிர்க்கப்பட வேண்டியதோ அல்ல. அவற்றைத் தவிர்ப்பதன் மூலம், பிரச்னைகளைத் தவிர்த்து விடமுடியாது. முரண்பாடுகள் இயற்கையானவை. இதில் முக்கியம் என்னவென்றால், அவற்றை வெளிப்படுத்த வாய்ப்புகள் கொடுக்க வேண்டும். இல்லை

என்றால் அது நாம் எதிர்பாராத நேரத்தில், எதிர்பாராத இடத்தில் எழலாம். அல்லது சமயத்தில் வெடிக்கவும் செய்யலாம்!

கருத்துப் பரிமாற்றத்தை முற்றிலும் தவிர்ப்பது ஆபத்தானது. தலைமை என்பது பின்பற்றுபவர்களை வழிநடத்திச் செல்வது. பின்பற்றுபவர்கள் மனதில் சந்தேகங்கள் இருந்தால், மாற்றுக் கருத்து இருந்தால் அவற்றை உணர்ந்து, விளக்கம் சொல்லி அழைத்துச் செல்ல வேண்டியது தலைவனின் வேலை.

அப்படியின்றி பேசாமல், விளக்கம் அளிக்காமல் இருப்பதால் இடைவெளிதான் அதிகமாகும். நம்பிக்கைகளில், லட்சியங்களில் அதை அடைய நினைக்கும் பாதைகளில், வழிமுறைகளில் இடைவெளி வந்துவிடும். அதனால் அவ்வப்போது சந்திப்பதும் பேசுவதும் அவசியம். கருத்துக்களை உணர்வுகளைப் புரிந்து கொள்ள முறையான அமைப்பு ரீதியான (Formal) சந்திப்புகள்தான் தேவையென்பதில்லை. சாதாரண 'காஷுவல்' சந்திப்புகள் கூட போதும். அதுமாதிரி சமயங்களில் தலைவன் பின்னால் வரப் போவது என்ன என்பதைத் தொண்டர்களுக்கு கோடிட்டுக் காட்ட வேண்டும். அனைத்து நபர்களுக்கும் எல்லாவற்றையும் முன்னதாகவே சொல்லிக் கொண்டிருக்கத் தேவையில்லை. அதேசமயம் நமக்கு அடுத்தபடியாக உள்ள இரண்டாம் கட்டத் தலைவர்களுக்கு நிலைமை தெரிந்திருக்க வேண்டும். அவர்களும் அறிவிப்பு வரும்போதுதான் மற்றவர்களுடன் சேர்ந்துதான் தெரிந்து கொள்வதென்றால் பிறகு அவர்களுக்கு என்ன மரியாதை?

தங்கள் மரியாதையைக் காப்பாற்றிக்கொள்ள அவர்கள் அதைப் பொது இடத்தில் விவாதிக்க, எதிர்க்க வேண்டி வரலாம்.

நல்லது கெட்டதை எடுத்துக்கூறும் பெரியவர்களைத் துணை வர்களாக வைத்துக்கொள்ளாத அரசன் பாதுகாப்பற்றவன்; அவனைக் கெடுப்பவர்கள் இல்லாவிட்டாலும் அவன் தானாகவே கெட்டுப் போவான் என்று சொல்கிற திருவள்ளுவர்,

> இடிப்பாரை இல்லாத ஏமரா மன்னன்
> கெடுப்பா ரிலானுங் கெடும். ***(448)*** என்கிறார்.

11. சந்தேகம்

> தேரான் தெளிவும் தெளிந்தபின் ஐயுறுதலும்
> தீரா இடும்பை தரும் ***(510)***

என்றார் வள்ளுவர். தலைவன் எவரைப் பற்றியும் சரியாகத் தெரிந்துகொள்ளாமல் நம்பிவிடக்கூடாது. அதேபோல ஒருவரை, நன்கு அறிந்து நம்பிவிட்டால், பின்பு அவர்மீது சந்தேகம் கொள்ளக்கூடாது. இது தலைவனைப் பலவீனப்படுத்திவிடும்.

நம்பிக்கைதான் மனிதர்களை இழுத்துக் கட்டும் மாயக் கயிறு. ஒன்று சேர்க்கும் மந்திரப் பசை. அடிக்கடி பிரித்துப் பார்ப்பதோ, இழுத்துப் பார்ப்பதோ கூடாது. நமது சந்தேகங்களே நமது துரோகிகள். நாம் வெற்றி பெறக் கூடியவற்றைக் கூட அவை கெடுத்துவிடும். முயற்சி செய்வதையே தடுத்துவிடும்.

12. தனிநபர் குறைபாடுகள்

தலைமைக்கு என்று சில குணாதிசயங்களை மக்கள் எதிர் பார்க்கிறார்கள் என்று பார்த்தோமல்லவா? அதுபோலவே அமைப்புக்கென்று சில குணாதிசயங்களையும் எதிர்பார்க்கிறார்கள். நுகர்வோர் சங்கத்தின் தலைவராக வருபவருக்கும், சீட்டாட்டக் கிளப்பின் சங்கத் தலைவராக வருவதற்கும் நிறைய வித்தியாசங்கள் உண்டல்லவா!

அமெரிக்க முன்னாள் அதிபர் பில் கிளிண்டன், மோனிகா லெவின்ஸ்கி என்ற பெண்மணியுடன் வைத்திருந்த உறவு வெளி உலகுக்குத் தெரிய வந்தபோது, அதிர்ச்சியாக இருந்தது. இதைப் போல அமைப்பையும், நிறுவனத்தையும் பாதிக்கிற இப்படிப்பட்ட தனி நபர் குறைபாடுகளாலும் தலைமை தோற்கிறது.

13. தலைமைக்கான போட்டி

'தலைவர்கள் நிரந்தரமானவர்கள் இல்லை. அவர்கள் தற்சமயம் அந்த இடத்தில் இருக்கிறார்கள். அவ்வளவுதான். அடுத்து எதுவும் நடக்கலாம்' என்கிற நினைப்பில் அடுத்தகட்ட, அல்லது வேறு நிலையில் உள்ள நபர்கள் தலைமைக்கு வர முயற்சிப்பார்கள்.

ஒருவர்தான் என்றில்லை. அந்த முயற்சியில் பலர் கூட இருக்கலாம். அவர்கள் ஒவ்வொருவருக்கும் ஒரு கூட்டம் இருக்கும். கட்சிகள்தான் என்றில்லை. எல்லா அமைப்புகள், நிறுவனங்களிலும் இப்படிப்பட்டப் போட்டி உண்டு. இரவு பகல் பார்க்காமல் தங்கள் ஆள் தலைமைக்கு வர சிலர் வேலை செய்வார்கள். இப்படிப்பட்ட ஆசைகள், முயற்சிகள், எல்லா இடங்களிலும் ஓரளவு இருக்கவே செய்யும். அளவுக்கு மீறினால் தலைமைக்கு ஆபத்துதான்.தோல்விதான்.

14. தோல்வியை ஒப்புக்கொள்ளாதது

ஏதாவது ஒரு காரணத்தினால் தலைவனானவன் வெற்றியைத் தவறவிட்டால், அதை ஒப்புக் கொள்ளும் பக்குவம் அவனுக்கு வேண்டும். அப்பொழுதுதான் அடுத்த முறை அவனால் வெற்றி பெற முடியும்.

சிலர் தங்கள் தோல்வியை ஒப்புக்கொள்ள நீண்ட காலமாகும். அது அடுத்த வெற்றியைத் தள்ளி போட்டுவிடும். எல்லா சமயமும் வெற்றி சாத்தியம் அல்ல. எவருக்கும் தவறு ஏற்படும். அதை ஒப்புக்கொள்ள, புதிய வழி பிறக்கும்.

தோற்கக்கூடாது

தலைவராவது, தலைமைக்கு வருவது என்பது மிகவும் சிரமமான செயல். முயற்சிக்கும் அனைவராலும் வந்துவிட முடியாது. வந்துவிட்டவர்கள் அதைத் தக்கவைத்துக்கொள்ள வேண்டும். விமானம் தரையில் ஓடுகளத்தில் வேகமாக ஓடி, அப்படியே மேலெழும்பி, உயர உயர மேலும் உயரே சென்று ஆயிரம், 5 ஆயிரம், 10 ஆயிரம், 20 ஆயிரம் அடி உயரம் சென்று அந்த உயரத்தில் சீராகப் பறக்க வேண்டும். தன்னை நம்பி விமானத்தில் இருப்பவர்களை, ஒழுங்காகக் கொண்டு சேர்க்க வேண்டும். இது விமானியின் கடமை.

தலைவனும் அப்படித்தான். ஓடி, மேல் எழும்பி, உயரே சென்று அவன் தலைவனாக ஆகியிருக்கிறான். பிறகு போகும் திசை நோக்கி வேகமாகப் போகவேண்டும். தோல்விகள் வேண்டாம், கூடாது. தலைவனுக்குத் தோல்வியானாலும் கூட தலைமைக் காவது தோல்வி கிடைக்காமல் பார்த்துக்கொள்ள வேண்டும்.

தோல்வி ஏன் என்று பார்த்தோம். சரி, வெற்றி பெறும் தலைமை எப்படியிருக்கும்? அடுத்து அதைப் பற்றிப் பார்ப்போம்.

•

அத்தியாயம் 10

வெற்றி பெறும் தலைமை

வெற்றி பெறும் தலைமை என்பது ஒரு நிகழ்வோ,
சம்பவமோ இல்லை. மிகச் சிலருக்கு மட்டுமே
வசமாகும் நீண்ட பயணம்.

தலைமை என்றாலே வெற்றி பெறுவதற்குத்தானே! அதென்ன தனியாக வெற்றி பெறும் தலைமை என்று தோன்றலாம். ஆம். தனியாகத்தான் சொல்ல வேண்டியிருக்கிறது. ஏன் என்றால் எல்லாத் தலைமைகளுக்கும் வெற்றி கிடைத்துவிடுவதில்லை.

தலைமையின் வெற்றி என்றால் அது ஒரே விஷயத்தை மட்டும் குறிக்காது. அதில் ஒன்றுக்கும் மேற்பட்ட கட்டங்கள் உள்ளன.

1. தலைவன் ஆகும் முயற்சி
2. தலைவன் ஆனபின் செய்யும் செயல்பாடுகள்
3. அந்தச் செயல்பாடுகளுக்குக் கிடைக்கும் பலன்கள்

இவை மூன்றும் வெவ்வேறானவை. சிலர் இதில், முதல் கட்டத்தையே தாண்ட மாட்டார்கள். ஆனால் அவர்கள் தலைவனாக முயற்சிப்பார்கள். தொடர்ந்து முயற்சிப்பார்கள்.

முயற்சி செய்துகொண்டே இருப்பார்கள். அவர்களால் இறுதி வரைத் தலைவன் ஆகவே முடியாது.

வேறு சிலர் வெற்றிகரமாக முதல் கட்டத்தைத் தாண்டி, தலைவராக ஆகிவிடுவார்கள். ஆனால் அப்படித் தலைவராகி விட்டவர்களின் செயல்பாடுகள் சிறப்பாக அமைவது இல்லை. அதாவது சிலருக்கு இரண்டாவது கட்டத்தில் தோல்வி.

முதல் இரண்டையும் தாண்டி வந்து மூன்றாவதில் தோற்று விடுவது என்பதும் நடக்கும். முதல் இரண்டு கட்டங்களையும் வெற்றிகரமாகத் தாண்டிய தலைவர்களின் லட்சியங்கள் எல்லாமே நிறைவேறி விடுவதில்லையே.

எம்.ஜி.ஆர் மாபெரும் சக்தியாகப் பல ஆண்டுகள் இருந்தார். அவருடைய செயல்பாடுகள் வெற்றி அடைந்தன. நினைத்ததை முடித்தார். ஓர் அரசியல் கட்சியை உருவாக்கி, அதன் தலைவரானார். மக்களுக்கு, குறிப்பாக ஏழை மக்களுக்கு பல நன்மைகள் செய்தார். அவருடைய தலைமை வெற்றி பெற்ற தலைமை. சாகும்வரை அவர் நினைத்ததைத்தான் செய்தார்.

மீண்டும் தமிழ்நாட்டிலுள்ள உதாரணங்களையே எடுத்துக் கொண்டால், அதேபோல் அரசியல் கட்சி உதாரணங்களையே எடுத்துக்கொண்டால், அதே விதமாகத் தலைவனாகும் முயற்சிகள், செயல்பாடுகள், செயல்பாடுகளின் வெற்றிகள் என்ற அடிப்படைகளில் பார்த்தால், தோற்றுப் போனவர்கள் நிறையவே இருக்கிறார்கள்.

நடிகர் எஸ்.எஸ்.ஆர். கட்சி தொடங்கினார். நடிகர் திலகம் சிவாஜி கணேசன் காங்கிரஸில் இருந்தார். நாவலர் நெடுஞ்செழியன் கட்சி தொடங்கினார். நடிகர் டி.ராஜேந்தர், பாக்கியராஜ் போன்றவர்கள் கூடக் கட்சி தொடங்கினார்கள். ஆர்.எம்.வீரப்பன் கூட எம்.ஜி.ஆர் பெயரில் கட்சி தொடங்கினார். எம்.ஜி.ஆரின் மனைவி ஜானகி அம்மாள் தனிக்கட்சி தொடங்கினார்கள்.

இவர்களில் எத்தனை பேர் வெற்றி பெற்றார்கள்? யோசிக்க வேண்டிய விஷயமல்லவா அது! முயற்சி செய்பவர்கள் எல்லாம் தலைவர்களாகி விடுவதில்லை. எங்கேயோ இடிக்கிறது. அதேபோல தலைவராகி விட்டவர்கள் எல்லாம் எதற்காகத் தலைவர் ஆனார்களோ, அந்த லட்சியத்தை அடைந்துவிடவும் இல்லை. எங்கோ இடத்தில் தவறு நடக்கிறது. எதுவோ குறைகிறது.

ஆக, வெற்றி பெறும் தலைமை என்பது ஒரு நிகழ்வோ, சம்பவமோ இல்லை. மிகப் பெரும்பாலோருக்கு அது கைகூடுவதில்லை. மிகச் சிலருக்கு மட்டுமே வசமாகும் ஒரு நீண்ட பயணம் அது. முடிவு செய்துகொண்ட இலக்குக்குச் சரியாகப் போய்ச் சேரும் அரிய வாய்ப்பு அது. அவர்கள்தான் வெற்றி பெற்ற தலைவர்கள். அதுதான் வெற்றி பெறும் தலைமை.

1. கவர்ச்சிகரமான தலைமை

தலைவர்கள் பலவிதமானவர்கள். சிலர் வெற்றி பெறுகிறார்கள். பலர் தோல்வி அடைகிறார்கள்.

வெற்றிபெறும் தலைவர்களில் ஒருவகை கரிஸ்மாட்டிக் லீடர்கள். உலகில் இப்படிப்பட்ட தலைவர்கள் இருந்திருக்கிறார்கள். இருக்கிறார்கள். 'கரிஸ்மா' என்றால் கவர்ச்சி. இதில் முக்கியமாகக் கவனிக்க வேண்டியது கவர்ச்சி என்பதற்கான அர்த்தம்தான். அழகு மட்டுமே கவர்ச்சி இல்லை. கவர்ச்சி என்பது மனத்தைக் கவர்வது. எவற்றால் மனத்தைக் கவரமுடியும்? பேசும் விஷயங் களால், நடைமுறைகளால் என்று எதன் மூலமும் மனதைக் கவரலாம்.

கவர்ச்சிகரமான தலைவர்கள் என்ன செய்கிறார்கள் என்று ஆராய்ந்தவர்கள் தெரிவிப்பது இவற்றைத்தான்.

2. வழக்கத்தை மாற்றுவது

அதாவது 'இதை ஏன் இப்படிச் செய்ய வேண்டும்? மாற்றிச் செய்தால் என்ன?' என்று கேட்பது. லல்லு பிரசாத் யாதவ் ரயில்வே அமைச்சர் ஆனதும் செய்ததை இங்கு நினைவு கூரலாம். ரயிலில் இனி (சுடு) மண் கோப்பையில் தான் தேநீர் வழங்கப்படும் என்று அறிவித்தார். ஏற்கெனவே வழக்கத்தில் இருந்ததை மாற்றினார்.

3. உன்னால் முடியும் தம்பி

சிந்தனையாளர் எம்.எஸ். உதயமூர்த்தியின் மந்திர வாக்கியம் 'உன்னால் முடியும் தம்பி'. அத்தகைய நம்பிக்கையை, தலைவன், தன் மக்களிடம், ஊழியர்களிடம் ஏற்படுத்த வேண்டும். ஓர் அற்புதமான கனவைச் சொல்ல வேண்டும். பிறகு அந்தக் கனவை நனவாக்க உன்னால் முடியும் என்று தூண்ட வேண்டும். உலகை வென்ற மாவீரர்கள் எல்லாம் தங்கள் படைவீரர்களுக்கு அதைத்தான் சொல்லியிருக்கிறார்கள்.

புதிய முயற்சிகள், புதிய லட்சியம் இவற்றைப் பற்றியெல்லாம் சொல்லியாயிற்று. உன்னால் (உங்களால்) முடியும் என்றும் சொல்லியாயிற்று. அடுத்து! தன்னைப் பின்பற்றும், தான் சொல்வதைக் கேட்கத் தயாராக இருக்கும் கூட்டம் ஆர்வம் கொள்ள, புதிய முறைகளை இவ்வகைத் தலைவர்கள் கையாள்வார்கள்.

இனிக் கதர்த் துணி தான் அணிய வேண்டும் என்று காந்தி சொன்னார். நாட்டு மக்கள் கேட்டார்கள். தன் கட்சித் தொண்டர்களை கையில் பச்சைக் குத்திக்கொள்ளச் சொன்னார் எம்.ஜி.ஆர். உடன் பாதுகாப்பிற்காக கத்தி வைத்துக்கொள்ளச் சொன்னார். தொண்டர்கள் கேட்டனர். மற்றவர்கள் கேலி செய்வார்கள், என்றெல்லாம் பின்பற்றும் மக்கள் கவலைப்படவே மாட்டார்கள். தங்கள் தலைவன் சொன்னதைத் தவறாமல் செய்வார்கள். அதுவும் சந்தோஷமாக, உற்சாகமாகச் செய்வார்கள்.

4. முன் மாதிரியாக நடந்துகொள்வது

அதாவது சொல்வதைச் செய்வது. தன்னைப் பின்பற்றுபவர்கள் எப்படி நடந்துகொள்ள வேண்டும் என்பதற்கு தானும் முன் மாதிரியாக நடந்து கொள்பவர்களை மக்கள் மிகவும் நேசிக்கிறார்கள்.

5. தியாகங்கள் செய்வது

தலைவர்கள் தியாகங்கள் செய்வது. (எனக்கு சிறைச்சாலையில் மின்விசிறி வேண்டாம். சாப்பிடுவதற்கு அலுமினியத் தட்டே போதும்...) வழக்கத்துக்கு மாறான செயல்களைச் செய்வது (பாதுகாவலர்களையும் மீறி, திடீரென ஒரு குடிசைக்குள் போய், அவர்களிடம் கேட்டு வாங்கித் தண்ணீரோ, கூழோ குடிப்பது) போன்றவை கவர்ச்சியான தலைவர்களின் வழக்கம். இயற்கை யாகவே அவர்கள் அப்படித்தான் நடந்து கொள்வார்கள். இச்செயல்பாடுகள் எல்லாம் அவர்களைப் பின்பற்றுபவர்கள் மத்தியில் பெரிய தாக்கத்தை ஏற்படுத்தும்.

6. லட்சியத்தை அடையத் தீவிரமும் தைரியமும் காட்டுவது

மற்ற தலைவர்களுக்கும், இந்தத் தலைவர்களுக்கும் இடையே பெரிய வித்தியாசங்கள் உண்டு. இவர்களிடம் நிதானம், அமைதி, விவேகம் எல்லாம் கொஞ்சம் குறைவு. தங்கள் லட்சியத்தை அடைவதில் இவர்களுக்கு இருக்கும் தீவிரம் அதிகம். முனைப்புக்

கூடுதலாக இருக்கும். 500 நாள் சிறைவாசத்திற்குப் பிறகு விடுதலை ஆன வைகோ நடைப்பயணம் மேற்கொண்டார். நடைப்பயணம் முடியும் தருவாயில் போலீஸ் நடைப்பயணத்திற்குத் தடை சொல்லியது. வைகோ கேட்கவில்லை. தலையில் முண்டாசு கட்டியபடி... போலீசை ஏமாற்றிவிட்டு நடைப்பயணத்தைத் தொடர்ந்தார். போலீசுக்கு ஏதும் புரியவில்லை. ஒரு கட்சியின் தலைவர் இப்படித் தடாலடியாகச் செய்வார் என்று அவர்கள் கொஞ்சமும் எதிர்பார்க்கவில்லை.

தொண்டர்களுக்கோ உற்சாகம். (நம்ம தலைவர் என்ன செஞ்சார் பார்த்தியா? போலீசுக்கே ஒண்ணும் புரியலை!) மறுநாள் செய்திப் பத்திரிகைகள், தொலைக்காட்சியில் பார்த்த அனுதாபிகள், பொதுமக்களின் மனநிலையும் அதுதான். ஒரு நெருக்கடியின் போது, தானே முதல்வராக இருந்தும், மக்கள் பிரச்னைக்காக மத்திய அரசை எதிர்த்து, தானே உண்ணாவிரதம் இருந்து அசத்தியவர் எம்.ஜி.ஆர்.

எப்படிச் செய்கிறார்கள்

கவர்ச்சியான தலைவர்கள் எப்பொழுதும் நம்பிக்கையுடன் இருக்கிறார்கள். அவர்கள் எந்தச் சூழ்நிலையிலும் நம்பிக்கை இழப்பதில்லை. எவ்வளவு சிக்கல்கள் வந்தாலும், நெருக்கடிகள் வந்தாலும், எப்படியாவது முயற்சிப்பார்கள். சமயத்தில் முயற்சிகள் கேலிக்குரிய, அபத்தமான செயல்களாகக்கூடத் தெரியும். இவர்களைச் சமாளிப்பது இவர்களது எதிரிகளுக்குச் சிரமமாக இருக்கும்.

இவர்களுடைய அணுகுமுறைதான் என்ன? செயல்படும் விதம் என்ன?

இவர்கள் உணர்வுகளைப் பயன்படுத்தி அழைப்பார்கள், ஆர்வம் உண்டாக்குவார்கள். பெரிய புத்திசாலித்தனமாக எல்லாம் பேசமாட்டார்கள். இவர்களுடைய குறி, இதயம். தங்கள் பேச்சைக் கேட்பவர்களின், பின்பற்றுபவர்களின் இதயம்தான் இவர்களின் இலக்கு. அதனால் மக்களின் உணர்வுகளைத் தொடுவார்கள்.

எப்போதும் சுறுசுறுப்பாகவும் தன்னம்பிக்கையுடனும் இருப்பதன் மூலம், தங்களைச் சுற்றி ஒரு கவர்ச்சி ஒளி வட்டத்தை உருவாக்கு வார்கள். மற்றவர்களுடன் ஒரு பந்தத்தை ஏற்படுத்தி அவர்களை உள்ளே இழுப்பார்கள்.

சகோதர சகோதரிகளே என்றழைத்து பல தேசத்தவர்களையும் நொடிப்பொழுதில் கவர்ந்தார் விவேகானந்தர். தம்பிகளே என்று அறிஞர் அண்ணா எப்பொழுதும் தன் கட்சித் தொண்டர் களைத்தான் அன்போடு அழைப்பார். ரத்தத்தின் ரத்தமான உடன் பிறப்புகளே என்றுதான் எம்.ஜி.ஆர் அழைப்பார். உடன் பிறப்புகளே என்று அழைத்துத் தொண்டர்களுடன் நெருக்கமான பந்தத்தை ஏற்படுத்தி வைத்திருப்பவர் கருணாநிதி.

சிறந்த தலைவர்கள் தங்களின் கணிப்புகள் மீதும், திறமை மீதும் அசாத்தியமான நம்பிக்கை வைத்திருப்பார்கள். அவர்களிடம் ஒரு தொலைநோக்குப் பார்வை, கனவு இருக்கும். இப்பொதிருக்கும் நிலையைவிடச் சிறப்பாக இருக்கக்கூடிய எதிர்காலத்தைப் பற்றிச் சொல்வார்கள். இதையெல்லாம் செய்யமுடியும் என்று தாங்கள் நம்புவது மட்டுமல்லாமல், மற்றவர்களையும் நம்ப வைப்பார்கள்.

தங்களின் லட்சியம், கொள்கைகளின் மீது மாறாத பற்று, கொள்கைப் பிடிப்பும் கொண்டிருப்பார்கள். கொள்கைக்காகத் தலைவர் எதையும் செய்வார்; எந்தத் தியாகமும் செய்வார் என்று மக்களை நினைக்கும்படியாகச் செய்வார்கள்.

யாரும் எதிர்பாராத தருணத்தில் திடீரென்று அசாதாரணமான நடவடிக்கைகளை எடுத்தல், எவரும் எதிர்பார்க்காத செயல் களைச் செய்தல் என்று துணிவுடன் செயல்பட்டு வியப்பை ஏற்படுத்துவார்கள். இந்த மாதிரிச் செயல்கள் வெற்றி பெறும் பொழுது, அவை, அந்தத் தலைவரைப் பின்பற்றுபவர்களின் மத்தியில் ஆச்சரியத்தையும் மதிப்பையும் உண்டாக்கும்.

சரி, இந்தக் கவர்ச்சித் தலைமையின் மறுபக்கம் என்ன? சிரமங்கள் இல்லையா?

ஒரு குறிப்பிட்ட காலகட்டத்தில் இந்த விதத் தலைமை தேவைப்படும். மக்களும் ரசிப்பார்கள், ஆதரிப்பார்கள். ஆனால் காலச் சூழலில் அந்த நிலைமை மாறிய பிறகும் இத்தகைய தலைவர்களின், அணுகுமுறையில் எந்தவித மாற்றமும் இருக்காது. அவர்களின் தன்னம்பிக்கையும் குறையாது. அந்தத் தலைவர்கள் இப்போது தொந்திரவானவர்களாகத் தெரிய ஆரம்பித்து விடுவார்கள்.

இந்த வகைத் தலைவர்களால், மற்றவர்கள் சொல்வதைக் கேட்டுக்கொள்ள முடியாது.

அவர்கள் சொல்வதை யாரேனும் சரியில்லை என்று சொல்லி விட்டால், மறுத்துப் பேசிவிட்டால் சங்கடப்படுவார்கள். மொத்தத்தில் எதிர்ப்பு என்பதே அவர்களுக்குப் பிடிக்காது.

வெற்றி பெறும் தலைவர்கள்

இதுவரைக் குறிப்பாக, கவர்ச்சிகரமான தலைவர்கள் எப்படிச் செயல்படுகிறார்கள் என்பதைப் பார்த்தோம். இனி வெற்றி பெறும் தலைமைக்கான பொதுவான குணங்களைப் பார்ப்போம்.

1. கேட்கத் தெரிந்தவர்

'நேற்றைய தலைவனுக்கு எப்படிச் சொல்ல வேண்டும் (How to tell) என்று தெரிந்திருக்க வேண்டும். இன்றைய தலைவனுக்கு எப்படிக் கேட்க வேண்டும் (How to ask) என்று தெரிந்திருக்க வேண்டும்' என்கிறார் பீட்டர் டிரக்கர் என்ற அறிஞர்.

தன் கீழ் உள்ளவர்கள், தன்னைப் பின்பற்றுபவர்கள் எல்லாம் தலைவன் சொல்வதைக் கேட்க வேண்டும். அதனால், தலைவர்களுக்குச் சொல்லத் தெரிந்திருக்க வேண்டும். மனத்தில் பதியும்படி, அவர்களைச் செயல்படத் தூண்டும்படி சொல்லத் தெரிந்திருக்க வேண்டும். அது ஒரு காலம். இன்றைக்கு மாற்றங்கள் வந்துவிட்டன. பின்பற்றுபவர்களின் அறிவும், முதிர்ச்சியும் எதிர்பார்ப்புகளும் இன்றைக்கு மிகவும் மாறிவிட்டன. இந்தச் சூழ்நிலையில், 'இதைச் செய்யுங்கள், அதைச் செய்யுங்கள், இதைச் செய்து தாருங்கள், செய்து முடியுங்கள் என்று எவருக்குக் கம்பீரத்துடன் கேட்கத் தெரிந்திருக்கிறதோ, அவரால்தான் தலைவராக முடியும்' என்கிறார் பீட்டர் டிரக்கர்.

மனம் வருத்தப்படாமல், சோர்வடையாமல், சந்தோஷமாக, ஆர்வத்துடன் மக்கள், ஊழியர்கள், தொண்டர்கள் அவற்றைச் செய்து முடிக்க வேண்டும். அப்படிச் செய்யுமாறு கேட்கத் தெரிந்திருப்பவர்தான் வெற்றிபெறும் தலைவர் ஆகிறார்.

2. கற்றுக் கொள்பவர்

எல்லாம் தெரிந்ததனால் மட்டும் ஒருவர் தலைவர் ஆவதில்லை. சில குறிப்பிட்ட தலைமைப் பண்புகள் இருப்பதால்தான் அவர்கள் தலைவர்கள் ஆகிறார்கள். தலைமையேற்ற பிறகும் தலைவர்களுக்குப் பலவித அனுபவங்கள் கிடைக்கின்றன. சந்தோஷம் மற்றும் கசப்பு இரண்டும் கிடைக்கும். வெற்றி மட்டுமல்ல, தோல்விகளும் சறுக்கல்களும் இருக்கும்.

இவற்றில் இருந்து தலைவர்கள் பாடம் கற்றுக்கொள்ள வேண்டும். கண் மூடிக்கொண்டு, சரியான காரணத்தைப் புரிந்து கொள்ளாமல், முரட்டுப் பிடிவாதம் பிடித்தால் வெற்றி கிடைக்காது. தோல்விதான் வந்து சேரும். He learns, learns more during difficulties என்று வெற்றி பெறும் தலைவர் சிரமமான காலங்களில் அதிகமாகக் கற்றுக் கொள்கிறார் என்கிறார் டிரக்கர்.

3. தொலை நோக்குப் பார்வை

தலைவர்களுக்கு தொலை நோக்குப் பார்வை என்பது மிக முக்கியம். இன்றையப் பிரச்னைகளைப்பற்றிப் பேசுவதும் அதைத் தீர்க்க நினைப்பதும் தேவைதான். ஆனால் அது மட்டுமே போதுமா? இன்றைக்கு நிலைமை இப்படி. நாளையும் இப்படி ஆகிவிடக் கூடாது. நாளைய நிலைமையை முன்னேற்றம் உடையதாக, பிரச்னைகள் இல்லாததாக அமைக்க வேண்டும். அதற்குத்தான் தலைவர்கள் வேண்டும்.

இன்றைய நடவடிக்கைகளிலேயே சிக்கி உழன்று கொண்டு இருக்கும்பொழுது, நாளையைப் பற்றிச் சிந்திக்க முடியுமா? அது தலைவர்களால் மட்டும் முடியும். அதை அவர்கள் செய்கிறார்கள். அதனால்தான் அவர்கள் தலைவர்களாக இருக்கிறார்கள். மற்றவர்கள் பின்பற்றுபவர்கள்.

ஜான் கென்னடி போற்றப்பட்ட, விரும்பப்பட்ட தலைவர்களுள் ஒருவர். அமெரிக்காவைத் தாண்டியும் புகழும் மக்களின் அபிமானமும் பெற்றவர். 'இந்தப் பத்தாண்டுகள் முடிவதற்குள், இந்த நாடு (அமெரிக்கா) மனிதனை சந்திரனில் இறக்கி மீண்டும் பூமிக்குப் பத்திரமாகக் கொண்டு வருவதற்கு நாம் உறுதி பூணவேண்டும். இது நடக்கும் என்று உறுதியாக நான் நம்புகிறேன். இந்தத் திட்டத்தைப் போல மனித இனத்திற்கு மதிப்பு தரத்தக்கதோ, முக்கியமானதோ, அதே சமயம் கடினமானதோ, பெரும் செலவாகக் கூடியதோ வேறு எந்தத் திட்டமும் இருக்கவே முடியாது' என்று அவர் 1961-ம் ஆண்டு பேசினார்.

அந்த நேரம் அது சாத்தியமாகுமா என்று அவருடைய அரசும், விஞ்ஞானிகளும் மலைக்கவில்லை. அவர் சொல்லியது விரும்பக் கூடியதாக, அவசியமானதாக சாதிக்கப்பட வேண்டியதாக அவர்களுக்கும் தெரிந்தது. எனவே, அந்தத் தலைவனின் வார்த்தைகள் அவர்களுக்கு உற்சாகமூட்டின. 1969-ல் அந்தக் கனவு நனவாகிவிட்டது. நீல் ஆம்ஸ்ட்ராங் மனித இனத்தின் முதல்

அடியை எடுத்து நிலவில் வைத்தார்; தடம் பதித்தார்; வெற்றி நடை நடந்தார்.

வெற்றி பெறும் தலைவர்களுக்கு எதிர்காலம் குறித்து கனவு, தொலைநோக்கு நிச்சயமாக வேண்டும்.

4. ஆர்ட்டிகுலேஷன் (Articulation**)**

எல்லோரும்தான் பேசுகிறார்கள். ஆனால் சிலர் பேசுவது புரிகிறது. அந்தப் பேச்சு உண்மையாகத் தெரிகிறது. கேட்க சுவாரசியமாகவும் உள்ளது. அதை நம்பலாம் போலவும் இருக்கிறது. அவர்கள் சொல்வதைச் செய்யவேண்டும் என்றும் தோன்றுகிறது. ஏன்? தெரியவில்லை. ஆனால் இப்படிப்பட்ட பேச்சாளர்களை, பேசும் தலைவர்களை நாம் பார்த்திருக்கிறோம். கேட்டிருக்கிறோம். அப்படி அழகாக மனதில் பதியும்படி பேசுவதைத்தான் 'ஆர்டிகுலேஷன்' என்கிறார்கள்.

5. பழக்குதல்

தலைவன் என்பவன், தான் மட்டும் சிறந்தவனாக இருந்தால் போதாது. அவன் தன்னுடன் இருப்பவர்களையும் தன்னுடன் வருபவர்களையும் அப்படிப் பழக்க வேண்டும். இதனை அவன் முயன்று செய்ய வேண்டும். பயிற்சி கொடுப்பதென்பது ஒரு தனிக் கலை. எல்லோராலும் சரியாகப் பயிற்சி கொடுத்துவிட முடியாது. சிலர்தான் மிகச் சிறந்த பயிற்சியாளர்களாக இருக்க முடியும்.

சிலரின் கீழ் பணியாற்றினால், பலவற்றையும் கற்றுக்கொள்ள முடியும். அப்படிப்பட்டத் தலைவர்களும் இருக்கிறார்கள். வீடுகளுக்கு வர்ணம் பூசுபவன், தன்னிடம் புதிதாக வேலைக்குச் சேர்ந்தவனை உயரத்தில் ஏறி வேலை செய்ய, எப்படிப் பழக்குகிறானோ அப்படி படிப்படியாக முறையாக வேலையைக் கற்றுத் தருவார்கள்.

சுவற்றுக்கு வண்ணம் பூசுபவன் அந்த வேலையை எப்படிச் செய்கிறான்? சுவருக்கு வெளியே சாரம் கட்டியிருக்கும். அதில் பலவித உயரங்களில் பலகைகள் கட்டப்பட்டு இருக்கும். புதிதாக வேலைக்குச் சேர்ந்தவனை முதலில் 5 அடி உயரமுள்ள பலகையில் ஏறச் சொல்வான். 5 அடி உயரம் தானே என்று புதியவனும் தயக்கமின்றி உடனே ஏறிவிடுவான். ஏறியது மட்டுமல்ல, பின்பு அந்த அகலம் குறைந்த பலகை மேல் நடக்கக் கற்றுக்கொண்டு விடுவான்.

அந்த உயரத்தில் கொஞ்சம் நடந்து பழகி, வேலை செய்யவும் அவன் பழகிய பிறகு, மேஸ்திரி அடுத்து 10 அடி உயரத்தில் உள்ள பலகையில் ஏறச் சொல்வான். அதிலும் பழக்கம் வந்ததும், அதன்பின் 20 அடி உயரத்தில் ஏற்றி வேலை செய்ய விடுவான். இப்படியே படிப்படியாகப் புதியவனைப் பழக்குவான் அந்த மேஸ்திரி. உயரங்களைப் பற்றி புதியவனுக்கு பயம் இருக்கும். அது மெல்ல மெல்லத்தான் போகும் என்பதையும் புரிந்து கொண்டு, அதிலுள்ள அபாயங்களையும் சொல்லி முறையாகப் பழக்குபவன்தான் நல்ல பயிற்சியாளன்.

நல்ல தலைவர்கள் தன்னிடம் உள்ளவர்களுக்குச் சிறிய அளவுகளில் வாய்ப்பு கொடுத்து, செய்து பார்க்க அனுமதித்து, அவர்களுக்குத் தன்னம்பிக்கை வரவழைத்து கூடுதல் அதிகார அடுக்குகளில் வேலை செய்யப் பழக்க வேண்டும்.

6. கவனம் தேவை

தலைமை என்பது மிக முன்னதாகவே இப்படித்தான் என்று முடிவு செய்து கொண்டு நடப்பதல்ல. அதனால்தான் அதை ஒருவர், வேறு ஒருவருக்குச் சொல்லிக் கொடுக்க முடியாது என்கிறார்கள். நிகழ்வுகள் நடைபெற நடைபெற அதற்கேற்றபடிதான் தலைமை செயல்பட வேண்டும். முன்னதாகவே எழுதி வைத்துக் கொண்டு, அதன்படி வரிசையாகப் பார்த்து பார்த்துச் செயல்பட முடியாது.

தலைவனின் முக்கியமான திறமை என்ன என்றால், தான் எடுத்த முடிவுகள் செயல்படுத்தப்படும்போதே அவை எப்படிப்பட்ட விளைவுகளை ஏற்படுத்துகின்றன என்பதைக் கவனித்து, அதற்கேற்பத் தனது அடுத்த செயல்களைச் செய்வது.

7. மற்றவர்களையும் கலந்துகொள்வது

பெரிய மாற்றங்களைக் கொண்டு வரும்பொழுது, 'இது நிச்சய வெற்றி பெறும். ஏன் நாமே இதைத் தனியாகச் செய்து விடக்கூடாது என்று ஆசை வரும். இயற்கைதான். ஆனால் அப்படிச் செய்துவிடக் கூடாது. 'இது நம் யோசனை தானே', 'இது நம் துறை சம்பந்தப்பட்ட செயல்தானே; மற்றவர்களையும் கலக்கப் போனால், அவர்கள் நம் யோசனையை மாற்றிவிடக் கூடும். அதனால் நாம் நினைப்பது போலவே செய்ய முடியாமல் போய்விடலாம்' என்பது போன்ற எண்ணங்கள் வரத்தான் செய்யும். ஆனாலும் மற்றவர்களைக் கலக்காமல் தன்னிச்சையாக நாமே செய்து விடக்கூடாது.

8. மாற்றங்களை ஏற்றுக்கொள்ளுதல்

தலைவர்கள் எல்லா நேரங்களிலும், எல்லா விஷயத்திலும், எல்லாம் தெரிந்தவர்களாக இருந்துவிட முடியாது. தலைவன் ஒரு தவறான முடிவு எடுத்து விட்டால், பின்பு அது தவறு என்று தெரிந்து கொள்ளும்பொழுது அதை ஒப்புக்கொள்ள வேண்டியது ஒரு சிறந்த குணம் என்றால், அதைத் திருத்திக் கொள்வது அதைவிடச் சிறந்த குணம்.

பில்கேட்ஸ், 'மைக்ரோசாஃப்ட்' என்ற நிறுவனத்தை நிறுவி, அதன்மூலம் உலகின் மிகப் பெரிய பணக்காரரானவர். ஆரம்பத்தில் தன்னுடைய நிறுவனம் இணையத் (இன்டர்நெட்) தொழிலில் இறங்கக் கூடாது என்றுதான் முடிவு எடுத்தார். அந்தத் தொழிலில் இருந்து விலகி நின்றார். ஆனால் பின்பு அவருடைய நிறுவன வல்லுனர்கள் சொன்னதைக் கேட்டு, அந்தத் தொழிலிலும் இறங்கினார். மாபெரும் வெற்றி பெற்றார்.

துணிச்சலான முடிவுகள்

1984-ஆம் ஆண்டு. ஜப்பானியர்கள் அமெரிக்கச் சந்தைகளில் கோலோச்சிக் கொண்டிருந்த நேரம். அதனால் இண்டெல் (INTEL) என்ற மாபெரும் அமெரிக்க நிறுவனம் 'மெமரி' என்று அறியப்படும் சிப் தொழிலில் சிரமப்பட்டது.

அந்த நிறுவனத்தை நிறுவி நடத்திக்கொண்டு இருந்தவர்கள் குரூவ் மற்றும் கார்டன் மூர் என்பவர்கள். நிறுவனத்தின் விற்பனையும் லாபமும் அதிகம் பாதிக்கப்பட்ட நிலையில், இந்த இருவரும் உடகார்ந்து பேசிக் கொண்டிருக்கிறார்கள். அப்போது குரூவ் கேட்கிறார்;

'வியாபாரத்தில் மிகவும் சிரமப்பட்டுக் கொண்டிருக்கும் இந்த நேரத்தில், நாம் இருவரும் நிறுவனத்தில் இருந்து வெளியே தள்ளப்பட்டு வேறு ஒரு புதிய தலைமை நிர்வாகி தலைமைப் பொறுப்பு ஏற்றால், இந்த நிறுவனத்தைக் காப்பாற்ற அவர் என்னென்ன முடிவுகள் எடுப்பார்?'

சிறிதும் தயக்கமின்றி மூர் அதற்கு பதில் சொன்னார்.

'லாபம் தராத 'மெமரி'த் தொழிலைக் கழற்றி விட்டு விடுவார்.'

கொஞ்சமும் தயக்கமின்றி குரூவ் திருப்பி அவரைப் பார்த்துக் கேட்டார். 'ஏன் நாமே அதைச் செய்யக்கூடாது?'

அதுசமயம் அந்த 'மெமரி சிப்ஸ்'தான் இன்டெல் நிறுவனத்தின் பொருள்களிலேயே மிகவும் அதிக அளவில் விற்பனையாகிக் கொண்டிருந்தது. ஆனால் அது லாபம் தரவில்லை. அதே பொருளை, போட்டியாளர்கள் மிகக் குறைந்த விலையில் விற்றதனால் இன்டெல் நிறுவனத்தினரால் சமாளிக்க முடிய வில்லை. பெரும் நஷ்டம் வந்து கொண்டிருந்தது

அவர்கள் தொடங்கிய ஆரம்ப காலத்தில் வெகு காலத்துக்கு நல்ல லாபம் தந்த தொழில்தான் என்றாலும், தயவு தாட்சண்யமின்றி, துணிச்சலாக அந்த வியாபாரம் வேண்டாம் என்று முடிவெடுத் தார்கள். தலைமை மாறவில்லை. ஆனால் நிலைமை மாறியது.

தலைவர்கள் அணுகுமுறையை மாற்றினார்கள். அதனால் வியாபாரம் பெருகியது. நிறுவனம் பிழைத்தது. தலைமைக்கு கிடைத்த வெற்றி இது.

ஜான் கென்னடி அமெரிக்காவின் அதிபராகத் தேர்ந்தெடுக்கப்பட்டு பதவி ஏற்கவிருக்கிறார். அப்போது அவருக்கு முன்னால் அந்தப் பதவியில் இருந்த அதிபர் ட்வைட்டி ஐசனோவரிடம் கென்னடி பேசிக் கொண்டிருக்கிறார். அப்பொழுது ஓர் அறிவுரையாக ஐசனோவர், கென்னடியிடம் சொல்கிறார், 'நீங்களே எப்பொழுதும் எல்லாத் தீர்வுகளையும் சொல்ல வேண்டும் என்பதில்லை. பிரச்னைகளைக் கொண்டுவருபவர்களிடமே என்ன செய்யலாம் என்று திருப்பிக் கேளுங்கள்.'

இதுவும் வெற்றி பெறும் தலைமைக்கான அணுகுமுறைதான்.

9. எல்லாவற்றையும் இழுத்துப் போட்டுக்கொள்ளக் கூடாது

இது மிக முக்கியம். போனது, வந்தது, சிறியது, பெரியது என்று ஒன்றுவிடாமல் 'எல்லாவற்றுக்கும் நான்தான் ராஜா' என்று செயல்பட வேண்டாம். எல்லாவற்றையும் தீர்வு காண முற்பட்டால் பிறகு நாமே பிரச்னையாகத் தெரிய ஆரம்பிப்போம்.

தலைவன் தன் தனிப்பட்ட சக்தியால் வெற்றி பெறுவதில்லை. தலைவன் முக்கியம்தான். ஆனால் அவனால் தனியாக ஏதும் செய்துவிட முடியாது. இது ஒரு கூட்டத்தை, குழுவை, அமைப்பை இழுத்துச் செல்லும் வேலை. அதில் பலதரப்பட்ட வர்களும் இருப்பார்கள். அவர்களைத் தொடர்ந்து ஆர்வமூட்டி, உற்சாகப்படுத்தி, செயல் முடிக்க வைப்பதுதான் வெற்றி பெறும் தலைமை.

10. ஆறப் போடலாம்

ஒரு பிரச்னையை முடித்துவிட்டுத்தான் அடுத்த வேலை என்ற அணுகுமுறையும் தேவை இல்லாதது. உண்மையில் உலகத்தில் பலவற்றுக்குத் தீர்வு கிடையாது. தீர்வில்லாத சூழ்நிலைகள், பிரச்னைகள்தான் ‘பிரிடிக்கமெண்ட்’ எனப்படும். காலம்தான் இதுபோன்ற பலவற்றுக்கும் தீர்வு. இதுபோன்ற பிரச்னைகளைச் சற்று ஆறப் போடலாம். காலப் போக்கில் தானே சரியாகிவிடும்.

11. நல்ல நம்பகமான தோழர் தேவை

ஒருவர் தலைவனாவது சிரமம். ஆனால் ஆன பிறகு அங்கேயே தாக்குப் பிடித்துத் தங்குவது என்பது அதைவிடக் கடினமானது. மிக உயரத்திற்குப் போய்விட்டால், அங்கு நாம் தனியாளாகத்தான் இருக்க வேண்டி இருக்கும். It is lonely at the Top என்பார்கள். முன் போல எல்லாவற்றையும் எல்லோரிடமும் வெளிப்படையாகச் சொல்ல முடியாது.

தனக்கு அடுத்த இடத்தில் உள்ளவரிடமோ, மற்றவரிடமோ வெளிப்படையாகப் பேச முடியுமா? இது எப்படி, அது அப்படி என்று சொல்லி மனம் விட்டுச் சிரிக்க முடியுமா? அல்லது எவராவது எதையாவது விமர்சனம் செய்திருந்தால், அதனால் மனம் புண்பட்டால், அதைச் சொல்லி, பேசி ஆற்றிக்கொள்ள வழியுண்டா? பலரும் எதிர்க்கும் பொழுது தன் மனசாட்சியுடன் பேசுவதுபோல, கவலைகளைப் பற்றிப் பேச, பகிர்ந்துகொள்ள ஓர் ஆள் வேண்டாமா?

அவசியம் வேண்டும். மனம் சோர்வடையும்போது தேற்றிக் கொள்ளவும், செய்யும் தவறைச் சுட்டிக்காட்டவும், எதையும் தயக்கமோ, பயமோ இல்லாமல் பேசவும் ஒரு நண்பர், தோழர் அல்லது தோழி கண்டிப்பாகத் தேவை. விருப்பு வெறுப்பு இன்றி, உண்மையாய், பயப்படாமல் பேசக் கூடிய துணை நிச்சயம் தேவை. அப்படிக் கிடைத்துவிட்டால், அல்லது நாமே உருவாக்கி விட்டால், அது அற்புதம்.

இவை தவிர என்ன செய்கிறோம்? ஏன் செய்கிறோம்? என்பதைப் புரிந்துகொள்வது... உழைப்பு, பொறுமை, விரிவான திட்டமிடல் போன்றவையும் வெற்றி பெறும் தலைமைக்கான பொதுவான குணங்களாகும்.

•

அத்தியாயம் 11

தலைவனாக இருப்பதில் உள்ள சிரமங்கள்

தோல்வி! தலைவர்கள் எதிர்கொள்ள வேண்டிய சங்கடமான விஷயம் இது! ஆம்! வெற்றியின் உச்சிக்குப் போன பிறகும் கூட தோல்விக்கும் தலைவர்கள் தயாராக இருக்க வேண்டும்.

தலைவனாக இருப்பதில் பல அனுகூலங்கள் உண்டு. மாலை மரியாதைகள் என்ன, முக்கியத்துவம் என்ன? அதிகாரம், ஆள்பலம், படை பலம் எல்லாம் உண்டு. எல்லாத் தலைமை களுக்குமே இது பொருந்தும். அதனால்தான் தலைமைக்கு இவ்வளவு கிராக்கி. கடுமையான போட்டி. இதெல்லாம் சரிதான்.

அதேசமயம் பதவி என்பது அதிகாரம் தருகிறது என்றாலும், அதே அளவுக்கு அது பொறுப்புகளைச் சுமத்தும் என்பதும் உண்மை. அதனால்தான், தலைமை என்பது கனமான, குத்தும் முள் கிரீடம் என்றும் சொல்லப்படுகிறது.

தலைவராக இருப்பதில் பல சிரமங்கள் உண்டு. அது தலைமையில் இருப்பவர்களுக்கு நன்கு தெரியும். அதில் உள்ள பொதுவான சில சிரமங்களைப் பற்றி மட்டும் ஒவ்வொன்றாகப் பார்க்கலாம்.

1. பொது வாழ்க்கை

அதென்ன பொது வாழ்க்கை? வாழ்க்கை என்பது அனைவருக்கும் ஒன்றுதானே என்று கேட்கலாம். முகம் தெரியாதவனுக்கு இருக்கும் பல சுதந்திரங்கள் தலைமையில் உள்ளவர்களுக்கு இல்லை. அவர்கள் பிரபலம் என்பதால் அவர்கள் எதைச் செய்தாலும் அது வெளியே தெரியும்.

தலைவராக இருந்தால் அவர் சரியானதை, சரியாகத்தானே செய்வார். அவை வெளித்தெரிந்தால் என்ன என்று கேட்கலாம்.

யோசித்துப் பாருங்கள். குற்றம் சொல்லப்படாத தலைவர்கள் என்று யாராவது உண்டா. மக்கள் அவர்கள் செய்ததையும் சொல்வார்கள். செய்யாததையும் கண், காது, மூக்கு ஒட்டவைத்துச் சொல்வார்கள். அப்படிப்பட்ட செய்திகள் வரும் நேரத்தில் அவர்கள் மனம் என்ன பாடுபட்டிருக்கும்! அவர்களும் மனிதர்கள்தானே... ஆனால் அவர்களால் சாதாரண மனிதர்களைப் போல நடந்துகொள்ள முடியாது. விடமாட்டார்கள்.

தலைமையில் இருந்தால் தனிப்பட்ட வாழ்க்கை, பொது வாழ்க்கையாகிவிடும். அதற்குத் தலைவர்கள் தயாராக இருக்க வேண்டும்.

2. முடிவுகள் எடுக்க வேண்டும்

தலைவனாக இருப்பவன் முடிவுகள் எடுக்க வேண்டும். ஒதுங்க முடியாது. தள்ளிப்போட முடியாது. முடிவுகள் சரியாக வந்தால் போச்சு, இல்லாவிட்டால் அவ்வளவுதான். இதற்காகவே, அந்தப் பொறுப்பு வேண்டாம் என்று சிலர் ஒதுங்கிக் கொள்வார்கள்.

சரியான முடிவுகள் எடுப்பது சுலபமல்ல. பல்வேறுபட்ட மக்களின் பிரச்னைகளை, உணர்வுகளைச் சமாளிப்பது சிரமம். இது அல்லது அது என்பதுபோலப் பெரும்பாலான சமயங்களில் முடிவு எடுக்க முடியாது. அதற்குத் தீர்க்கதரிசனமும், எடுத்த முடிவில் தொடர்ந்து நிற்கும் துணிச்சலும், எதிரிகளைச் சமாளிக்கும் மன தைரியமும் வேண்டும்.

சில சமயம், தலைவர்கள் எடுக்கும் முடிவுகள் ஒரு சமுதாயத்தையே பாதிக்கக்கூடிய முடிவுகளாக இருக்கும். தலைமை என்பது அவ்வளவு சக்திவாய்ந்த இடம். அணு ஆயுதச் சோதனை நடத்தலாமா, வேண்டாமா? போரா, சமாதானமா? எதிரி வாலாட்டினாலும் தொடர்ந்து சும்மாயிருப்பதா அல்லது

வாலை ஒட்ட நறுக்குவதா? பொருளாதாரச் சிக்கலா? தொடர்ந்து எப்படிச் சமாளிப்பது, நாட்டின் தங்கத்தை அடகு வைக்கலாமா? நடைமுறையில் இருக்கும் பொருளாதாரக் கொள்கைகளை வைத்துக் கொள்ளலாமா? அப்படியே சமாளித்துக் கொண்டு போவதா அல்லது புதிய பாதையைத் தேடுவதா? தீவிரவாதிகள் பயணக் கைதிகளைக் கொன்று விடுவேன் என்கிறார்களே... அவர்களின் கோரிக்கைகளுக்குப் பணிவதா? இல்லை என்ன ஆனாலும் தவறான முன்னுதாரணம் கூடாது என்பதற்காக வேறு முயற்சிகள் செய்வதா? யாரை ஆதரிப்பது? யாருடன் சேருவது? காத்திருப்பதா? இல்லை, கிடைத்ததைப் பெற்று தற்காலிக வளர்ச்சியைப் பார்ப்பதா? இப்படி எத்தனை எத்தனையோ முடிவுகள் எடுக்க வேண்டிய இடம் தலைமை. அவற்றில் சில தவறாகலாம். எடுத்த முடிவுகளைப் பிடிக்காதவர்கள் இருக்கலாம். எல்லாவற்றையும் சமாளிக்க வேண்டும்.

3. முன்மாதிரியாக நடந்துகொள்ள வேண்டும்

தலைவனைப் பின்பற்றுபவர்கள் நிலை எளிதானதுதான். அவர்கள் எதுவும் சிந்திக்க வேண்டாம். புதிதாக யோசிக்க வேண்டாம். யாரும் செய்யாததைச் செய்ய வேண்டாம். கூட்டத்துடன் கூட்டமாக மற்றவர் செய்வதைச் செய்தால் போதும். அது மட்டுமல்ல, எதுவும் செய்யலாம். யார் பார்க்கிறார்கள்? பார்த்தால்தான் என்ன? என்று இருந்துவிடலாம்.

ஆனால், தலைவர்கள் நிலை வேறு. அவர்களைப் பின்பற்று பவர்கள் இருக்கிறார்கள். அதற்கும் மேல், குறை காணத் துடிக்கும் போட்டித் தலைவர்களும் இருப்பார்கள். தலைவன் எதையும் இயல்பாகச் செய்துவிட முடியாது. அவர்கள் எல்லாவற்றிலும் மற்றவருக்கு முன்மாதிரியாக (Models) இருப்பார்கள்.

போராட்டம் என்றால் முன்னே வந்து நிற்க வேண்டும். கடைசியாகச் சாப்பிட வேண்டும். மற்றவர்களை விட அதிகம் ஈடுபாடு காட்ட வேண்டும். இதையெல்லாம் தலைவர்கள் தாங்களே மனமுவந்து செய்வார்கள். ஆனால், இதையே எப்பொழுதும் செய்ய வேண்டும். அதுதான் விஷயம்.

4. மரியாதையைத் தானாகப் பெற வேண்டும்

சிலர் தாங்கள் தலைவர் பதவிக்கு வந்ததும் தன்னை அனைவரும் மதிக்க வேண்டும், தனக்கு அடங்கி நடக்க வேண்டும் என்று எதிர்பார்ப்பார்கள். அது நடக்காது.

‘மாபெரும் சபைதனில் நீ நடந்தால் உனக்கு
மாலைகள் விழ வேண்டும்’

என்று கவிஞர் கண்ணதாசன் பாடினார். மாலைகள் தானாகப் போடப்பட வேண்டும். யாரையும் எனக்கு மரியாதை செய் என்று கட்டாயப்படுத்த முடியாது.

தலைவனின் நடத்தை காரணமாக, அவன் தகுதி காரணமாக அவன்மீது மதிப்பும், மரியாதையும் வரவேண்டும். பல நியமனத் தலைவர்களின் பிரச்னையே அதுதான். அவர்களுக்கு மரியாதை தானாகவே கிடைக்காது. அதைப் பொறுத்துக்கொள்ள அவர்களால் முடியாது.

சில சமயம் சூழ்நிலை காரணமாகவோ, தங்கள் அறியாமை காரணமாகவோ, அல்லது வேறெதனாலோ மக்கள் தங்கள் தலைவர்களைப் புறக்கணித்து விடுவார்கள். அது தலைவர்களுக்கு மனச்சங்கடத்தை, அவமானத்தைக் கொடுக்கும்.

அதேபோல வெற்றியின் உச்சிக்குப் போன பிறகும் கூட மிகச் சாதாரணமாகத் தோற்கடிக்கப்பட்ட தலைவர்கள் இருக்கிறார்கள். தோல்விக்கும் தலைவர்கள் தயாராக இருக்க வேண்டும். தூக்கிக் கொண்டாடிய மக்கள், மிகச் சுலபமாகப் பழைய பொம்மையை வீசியெறியும் குழந்தையைப்போல தூக்கி எறிந்து விடலாம். மக்கள் தலைவர் காமராஜர் அப்படித்தான் தேர்தலில் தோற் கடிக்கப்பட்டார். அவர் இறக்கும் வரை வெற்றிபெறவில்லை.

5. உணர்வுகளைப் புரிந்துகொள்ள வேண்டும்

தலைவன் என்பவன் தனிமனிதன் அல்ல. அவனுக்காக வாழ்பவனும் அல்ல. அவன் பிறர் சொத்து. பிறர் கருவி, பிறருக்காகச் சிந்தித்து, பிறருக்காகவே வாழ வேண்டியவன்.

பின்பற்றுபவர்களின் உணர்வுகளைச் சரியாகப் புரிந்து செயல்பட வேண்டும். தனது உணர்வு வேறாக இருந்தாலும், தன் மக்களின் உணர்வுகளைப் புரிந்துகொண்டு, அதை வெளிப்படுத்துபவனாகத் தலைவன் இருக்க வேண்டும்.

இது சிலருக்குக் கடுமையான சோதனை. தலைவனுக்குக் கிடைக்கும் அனுபவங்கள் வேறு. அவனுக்குக் கிடைக்கும் செய்திகள் வேறு. அதையெல்லாம் பெறாத மக்களின் தலைவன் அவன். தன் உணர்தலை அப்படியே சொன்னால் மக்கள் அவனையே நிராகரித்து விடுவார்கள்.

தன் நியாயம் என்ன என்பதுடன் மக்கள் நியாயம் என்ன என்பதை வெளிப்படுத்துபவன்தான் தலைவன். அதை அவன் முனைந்து செய்ய வேண்டும்.

இப்படிப் பல சிரமங்கள் இருந்தாலும் ஏன் பலரும் தலைவனாக மாற விரும்புகிறார்கள். அதில் அப்படி என்ன இருக்கிறது? அதனால் என்ன கிடைக்கிறது?

அதிகாரம்

தலைவனாகும் எண்ணம் ஏன் வருகிறது? அது சிரமமாக இருந்தாலும், அதற்காகப் பல தியாகங்கள் செய்யவேண்டி வந்தாலும் ஏன் அதன்மீது அவ்வளவு மோகம்? அது ஏன் அவ்வளவு ஈர்க்கிறது?

தலைமை தனியாக வருவது இல்லை. பொறுப்புகளுடன், சிரமங்களுடன் கூடவே அதிகாரங்கள் வருகின்றன. அதுதான் பலரையும் சுண்டி இழுக்கிறது. தலைமையில் இருப்பவர் சொல்வதை மற்றவர்கள் கேட்க வேண்டி இருக்கும். சில தலைவர்கள் சுட்டு விரல் அசைத்தால், நாடே அசையும் என்பார்கள். அப்படி ஒருவரது ஆணைக்குக் கட்டுப்பட்டு நாடே அசைவதென்றால் சும்மாவா?

பலரையும் வழிநடத்துவது தலைமை. அந்தப் பலரையும் ஆட்டுவிக்கிற சக்தி தலைமைக்கு வந்து விடுகிறது. மனிதர்களை ஆட்டுவிப்பது மட்டுமல்ல, தங்கள் ஆளுகையின் கீழுள்ள அத்தனை பொருள்கள், சொத்துகள், முக்கியமாகப் பணத்தின் மீதும் தலைமையில் இருப்பவர்களுக்குக் கட்டுப்பாடு வந்துவிடுகிறது. அவர்கள் கைகாட்டுகிற திசையிலே பணம் பாயும், பாய்ந்தாக வேண்டும். சாதாரணத் தலைமைப் பொறுப்பில் இருப்பவர்களில் இருந்து, அமெரிக்காவின் அதிபர் வரை அவரவர் இருக்கும் இடத்தைப் பொறுத்து அவர்களிடம் அதிகாரங்கள் உண்டு.

பின்பற்றுபவர்கள் காட்டும் அளவற்ற பாசம்

மகாத்மா காந்தி, அறிஞர் அண்ணா, பெருந்தலைவர் காமராஜர், எம்.ஜி.ஆர் முதலியவர்கள் இறந்தபொழுது கோடிக்கணக்கான மக்களின் நெஞ்சில் ரத்தம் வடிந்தது. தரையில் புரண்டு அழுதவர்கள் ஏராளம். இவர்களுக்கு மட்டுமா, இன்னும் எத்தனை எத்தனையோ தலைவர்கள் மீது ஏராளமானவர்களுக்குப் பற்று

அல்ல, பாசம் அல்ல, பக்தியே இருக்கிறது. சிலருக்குத் தங்கள் பெற்றோர், ஆசிரியர், குடும்பத்தினர், நண்பர்கள் உறவினர்களை எல்லாம்விட தங்கள் தலைவர்தான் முக்கியம். தங்கள் தலைவர் அழைத்துவிட்டால் எவ்வளவு முக்கியமான வேலையாக இருந்தாலும் அவற்றையெல்லாம் அப்படியே விட்டுவிட்டு, தங்கள் கைப் பணத்தைச் செலவு செய்துகொண்டு, எத்தனை தூரமாக இருந்தாலும் வந்து விடுவார்கள். அங்கு வந்து தங்கள் தலைவனின் முகத்தைப் பார்க்க வேண்டும், ஊர்வலத்தில் கலந்துகொள்ளவேண்டும். தலைவனைப் பார்த்துக் கை அசைக்க வேண்டும் இதுதான் அவர்களின் நோக்கம்.

இதனை வெறும் அபிமானம் என்று சாதாரணமாகச் சொல்லிவிட முடியுமா?

தனக்குத் திருமணமா, அதற்குத் தலைவன் வர வேண்டும். அவர் தேதி கிடைப்பது முக்கியம். அது கிடைக்கும்வரை திருமணத்தைத் தள்ளி வைக்கலாம். கவலையே இல்லை! தனக்குப் பிறக்கும் குழந்தைக்குத் தலைவன் அல்லது தலைவி தான் பெயர் வைக்க வேண்டும். எல்லாவற்றிற்கும் தலைவன்தான்.

இப்படிப்பட்ட ஓர் இடத்தைப் லட்சக்கணக்கான, பல்லாயிரக் கணக்கான மக்களின், தொண்டர்களின் மனதில் இடம் பிடிப்பது என்றால் சும்மாவா? யாராக இருந்தாலும் அப்படிப்பட்ட சக்தியின்மீது ஆசை வராதா என்ன? அது என்ன சாதாரணமாகத் தள்ளிவிடக் கூடிய விஷயமா? அதுதான் பவர். அந்தப் பவர் இல்லாமல் தலைமையா?

இந்த அபிமானம், பற்று, பாசம், ஏன் பக்தியெல்லாம்கூட Mass leaders என்று சொல்லக்கூடிய அரசியல் கட்சித்தலைவர்களுக்கு மட்டும் கிடைப்பது அல்ல. எங்கிருந்தாலும் சில தலைவர்களுக்கு இத்தகைய பின்பற்றுபவர்கள் இருக்கிறார்கள்.

சக்தி

தலைமை பற்றிப் பேசும் பொழுது, யோசிக்கும் பொழுது, சக்தி பற்றியும், அரசியல் பற்றியும் பேசாமல் இருக்க முடியாது. இரண்டுக்கும் அவ்வளவு நெருங்கிய தொடர்பு உள்ளது.

'வெறும் கனிவான வார்த்தைகளுடன் பெறக்கூடிய வெற்றியை விட அதிகமான வெற்றியை, கூடவே ஒரு துப்பாக்கியையும் வைத்திருந்தால் பெறலாம்' என்கிறார் கி.கேபோன்.

இங்கு, துப்பாக்கி என்பது ஒரு சக்தி (Power). இந்த பவர் என்ற ஆங்கில வார்த்தைக்கு அதிகாரம் என்றொரு பொருளும் உண்டு அல்லவா?!

தலைவர்கள் தங்கள் லட்சியங்களை அடைவதற்கு இந்தச் சக்தி மற்றும் அதிகாரங்கள் அவசியம் தேவை.

இந்தச் சக்தியைத் தலைவர்கள் எங்கிருந்து பெறுகிறார்கள்? அதை பிரென்ச் மற்றும் ராவென் (French and Raven) என்ற இருவர் ஆராய்ந்திருக்கிறார்கள். அவர்களின் ஆய்வுப்படி சக்தியானது ஐந்து வகைப்படும்.

அ. கெடுக்கும் சக்தி

மற்றவர்களுக்குக் கிடைக்கக் கூடியதைக் கெடுக்கக்கூடிய நிலையிலோ, அதிகாரத்திலோ இருப்பவர்கள் கொண்டிருக்கும் சக்தி. உதாரணத்திற்கு ஒரு பத்திரிகையில் தன் கதை பிரசுரம் ஆக வேண்டும் என ஒருவர் நினைக்கிறார். அதை யார் நினைத்தால் கெடுக்க முடியும்? அந்தப் பத்திரிகையின் ஆசிரியரால்தானே.

கட்டடம் கட்டும் வேலையிடத்தில் ஒரு மேஸ்திரி இருக்கிறார். அவரைப் பகைத்துக்கொண்டு அங்கு ஒரு சித்தாள் வேலை செய்துவிடமுடியுமா? அந்த மேஸ்திரி வைத்திருக்கும் பவர், கெடுக்கக் கூடிய அதிகாரம். அதேபோலக் கல்லூரியில் பரிசோதனைகள் செய்யும் 'லேப்' இருக்கும். அங்கு பணி புரியும் சிலரால் பிராக்டிகல் தேர்வின்பொழுது ஏதாவது சிரமங்கள் கொடுக்க முடியும். இந்தச் சக்தி உள்ளவர்களிடம் பகைத்துக் கொள்ளாமல் இருப்பது நல்லது.

துன்புறுத்தல்தான் இந்தச் சக்தி கொடுக்கும் வல்லமை, வாய்ப்பு. பயம்தான் சக்தியின் அடிப்படை. ஒருவர் குறிப்பிட்ட விஷயத்துக்குப் பயப்படவில்லையென்றால் அதைக் கொண்டு அவரை மிரட்ட முடியாது.

ஆனால் ஒருவருக்கு அதுவே மிக முக்கியம் என்றால் அந்தச் சக்தியின் வீரியம் மிகவும் அதிகமாக இருக்கும்.

தலைவன் தனக்கு வேண்டியதை முடித்துக்கொள்ள, மற்றவர்களைச் செய்ய வைக்க, சமயத்தில் இந்தவிதச் சக்தியைப் பயன்படுத்த வேண்டி இருக்கும். பயத்தை உண்டாக்கி அதன் மூலம் செயலாற்ற வைப்பது.

ஆ. கொடுக்கும் சக்தி

இவர்களால் மற்றவர்களுக்கு நல்லனவற்றைக் கொடுக்க முடியும். ஒரு மாநிலத்தின் முதல்வரை எடுத்துக் கொள்வோம். அவர்கள் நினைத்தால், முதலமைச்சர் நிவாரண நிதியிலிருந்து உதவி கேட்கும் எவருக்கும் எவ்வளவு வேண்டுமானாலும் கொடுக்கலாம்.

கொடுப்பது என்றால் பணத்தைக் கொடுப்பது மட்டுமல்ல. வேலை கொடுப்பது, பதவிகள் கொடுப்பது, ஒப்பந்தங்கள், ஊதியங்கள், ஊதிய உயர்வுகள், வாய்ப்புகள் கொடுப்பது. புகழ் பெற சந்தர்ப்பங்களை ஏற்படுத்திக் கொடுப்பது என்று பலருக்கும் தேவைப்படும், அவர்கள் விரும்பும் விஷயங்களைக் கொடுப்பது. பிறருக்குக் கொடுக்கவல்ல அந்த நிலைமை ஒருவருக்கு மிகப் பெரிய சக்தியைக் கொடுக்கும். அதற்குக் கொடுக்கும் சக்தி, 'Reward Power' என்று பெயர்.

இவர்கள் நினைத்தால் சலுகைகள் காட்டமுடியும், கூடுதல் வேலைகளை, பலன்களைச் செய்து கொடுக்கமுடியும். இவர்களின் அனுசரணை உதவும், பலனளிக்கும்.

மற்றவர்களுக்குத் தேவையானவற்றை தன் வசம் வைத்திருப்பவர்களுக்கு இந்தச் சக்தி அதிகம்.

இ. நியாயமான ஏற்றுக்கொள்ளத் தக்க சக்தி

நியாயமாக, பதவியின் காரணமாகக் கிடைக்கும் சக்தி. அதன் மூலம் கிடைக்கும் அதிகாரம். கிரிக்கெட் விளையாட்டில், வெளிச்சம் போதவில்லை என்று மட்டை அடிப்பவர்கள் சொன்னால், அதைப்பற்றி முடிவு எடுக்க வேண்டியது நடுவர்தான். அவருக்கு இருக்கும் அதிகாரம் இப்படிப்பட்டதுதான்.

ஈ. வல்லுநர் சக்தி

ஒருவருக்கு, அவர் பெற்றுள்ள அறிவின் காரணமாகவோ, அல்லது வேறு திறமைகள் காரணமாகவோ 'சக்தி' கிடைக்கும். அவருக்கு அதனால் அதிகாரம், பவர் இருக்கும். அதற்குப் பெயர்தான் வல்லுநர் சக்தி, 'எக்ஸ்பெர்ட் பவர்'.

கிராமங்களில் வசிக்கும் சிலர், அற்புதமாகச் சுளுக்கு எடுப்பார்கள். சிலர் நன்றாக நாடி பார்ப்பார்கள். மிகச் சரியாகக் கைரேகை பார்ப்பார்கள். இவர்களுக்குக் கிடைக்கும் மதிப்பு

இவர்களிடம் உள்ள செல்வாக்கு, எதனால் வந்தது?, இவர்களின் இந்தத் தனித்தன்மையால், குணத்தால், திறமையால்தானே?

சிலர் தங்கள் சக்தியையும் அதிகாரத்தையும் பெறுவது இந்த வல்லுனர் திறமையால்தான்.

உ. மதிப்புச் சக்தி

விரும்பத்தக்க வளங்களையும், தனிப்பட்ட முறையில் சிறந்த குணங்களையும் கொண்டவர்களிடம் காணப்படும் சக்தி இது. குடியரசுத்தலைவராக இருந்த திரு. அப்துல் கலாமை எடுத்துக்கொண்டால், பலருக்கும் அவர்மீது மதிப்பு உள்ளது. காரணம், அவரிடம் உள்ள நல்ல குணங்கள்தான்.

•

அத்தியாயம் 12

தலைவர்களின் உள்வட்டமும் சிஷ்யர்களும்

குருகுல வாசம் மற்றும் குருமார்களுடன் சம்பந்தப்பட்டதுதானே சிஷ்யர்கள், சீடர்கள் என்கிற வார்த்தைகள். தலைவர்களுடன் இதைச் சேர்த்துப் பார்ப்பது ஏன் என்று சிலருக்குத் தோன்றலாம். விஷயம் இருக்கிறது.

தலைவர்களும் மனிதர்கள்தானே. அவர்களுக்கும் தனிப்பட்ட விருப்பு வெறுப்புகள் உண்டு. அவர்களுக்குப் பிரியமானவர்கள், அவர்களுடைய நம்பிக்கைக்கு மனம் விட்டுப் பேசக்கூடியவர்கள் என்று சிலர் உண்டு.

தலைவனிடம் அதிகாரமிருக்கிறது. அவன் சொல்லுக்கு மதிப்பு இருக்கிறது. கட்டுப்படும் ஒரு கூட்டம் இருக்கிறது. தலைவன் உயரத்தில் இருக்கிறான். சமயத்தில் மிக மிக உயரத்தில். என்ன செய்வது? அவனுடைய கூட்டம் மிக அதிகம், அதில் பல அடுக்குகள் வந்துவிட்டதால் முறைப்படுத்தப்பட்ட கூட்டமாக ஆகிவிட்டது.

பல தலைவர்கள், எல்லா நேரமும் எல்லோருடனும் கலந்து பழக, சேர்ந்திருக்க, உணர்வுகளைப் புரிந்துகொள்ள முடியாது. அந்தத்

தலைவர்களுக்குக் கீழ் அவர்களுடன் நேரடியாகத் தொடர்பு கொள்ளவே சிலர் இருப்பார்கள். அவர்கள்தான் தினசரி, அடிக்கடி, எல்லா விஷயங்களையும் தலைவர்களுடன் கலந்து பேசுவார்கள், சொல்வார்கள். ஆலோசிப்பார்கள்.

அதேபோல் தலைவன் என்ன சொல்கிறான், நினைக்கிறான் என்பதையும் அவர்கள் மற்றவர்களுக்குச் சொல்வார்கள். அதாவது தலைவன் நடுநாயகமான ஒரு புள்ளி என்றால் அந்தப் புள்ளியைச் சுற்றி வரையப்பட்ட முதல் நெருக்கமான வட்டத்தில் சிலர் இருப்பார்கள்.

அரசியல் கட்சிகள், என்று இல்லை. நிறுவனங்களில் இருக்கும் தலைவர்களுக்கும் இதேபோல நெருக்கமான உள் வட்டம் உண்டு. இந்த உள் வட்டத்தில் இருப்பவர்கள், அதிகார முறைப்படி (Hierarchy) தலைவருக்கு அடுத்த இடத்தில் இருப்பவராகவும் இருக்கலாம், இல்லாதவராகவும் இருக்கலாம். ஆனால் இப்படிச் சிலர் கண்டிப்பாக நெருக்கமாக இருக்கிறார்கள்.

தலைவர்களும் மனிதர்கள்தானே. அவர்களுக்கும் விருப்பு வெறுப்புகள் உண்டு. Favourites உண்டு. அவர்களுக்குப் பிரியமானவர்கள், நம்பிக்கைக்கு உரியவர்கள், மனம் விட்டுப் பேசக்கூடியவர்கள் என்று சிலர் உண்டு. அவர்கள்தான் தலைவர்களின் உள்வட்டம். அதில் சிலர் சிஷ்யர்களாகவும் இருக்கலாம். அதைப் பார்ப்பதற்கு முன், உன் வட்டத்தின் அமைப்பு, அதன் தேவை, சாதக பாதகங்களைப் பார்த்துவிடலாம்.

It is lonely at the top என்பதை முன்பே பார்த்தோம். அதாவது, மேலே போகப் போகத் தலைமைக்குத் தனிமை வந்துவிடும். முன்போல எல்லாவற்றையும், எல்லோருடனும் பேசிவிட முடியாது. தலைமைக்குப் பொறுப்பு இருக்கிறது. தலைமையிடம் மற்றவர்களுக்கு எதிர்பார்ப்புகள் இருக்கும். தலைமைக்கு எதிரிகள், தலைமையிடம் பொறாமை கொண்டவர்கள், தலைமையைக் கைப்பற்ற நினைப்பவர்கள், போட்டியாளர்கள், இவர்கள் எல்லாம் கலந்ததாகத்தான் சுற்றியுள்ளவர்கள் கூட்டம் இருக்கும்.

அப்படியிருக்கும் பொழுது தலைவர் இடம், பொருள், ஏவல் அறிந்துதான் நடந்து கொள்வார்; நடந்துகொள்ள வேண்டும். அவர்களுக்கு என்று ஓர் இமேஜ் வந்துவிடுவதால் அதற்கு ஏற்பத்தான் நடந்துகொள்ள முடியும். இது ஒருபுறம்.

தலைவர்கள் சுதந்திரமாக, தான் தானாகவே (Self) ஆக இருப்பது சில இடங்களில் மட்டும். சிலரிடம் மட்டும்தான். அந்தச் சிலர்தான் அவருக்கு நெருக்கமானவர்கள். அப்படிச் சிலர் அந்த உள் வட்டத்துக்கு எப்படி வருகிறார்கள்?

1. ஆரம்பத்தில் இருந்து பழக்கம்

தலைமையின் ஆரம்ப காலங்களில் இருந்தே அவருடன் இருப்பவர்கள்தான் பெரும்பாலும் உள்வட்டத்தில் முதலிடத்தில் இருப்பார்கள். வாழ்க்கையின் தொடக்கத்திலிருந்து ஒன்றாக இருந்தவர்களில், ஏதேதோ காரணங்களால் அவர்களில் ஒருவர் தலைமைக்கு வந்துவிடுகிறார். மற்றவர் அவருடனேயே நெருக்கமாக இருப்பார். இருவருக்கும் ஒருவரைப் பற்றி ஒருவர் நன்கு பரிட்சியமாக இருப்பார்கள். இவர்கள் ஒருவர் மீது ஒருவர் பரஸ்பரம் அன்பும் மதிப்பும் கொண்டிருப்பார்கள். ஒருவருக்குப் பதவி வந்த பிறகும், மற்றவர் விலகி விடாமல், அதேசமயம் வெளியிடங்களில் பலர் இருக்கையில் தலைவருக்குத் தலைவர் என்ற மதிப்பைக் கொடுத்து உடன் இருப்பார். பின்பு தனியாக இருக்கையில் நட்பின் உரிமையும் கூடுதல் இடமும் எடுத்துக் கொண்டு பேசக்கூடியவர் இவர்.

2.செயல்திறன்

சிலருக்கு சீனியாரிட்டி என்பது அமைப்பில் இருக்காது. பார்க்கப் போனால் வயது, அனுபவத்தில் குறைவானவராகக் கூட அவர் இருக்கலாம். ஆனால் தலைமையில் உள்ளவரைத் தன் செயல்பாடுகள் மூலம் கவர்பவராக இருப்பார். விஷய ஞானமோ, செயல்திறனோ, அணுகுமுறையோ சிந்திக்கும் விஷயங்களோ, அவரிடம் உள்ள ஏதோ ஒன்று... தலைவருக்குப் பிடித்துப் போய்விடும். எனவே தலைவரே அவரைத் தனக்கு நெருக்கமாக்கிக் கொண்டு விடுவார்.

அதுதான் உள்வட்டத்தின் வாய்ப்பும், வரைமுறையும். அப்படிப்பட்டவர்களிடம் தலைவர்கள் மனம் விட்டுப் பேசுவார்கள். தங்கள் வருத்தங்களைப் பகிர்ந்து கொள்வார்கள். சிலரைத் திட்டுவார்கள். சிலர் மேல் கோபப்படுவார்கள். அதைக் கேட்டுக் கொண்டிருப்பதாலேயே, அவரிடம் சொல்லப்படுவதாலேயே, அவரும் பதிலுக்கு நினைத்ததை, தோன்றுவதை எல்லாம் பேசிவிட முடியாது. மெதுவாகக் கவனமாக, எல்லை மீறாமல் தன் கருத்தைச் சொல்லலாம். உள்வட்டத்தைத்

தலைவர்கள் ஓர் உரைக்கல்லாக Sounding Boardஆகப் பயன்படுத்துவார்கள்.

இது எவ்வளவு தூரம் சரி என்று தெரியவில்லை. ஆனால் தலைவர்களிடம் சிலர் நெருக்கமாக இருப்பதற்கு அவர்கள் நம்பிக்கைக்கு உரியவர்கள் என்பது மட்டுமல்ல காரணம். தனிப்பட்ட முறையில் தலைவருக்குத் தலைவிக்கு உதவியாக இருப்பவர்களும் உண்டு. வேறு எவரிடமும் கேட்டுப் பெறமுடியாத உதவிகள், இவர்கள் மூலம் தலைமைக்குக் கிடைக்கும். அதனாலேயே அவர்களைத் தலைவர்கள் தங்களுக்கு மிகவும் நெருக்கமாகவே வைத்துக் கொள்வார்கள்.

உள்வட்டங்களால் சாதகமா? பாதகமா?

நிச்சயமாகச் சொல்ல முடியாது. தலைவருக்கு அமையும் உள்வட்டம் எப்படிப்பட்டது என்பதைப் பொறுத்தது அது. உள்வட்டம் சில சமயம் தலைவருக்குப் பெரிய பலமாக அமையும். அவர் தவறு செய்கிறபொழுது எடுத்துச் சொல்பவர்கள் உள்வட்டத்தில் இருந்தால், தலைவருக்கு நல்லது.

ஆனால் அப்படிப்பட்ட உரிமையை அவர்களுக்குத் தலைவர் கொடுக்க வேண்டும். கொடுப்பது மட்டுமல்ல, ஊக்குவிக்க வேண்டும். ஆனால் சில சமயம், அப்படிப்பட்ட உரிமையை, வாய்ப்பைத் தலைவர் கொடுத்தாலும், சரியாகப் பயன்படுத்தாத உள்வட்டங்களும் இருக்கக்கூடும்.

உள்வட்டத்துக்குள் எப்படிப்பட்டவர்களைத் தலைவன் வைத்துக் கொள்கிறான். அவர்கள் கருத்தை எப்படி அறிகிறான். அதற்கு என்ன முக்கியத்துவம் கொடுக்கிறான் என்பதெல்லாம் வெற்றிக்கு மிக முக்கியம்.

விவரம் தெரியாதவர்கள், சுயநலவாதிகள், தலைவர் மீது உண்மையான அக்கறையில்லாதவர்களை ஏதோ காரணங் களுக்காக உள்வட்டத்தில் தலைவர் வைத்துக்கொள்வது மிக மிக ஆபத்து.

உள்வட்டத்தின் முக்கியத்துவம்

உள்வட்டத்தின் முக்கியத்துவம் பற்றித் தெரிந்துகொள்ள வேண்டும். மிகப்பெரிய பதவியில் இருப்பவர்கள், மிக உயரத்தில் தலைவராக இருப்பவர்களின் உள்வட்டம் முக்கியத்துவம் வாய்ந்தது. ஏன் என்றால் தலைவருக்கும் நிஜ உலகத்துக்கும்

இடையே அலுவல், பதவி, பாதுகாப்பு, நேரப் பற்றாக்குறை, தங்கள் உலகத்தின் பரப்பு போன்ற பல காரணங்களால் இடைவெளி அதிகரித்துவிடும்.

அவர்களுக்கும் நிஜ உலகத்துக்கும் இடையே உள்ளவர்கள் இந்த உள்வட்டத்தினர். அவர்கள் நான்கு விதமானவர்கள். விசுவாசத்தின் அடிப்படை மற்றும் திறன் அடிப்படையில் வேறுபட்டவர்கள்.

1. தலைவரின் விசுவாசிகள்
2. தலைவர் மீது உண்மையான பற்று பாசம் இல்லாதவர்கள்
3. திறமை மிக்கவர்கள்
4. திறமை இல்லாதவர்கள்

ஒரு தலைவருக்கு விசுவாசமான திறமை உள்ளவர்கள் (1-3) இருந்துவிட்டால் அதிர்ஷ்டம். விசுவாசமான ஆனால் திறமை இல்லாதவர்களாக (1-4) இருந்தாலும் பரவாயில்லை. தலைவருக்கு ஆபத்தானவர்கள் என்பது உண்மையான பாசமற்ற திறமை உள்ளவர்கள்தான் (2-3). அவர்கள் எதிரிக்கு ஒப்பானவர்கள். தலைவனைச் சுற்றி ஓர் அரண் போல, சுவர் போல அவர்கள் அமைந்து விடுவார்கள். தலைவன் செய்யும் தவறுகளை ஆதரித்துப் பேசுவார்கள். நல்லதைச் செய்ய விடமாட்டார்கள். தலைமைக்கு எதிராக வரும் எதிர்ப்பு, எரிச்சல்கள் பற்றித் தலைவரின் காதுக்குப் போக விடமாட்டார்கள். அதையே திரித்துக்கூட நல்லதுபோலச் சொல்வார்கள்.

இப்படிப்பட்டவர்களால் அழிந்தவர்களைப் பார்த்து இருக்கிறோம். நான்காவது வகையான விசுவாசமும் இவர்களிடம் இல்லை. திறமையும் இல்லாதவர்களைப் பற்றிப் பேசி பயன் இல்லை.

ஓரளவு விசுவாசம் இருந்தால்கூடப் போதும். ஆனால் விவரம் தெரிந்தவர்கள், திறமை மிக்கவர்களை அருகில் உள்வட்டமாக வைத்துக் கொள்வது தலைவர்களுக்கு நல்லது.

தலைவர்களின் குணாதிசயம்

உள்வட்டம் எப்படியெல்லாம் அமைய முடியும்? அதன் வகைகள் என்ன என்று பார்த்ததுபோல, உள்வட்டத்துக்கு, தலைவர்கள் என்ன மதிப்புக் கொடுக்கிறார்கள் என்பதையும் பார்க்க வேண்டும். சில தலைவர்கள் தங்களது உள்வட்டத்து நபர்களுடன் கவனமாகக் கலந்து ஆலோசனை செய்வார்கள். வேறு சில

தலைவர்கள், வெறுமனே தகவலாகச் சொல்வார்கள். மாற்றுக் கருத்துகள் வந்தாலும் மதிக்க மாட்டார்கள்.

சிலர் அப்படித்தான்! மிகவும் சக்திவாய்ந்த தன்னம்பிக்கை மிக்க அவர்கள் சொல்வதை உள்வட்டம் ஏற்றுக்கொள்ள வேண்டும். குறைந்தபட்சம் மாற்றுக் கருத்துகளைச் சொல்லாமலாவது இருக்க வேண்டும்.

சீடர்கள்

சீடர்கள் என்றால் யார்? தலைவனிடம் கற்றுக் கொள்பவர்கள். தலைவர் மீது அன்பு, மரியாதை எல்லாம் உள்ளவர்கள். முழுநேரமும் தலைவருடனே இருந்து பணிவிடைகள் செய்பவர்கள், இவர்கள்தான் சீடர்கள்.

இவர்களால் தலைவர்களுக்கும், தலைவர்களால் இவர்களுக்கும் என்ன நன்மை? தலைவர்களின் வெற்றி தோல்விகளில் இவர்களின் பங்கு என்ன?

தலைவர்களை உருவாக்கும் சீடர்கள்

ஆச்சரியமாக இருக்கிறதா? ‘தலைவர்களைச் சீடர்கள் உருவாக்கு கிறார்களா? வேடிக்கையாக இருக்கிறதே!’ என்று தோன்று கிறதா? அது உண்மைதான். சீடர்களைத்தான் தலைவர்கள் உருவாக்க வேண்டும் என்பது எதிர்பார்ப்பு, முறை, வழக்கம். அதில் எந்தவித மாற்றமுமில்லை. ஆனால் தலைவர்களை சீடர்கள் உருவாக்குவதும் இருக்கிறது. அதுதான் சுவாரஸ்யம், முக்கியம்.

அண்ணா என்றால் தமிழ்நாட்டில் ஒருவர்தான். அவர் சி.என்.அண்ணாதுரை. சாதாரண குடும்பத்தில் பிறந்து, 1950, 60களில் மக்களிடையே பெரிய எழுச்சியை உருவாக்கி, மிகப்பெரிய வெற்றியுடன் ஆட்சியைப் பிடித்தவர். மக்களால் நேசிக்கப்பட்ட, மதிக்கப்பட்ட மக்கள் தலைவர். அவரை அப்படிப்பட்ட உயரமான இடத்துக்குத் தூக்கிச் சென்றவர் கலைஞர் கருணாநிதி என்ற சீடர்தான். தலைவனின் பெருமைகளை எடுத்துச் சொல்லி, பிரகடனப்படுத்திப் அண்ணாவின் பிம்பத்தைப் பெரிதாகக் கட்டமைத்தவர் அவர்.

இராமகிருஷ்ண பரமஹம்சர் என்பவர் ‘தலைவர்’. அவரின் பெருமையை உலகத்துக்குப் பறை சாற்றியவர் விவேகானந்தர் என்ற அவரது சீடர்தான். ஒரு விவேகானந்தர் இல்லாதிருந்தால்,

இராமகிருஷ்ணரை இவ்வளவு பெரிய ஞானியாக உலகத்துக்குத் தெரிந்திருக்காது. 'இராமகிருஷ்ணனை' இராமகிருஷ்ணராக்கியவர் விவேகானந்தர்.

தலைவரை மிஞ்சிய சீடர்கள்

நாம் இங்கு விதிவிலக்குகளைப் பார்க்கிறோம். தலைவரை மிஞ்சிய சீடர்கள் என்பவர்கள் விதிவிலக்குகள். அந்த வகையில் அவ்வளவு சாதித்த காமராஜரையும் அவருடைய தலைவரான சத்தியமூர்த்தியையும் சொல்லலாம். சரித்திரத்தில் காமராஜரைத் தெரிந்த அளவுக்கு சத்தியமூர்த்தியைப் பலருக்குத் தெரியாது. நினைவில் இருக்காது.

ஆனால் சத்தியமூர்த்திதான் தலைவர். காமராஜர் தான் ஒரு சீடராக அவரைத் தன்னுடைய தலைவராக ஏற்றுக் கொண்டிருந்தார்.

சீடர்கள் தலைவர்கள் ஆவார்களா?

உறுதியாகச் சொல்ல முடியாது. அப்படி ஆனவர்களும் இருக்கிறார்கள். ஆகாதவர்களும் இருக்கிறார்கள். புத்தர் மகாஞானி. அவரிடம் பலர் சீடர்களாகச் சேர்ந்தார்கள். புத்தரிடம் இருந்து கற்றுக்கொண்டு, ஞானம் பெற்று வெளியேறினார்கள்.

புத்தருடைய அண்ணன் மகன் அனந்தன். தன்னுடைய சித்தப்பாவான புத்தரின் சீடர்களுள் ஒருவனாக அவன் சேர்ந்து கொண்டான். புத்தர்மீது அளவுகடந்த மரியாதையும் பிரியமும் கொண்டு எல்லாப் பணிவிடைகளும் செய்வான். ஆண்டுகள் பல ஓடின. எத்தனையோ நபர்கள் வந்தார்கள். சேர்ந்தார்கள். பயின்றார்கள். ஞானம் பெற்றுப் போனார்கள். அனந்தன் மட்டும் அப்படியே அங்கேயே இருந்தான்.

ஒருநாள் அவனே புத்தரைப் பார்த்துக் கேட்டான் 'எனக்கு மட்டும் ஏன் இப்படி?' என்று. அதற்குப் புத்தர் சொன்னார். 'உன் விருப்பமே அதுதானே. நீ பணிவிடை செய்யத்தான் வந்தாய், செய்து கொண்டும் இருக்கிறாய். ஞானம் பெறுவதற்கான விருப்பமும் முயற்சியும் உன்னிடம் இல்லை.'

பல சீடர்கள் குருவை, தலைவரை மிஞ்சுவதும், மிஞ்சாததும் இப்படித்தான். அவர்களின் திறமை, நோக்கம், முயற்சி எல்லாம் ஒருபுறம் இருக்க அதேசமயம், தலைவனின் பக்கமும் சில காரணங்கள் உண்டு. தலைமையில் இருப்பவர், தொடர்ந்து

தலைமையிலேயே இருக்கும்படியான சூழ்நிலைகள் இருக்கும். காலம் கனிவதற்குள், சீடர்களின் நிலையில் மாற்றம் ஏற்பட்டிருக்கும். அதன்பின் அவர்களால் தலைவனாக முடியாது.

ஏற்கெனவே தலைமைப் பொறுப்பில் இருப்பவர் அந்த இடத்தைக் காலி செய்தால்தானே, அடுத்தவர் அங்கு போய் அமரமுடியும்! இது யதார்த்தம். சில சமயங்களில் பதவிக்கு வருபவருக்கு நீண்ட பணிக்காலம் இருக்கும். மேலும் அவருக்கு அதைவிட உயர்ந்த பதவிகளும் கிடைக்காது. அதனால் அவர் அந்தப் பதவியிலேயே இருப்பார். அவர் அங்கேயே இருப்பதால், அவருக்குக் கீழிருப்பவர்கள், தகுதி, திறமை, தேவைகள் இருந்தும் அந்த இடத்துக்கு வரமுடியாது போகலாம்.

சில சமயங்களில் அந்த இடம் வேக வேகமாகக் காலியாகும். ஒருவர் வருவார், உடன் அவர் ஓய்வு பெற்றுச் சென்று விடுவார். அடுத்து வருபவர், பதவி உயர்வு கிடைத்து வேறு ஊருக்கு மாற்றல் ஆகிப் போய்விடுவார். எதிர்பாராத நிலையில், அடுத்த இடத்தில் இருப்பவர் சீக்கிரமே தலைமை பொறுப்புக்கு வந்துவிடுவார். எல்லாம் சாத்தியம்தான்.

அதேபோல ஒரு தலைவனிடம் சீடர்கள் கற்றுக்கொள்வது ஒன்றாகவும், அவர்கள் நடைமுறைப்படுத்துவது வேறு ஒன்றாகவும் இருக்கலாம். சீடர்கள் தலைவர்களின் மறு அச்சாகவும் இருக்கலாம். முழுவதுமே வேறாகவும் இருக்கலாம். இவர்கள் எதைக் கற்றுக் கொள்கிறார்கள், எதை விட்டு விடுகிறார்கள் என்பது அவரவர் குணாதிசயங்களைப் பொறுத்தது.

அதேபோல, தலைவனின் காலச்சூழ்நிலைகள் வேறுபட்டதாகவும் இருக்கலாம். சீடர்களின் காலமும், அப்போதைய தேவைகளும் மாறுபடலாம். அவை ஒத்துப் போவதைப் பொறுத்து பெரிய வெற்றி அல்லது காணாமல் போய்விடுவது. இரண்டுமே சாத்தியம்தான்.

தலைவருக்கே கற்றுக் கொடுப்பவர்கள்

இதுவும் உண்மைதான். தலைமை என்பது ஒரு பதவி, ஒரு பொறுப்பு. அது எப்படியும் கிடைத்திருக்கலாம். தகுதி, திறமை இவற்றின் காரணமாகவும் கிடைத்திருக்கலாம். சமயத்தில் தலைவனைக் காட்டிலும் திறமை வாய்ந்த சீடர்கள் அமைந்து விடுவது உண்டு.

அப்படிப்பட்ட திறமை மிக்க சீடர்களைத் தலைவர்கள் என்ன செய்வார்கள்? அவர்களை விரும்பி வளர்ப்பவர்களும் உண்டு. பிரச்னை என்று அழிப்பவர்களும் உண்டு. அது தலைவனின் மனப்பக்குவத்தைப் பொறுத்தது. ஆனால் சில சீடர்களை அழிக்கவே முடியாது. இங்கு இல்லாவிட்டால் வேறு இடத்தில் அவர்கள் வளர்ந்து விடுவார்கள்.

•

அத்தியாயம் 13

தலைமை மாற்றம்

தலைமையில் இருப்பவர் மாற வேண்டும். அந்தத் தலைமை மாற்றம் சுலபமாக, இழப்புகள் இல்லாத எளிதான மாற்றமாக இருக்க வேண்டும்.

தலைவன் என்றால் யார்? என்று ஆரம்பித்து, தலைவர்கள் உருவாகிறார்களா? பிறக்கிறார்களா? அவர்களின் பல்வேறுபட்ட வழிமுறைகள், பாணிகள் என்ன? அவர்களது எப்படிப்பட்ட வழிமுறைகள், செயல்பாடுகள் வெற்றியைக் கொடுக்கின்றன. ஒரு தலைமை எதனால் எல்லாம் தோற்கிறது? ஒரு தலைவனின் செயல்பாடுகள் எப்படியிருக்க வேண்டும்? தலைவர்கள் யாரைக் கலந்து செயல்படுகிறார்கள்? அவர்களின் சீடர்கள் யார்? என்றெல்லாம் விரிவாகப் பார்த்தோம்.

நாம் பார்த்த, பார்க்கும் பெரும்பாலான தலைவர்கள், தங்கள் வாழ்நாளில் எங்கோ தொடங்கி, இடையில் முயன்று, தங்களின் சீரிய முயற்சிகளால் தலைவர்கள் ஆனவர்கள்.

தங்கள் கைகளை ஊன்றித் தானே தன் முயற்சியால் எழுந்து நின்றவர்கள். தாங்கள் தலைவர் ஆவதற்காக, தாங்களே முயன்று

இயக்கங்கள், அமைப்புகளில் உழைத்து, மேலே வந்தவர்கள். சாதாரணமான உழைப்பு அல்ல. அசுர உழைப்பு. நிறைய அடி, வலி, இழப்பு, தியாகம் என்று அதிகம் சிரமப்பட்டு, உழைத்து மேலே வந்தவர்கள்.

ஒரு சில தலைவர்கள் தற்செயலாகவோ அல்லது சூழ்நிலை காரணமாகவோ தலைமைக்கு வந்தவர்கள். இரண்டாம் வகையினரும் முதல் வகையினரும் வேறு வேறு மாதிரி.

இந்தத் தலைவர்கள் எல்லாம் சாகாவரம் பெற்றவர்கள் இல்லை. அதேபோல தங்கள் வாழ்நாள் முழுவதும் தலைமையில் இருக்கக் கூடியவர்களும் இல்லை. எதுவும் நிகழலாம்.

ஆக, 'காலம் ஒருநாள் மாறும்' என்று கவிஞர் பாடியதுபோலத் தலைமையும் ஒருநாள் மாறும். மாறித்தான் தீரும். மக்களின் மிகப் பெரிய அன்பையும், அபிமானத்தையும் பெற்றத் தலைவர்கள் பலர் இருந்திருக்கிறார்கள். அவர்களால் தொடர்ந்து இருக்க முடிந்ததா?

> நெருநல் உளன்ஒருவன் இன்றிலை என்னு
> பெருமை உடைத்துவ் வுலகு *(336)*

அதாவது, நேற்று இருப்பவர் இன்று இறக்கலாம். நேற்றைய நிலையை இன்று இழக்கலாம். இந்நிலையாமை இந்த உலகின் வினோதமான பண்பு என்கிறார் வள்ளுவர். அவர் எழுதிய திருக்குறள் நிலைத்து நிற்கிறது. ஆனால் வள்ளுவர் இன்று இல்லை. காந்தி இல்லை காந்தீயம் நிற்கிறது. அகிம்சைக்கு மதிப்பு இருக்கிறது.

விஷயம் இதுதான். தலைவர்கள் நகர்ந்து விட்டால், அவர்கள் தோற்றுவித்த, வளர்த்த கட்சிகள், அமைப்புகள், இயக்கங்கள், நிறுவனங்கள் என்ன ஆக வேண்டும்?

இதென்ன அபத்தமான கேள்வி. அவை தொடர்ந்து வெற்றி நடை போடத்தான் வேண்டும். ஆம், அது முக்கியம். ஒருபுறம் தலைவர்கள் நிச்சயமில்லை. இன்னொருபுறம் அவர்கள் முயற்சி செய்து வளர்த்தது தொடர வேண்டும். அப்படியானால் அதற்கு வழி என்ன? சரியான தலைமை மாற்றம்தானே. ஆமாம்.

தலைமையில் இருப்பவர் மாற வேண்டும். அந்தத் தலைமை மாற்றம் சுலபமாக, அதிர்ச்சி, இழப்புகள் இல்லாத எளிதான மாற்றமாக இருக்க வேண்டும்.

இதை யார் செய்வது? வெளியேற வேண்டிய தலைவர்தான் செய்ய வேண்டும். அதுதான் பிரச்னை. அவர் செய்வாரா? செய்யலாம். செய்யாமலும் விடலாம். சொல்ல முடியாது.

ஓட்டப் பந்தயங்களில் தொடர் ஓட்டம் என்று ஒன்று உண்டு. கையில் கட்டையுடன் (Mantle) ஒருவர் குறிப்பிட்ட தூரம் ஓடவேண்டும். அடுத்துக் குறிப்பிட்ட தூரத்தில் தயாராக நிற்கும் தன் குழுவின் மற்றொரு வீரரிடம் அக்கட்டையை சேர்ப்பிக்க வேண்டும். அதைப் பெற்றுக்கொண்டவர் தொடர்ந்து ஓடி அடுத்தவரிடம் தரவேண்டும். இப்படியே நாலுபேரும் ஓடி, நான்காவது நபர் வெற்றிக் கோட்டைத் தொட வேண்டும்.

இதற்கும் தலைமை மாற்றத்துக்கும் உள்ள தொடர்பு இப்போது புரிந்திருக்கும். அதேதான். கட்சிகள், அமைப்புகள், இயக்கங்கள், நிறுவனங்கள் எல்லாம் மனிதர்களைவிட அதிக ஆயுள் காலம் வாழ வேண்டியவை. தொடர் ஓட்டத்தில் தன் பங்கு தூரத்தை மிக மிக வேகத்துடன் ஓடி, சரியாக அடுத்து இருப்பவரிடம் கொடுப்பதைப் போல, தலைவன் என்பவன், தன்னால் இயன்ற அளவு சிறப்பாகத் தலைமை தாங்கி வழி நடத்திவிட்டு, அடுத்தவரிடம் அப்பொறுப்பை சரியாக ஒப்படைக்க வேண்டும். அடுத்தவரும் அப்படியே செய்ய வேண்டும்.

தலைமை மாற்றம் திட்டமிட்டு நடத்தப்பட வேண்டிய ஒன்று. அதுதான் நிறுவனத்துக்கு, இயக்கத்துக்கு நல்லது. தலைவனை விட அமைப்பு முக்கியம் என்றால் அப்படித்தான்.

தனக்குப் பின் யார்?

இந்தக் கேள்வியை எவரால்தான் தனக்குத் தானே சுலபமாகக் கேட்டுக்கொள்ள முடியும்? முடியாது.

சில தலைவர்களால் தாங்கள் இல்லாத நிலையைப்பற்றிக் கற்பனை செய்யவே முடியாது. அதைப் பற்றிப் பேசினால் அப்படிப் பேசுபவர்களை போட்டியாளர்களோ என்ற விரோதத்துடன் பார்ப்பார்கள். நமது தேசத்திலேயே இதுபோன்ற பல சிக்கல்களைச் சந்தித்து இருக்கிறோம். அதிர்ஷ்டமாக ஒவ்வொரு முறையும் எப்படியோ சமாளித்து விடுகிறோம்.

17 ஆண்டுகள் பிரதமராக இருந்த நேரு மாரடைப்பால் இறந்தார். அடுத்தது யார்? என்ற கேள்வி எழுந்தது. அவருக்கு அடுத்த நிலைத் தலைவர்களே இல்லை. பின்பு காமராஜ் முயற்சி செய்து,

லால்பகதூர் சாஸ்திரியை பிரதமர் ஆக்கினார். அடுத்து லால்பகதூர் சாஸ்திரியும் குறுகிய காலத்திலேயே, இறந்த நிலையில் இந்திரா காந்தி பிரதமரானார். பிறகு அவரும் திடீரெனச் சுடப்பட்டு இறக்க, மீண்டும் குழப்பம். ஆட்சியில் இருந்த காங்கிரஸ் கட்சியில், பல சீனியர்கள், அனுபவசாலிகள் இருந்தும் ராஜிவ் காந்தி தலைவராக்கப் பட்டார். அவர்மீது தலைமைப் பொறுப்பு வலுக்கட்டாயமாகத் திணிக்கப்பட்டது. அவரும் பின்பு மனித வெடிகுண்டுகளால் வெடித்துக் கொல்லப்பட, அவருக்குப் பிறகு நரசிம்மராவ் தேர்வு செய்யப்பட்டார்.

அமைப்புகள் முக்கியம்

தலைவன் என்பவன் எதற்குத் தேவை என்பதைப் பற்றி மிகவும் விரிவாகவே பார்த்தோம். இருக்கும் நிலையை மாற்றுவதும், பிரச்னைகளைத் தீர்ப்பதும்தான் தலைவனின் முக்கியப் பணிகள். அதற்காகத்தான் தலைவன் பாடுபடுகிறான். ஓர் அமைப்பை உருவாக்கி வழிநடத்துகிறான். அந்த நோக்கம் சீக்கிரமும் நிறைவேறி விடலாம் அல்லது தாமதமாகலாம்.

ஒரே ஒரு குறிக்கோளுக்காக ஏற்படுத்தப்படும் இயக்கங்கள், அமைப்புகள், அந்தக் குறிக்கோள் நிறைவேறியதும் தேவை இல்லாமல் போய்விடலாம்.

அதன்பிறகு அதற்குத் தலைவர் எதற்கு? இது ஒரு வகை. ஆனால் தொடர்ந்த முன்னேற்றம் (Continual Improvements) ஏற்படச் செய்வதற்குத்தான் பல்வேறு சமூக அமைப்புகள், அரசியல் கட்சிகள், நிறுவனங்கள் உருவாக்கப்படுகின்றன. அவற்றின் குறிக்கோள்களைக் குறுகிய காலத்தில், ஒருமுறைச் சாதனை களாக (Onetime Achievement) செய்துவிட முடியாது. அக்குறிக் கோள்களை, லட்சியத்தை அடையும்வரை தொடர்ந்து செயல் படவும் வழிநடத்தவும் தலைமை தொடர்ந்து தேவை.

1. நிறுவனங்களில் தலைமை மாற்றம்

நிறுவனங்கள், கட்சிகள், அமைப்புகள் எல்லாம் Perpetual entity எனப்படும் பல ஆண்டுகளுக்குத் தொடர்ந்து வாழும், செயல்படும் தன்மை உடையவை.

ஒரு நிறுவனத்தை, அமைப்பைத் தொடங்குவது, நிலை நிறுத்துவது எல்லாம் அவ்வளவு சுலபமில்லை. அப்படி சிரமப்பட்டுத் தொடங்கிய அந்நிறுவனத்தை அமைப்பை

வெற்றிகரமாகத் தொடர்ந்து செயல்பட வைக்கவேண்டும் அல்லவா? அதற்கு தலைமை மாற்றம் அவசியம்.

எப்படிச் செய்யலாம்?

தலைமைக்குச் சரியானவர்களைச் சரியாகக் கண்டுபிடிக்க வேண்டும். நிச்சயமாக இவரால் தலைமையேற்க முடியும் என்று சிலரைப் பார்த்தாலே தெரியும். இவர்கள் நாம் முன்பு பார்த்த பல குணாதிசயங்களைக் கொண்டிருப்பார்கள். அவர்களது எண்ணம், செய்கை, எல்லாம் குறிப்பிட்ட அமைப்புக்கு, நிறுவனத்துக்குத் தகுந்ததாகத் தெரியும்.

சில நிறுவனங்களின் தலைவர்கள், எங்கே போனாலும், யாரைச் சந்தித்தாலும் அவர்களிடமுள்ள திறமைகளைத்தான் பார்ப்பார்கள். திறமை இருப்பவர்களைப் பார்த்துவிட்டால், 'இவர் நமது நிறுவனத்துக்கு வந்தால் நன்றாக இருக்குமே' என்று நினைப் பார்கள். அவர்களிடம் பேசி, அவர்களைத் தங்கள் நிறுவனத்துக்கு, அமைப்புக்குக் கொண்டுவர முயற்சி செய்வார்கள்.

சரியான தலைமை மாற்றம் ஏற்பட, முதல் தேவை, நல்ல திறமையுள்ளவர்களை நிறுவனத்திற்குள் கொண்டு வருவதுதான்.

கட்சிக்காகக் கொடிகள் கட்டி, போஸ்டர் ஒட்டிக் கொண்டு சாதாரணத் தொண்டர்களாக இருந்த காமராஜர், கருணாநிதி இருவரும் பிறகு கட்சியின் தலைவர்களாக ஆனது வரலாறு.

2. வெளியில் இருந்து திறன் பெறுதல்

சில நிறுவனங்களின் கொள்கைப்படி எவரையும் ஆரம்ப நிலையில்தான் நிறுவனத்துக்குள் சேர்ப்பார்கள். வளர்ந்த இடைப்பட்ட நிலையில் அந்த நிறுவனங்களில் நுழைய முடியாது. தொடக்க நிலையில் தான் சேரவேண்டும். அங்கேயேதான் வளர வேண்டும். அவர்களுக்குத் தகுந்தாற்போல் அவர்களை உருவாக்குவார்கள்.

வேறுபட்ட முறைகளைக் கடைப்பிடிக்கும் நிறுவனங்களும் உண்டு. ஒருவர் எந்த நிறுவனத்தில் வேலை செய்திருந்தாலும் சரி, வளர்ந்த நிலையில் இருந்தால் நல்லது. அவர்களைத் தங்கள் நிறுவனத்தில் தக்க நிலையில் சேர்த்துக் கொள்வார்கள். இப்படிப்பட்ட நிறுவனத் தலைவர்கள் நல்ல திறனுடையவர்களைப் எங்கு எப்போது பார்த்தாலும், தங்கள் பக்கம் இழுத்துக் கொள்வார்கள். தங்கள் நிறுவனத்திற்கு, அமைப்பிற்கு

எப்பாடுபட்டாவது அவர்களைக் கொண்டு வந்து சேர்த்து விடுவார்கள்.

இப்படி வெளியில் இருந்து கொண்டுவரலாமா?

1. இது சரியா, தவறா என்று உறுதியாகச் சொல்ல முடியாது. நிறுவனத்தின் நலனை மட்டுமே கருத்தில் கொண்டு பார்த்தால் இது சரிதான். ஏற்கெனவே செயலாற்றிக்கொண்டு, 'தனக்குத்தான் அடுத்த தலைமையிடம்...' என்று காத்திருப்பவரின் நிலையில் இருந்து பார்த்தால் இப்படிச் செய்வது தவறு.

2. வெளியில் இருந்து வருபவரால் உடனடியாக நிறுவனத்தைப் புரிந்துகொண்டு நன்கு செயல்பட முடியுமா? என்றால் முடியும். அப்படிச் சிலர், செய்து காட்டியிருக்கிறார்கள். ஒரே நிறுவனத்தில் பல வருடங்களாக இருப்பவர்களுக்கு என்று சில பலங்கள் உண்டுதான். அதே சமயம் அதுவே சில நிறுவனங்களில் சில நேரங்களில் பலவீனமாகவும் ஆகிவிடும்.

3. இப்படி வெளியில் இருந்து கொண்டு வருவது சில நிறுவனங்களுக்குத் தேவை, ஏற்றது என்பது சரிதான். ஆனால், அதற்காக ஏற்கெனவே இரண்டாம் மூன்றாம் நிலையில் இருப்பவர்கள், தங்கள் வாய்ப்பு பறிபோய் விட்டதாக நினைக்க மாட்டார்களா? அவர்களுக்கு வருத்தம் இருக்காதா? என்று கேட்டால், ஆமாம் அப்படி நினைக்கத்தான் செய்வார்கள். அவர்கள் மனதில் வருத்தம் இருக்கத்தான் செய்யும்.

   அவற்றைத் தலைவர்தான் தீர்த்து வைக்க வேண்டும். அவர்களுக்கு விளக்கிச் சொல்ல வேண்டும். அதேபோல, தலைமையிடத்துக்கு புதிதாக வந்தவருக்கும் பொறுப்பு இருக்கிறது. ஏற்கெனவே இருப்பவர்களை அவர் மதிக்க வேண்டும். அவர்களை உரிய முறையில் நடத்த வேண்டும். போகப்போக, புதியவரின் செயல்பாடுகள் வெற்றியைக் கொடுத்தால், எல்லாம் சரியாகி விடும். அவர் அங்கீகரிக்கப்பட்டு எல்லாம் நன்றாக நடக்கும்.

4. நிறுவனத்தில் ஏற்கெனவே இருந்தவர்களுக்குத் தங்களுக்கு அந்த வாய்ப்புக் கொடுக்கப்படவில்லையே என்று வருத்தமிருக்காதா? இருக்கும். நிச்சயமாக இருக்கும். சிலருக்குக் கோபம்கூட இருக்கும்.

இந்த வருத்தம், கோபம் எல்லாம் தகுதியுடையவர்களுக்குச் சற்று அதிகமாகவே இருக்கும். அதன் வெளிப்பாடு, ஒன்று ‘எனக்கென்ன, எனக்குத் தெரியாது’ என்ற (Flight) மனோபாவமாக வரலாம். அல்லது ‘முடியாது’, ‘அவர் எப்படிச் செய்கிறார் பார்த்து விடுகிறேன்’ என்ற சண்டையாக (Fight) வெளிப்படலாம். இன்னும் சிலர் கோபம், ஏமாற்றத்தின் உச்சியில், விரக்தியில் வேலையை ராஜினாமா (Withdraw) செய்து விடலாம்.

தலைமையேற்றத்தின்பொழுது ஏற்படும் முக்கிய நிகழ்வுகளில் இதுவும் ஒன்று. புதிய தலைமை உள்ளிருந்து வந்தாலும், தலைமைக்குத் தேர்வு செய்யப்படாத சிலர் இப்படி நடந்து கொள்வது உண்டு. தலைமை வெளியில் இருந்து வந்தால், கேட்கவே வேண்டாம். இது பிரச்னை தான்.

இதற்குத் தீர்வு என்ன? புதிதாகத் தலைமைக்கு எவர் தேர்வு செய்யப்பட்டாலும், அந்தத் தேர்வு சரிதான் என்று மற்றவர்கள் உணர்ந்து ஏற்றுக்கொள்ள வேண்டும். அந்தத் தேர்வு வேண்டியவர், உறவினர், அனுகூலம் செய்தவர் என்பது போன்ற எந்தக் காரணங்களும் இல்லாமல், தகுதி, தேவை முதலியவற்றின் அடிப்படையிலேயே செய்யப்பட்டதாக மற்றவர்களுக்கும் தெரிய வேண்டும். அதாவது வெளிப்படையாகத் தேர்வு நடந்திருக்க வேண்டும். அப்படியிருக்கும் பட்சத்தில் கோபமும் வருத்தமும் சீக்கிரம் குறைந்து விடும்.

பயிற்சி

தலைவர்களாக எவரும் பிறப்பதில்லை. அவர்கள் உருவாகிறார்கள். நிறுவனத்துக்குள் புதிதாகச் சாதாரண நிலையில் வருபவர்கள், வரும்பொழுதே தலைமைக்கான முழுத் தகுதியுடன் வருவதில்லை.

தலைவராக வரக்கூடியவர்களை, தலைவராக வரும் அளவுப் பயிற்றுவிக்க வேண்டும். அவர்களுக்குக் கிடைக்கக்கூடிய அனுபவங்கள், செயல் வாய்ப்புகள், எல்லாம் இதில் முக்கியப் பங்கு வகிக்கின்றன.

அவர்கள் கலந்து பேச, அவர்கள் சந்தேகங்களைத் தீர்த்துக் கொள்ள, போகும் பாதை எப்படி, ஏன் என்பதை எல்லாம் எடுத்துச் சொல்ல, பெரியவர்களின் வழிகாட்டல் வேண்டும். சிறப்பாகச் செய்ய வைப்பதுதான் தலைமைப் பண்பு. தானே சிறப்பாகச் செய்வது ஒரு திறமைதான். ஆனால் மற்றவர்களையும் சிறப்பாகச்

செய்ய வைப்பதுதான் தலைமைப் பண்பு. அதற்குத் தகுந்த பயிற்சிகளும் அனுபவங்களும் அவசியம்.

இந்தப் பயிற்சிகள் பலவகைப்படும். படித்தல், பேசுதல், விவாதித்தல், சிறந்தவர்களின் கீழ் பணியாற்றுதல், குறிப்பிட்ட வேலைகளை எடுத்துச் செய்தல் என்று எத்தனையோ விதங்களில் அது கிடைக்கும்.

தலைவராக வர விரும்புகிறவர் தானே முயன்று இவற்றைப் பெறலாம். அது கொஞ்சம் கடினம். அவர் தலைமைக்கு வரக்கூடியவர் எனத் தெரிந்து, அவருக்கு இப்படிப்பட்டவற்றை மேலே இருப்பவர்கள் கொடுக்கலாம். அப்படி நடந்தால் அது சிறப்பு.

தலைமை ஏற்று நடத்தவும், பிரச்னைகளைச் சமாளிக்கவும், பயிற்சி, முன் அனுபவம் வேண்டும். அதற்கு மேலே இருப்பவர்கள் வாய்ப்பு கொடுக்க வேண்டும். அதைப் பகிர்ந்து அளிப்பது டெலிகேஷன் (Delegation) என்கிறார்கள். அதை மூன்று பிரிவுகளாகப் பிரிக்கலாம்.

1. அறிவு சம்பந்தப்பட்டது (Knowledge)
2. செய்திறன் தொடர்பானது (Skill)
3. மனோபாவம் பற்றியது (Attitude)

தலைமைக்கும் இவை மூன்றும் தேவை. இதில் செய்திறன் எனப்படும் skill, செய்து பார்த்தால்தான் வரும்.

திடீரென்று ஒருவர் தலைவரானதும், உடனே சிறப்பாகச் செயல்பட்டு விட முடியாது. அவர் அதுபோன்ற வேலைகளை ஏற்கனவே செய்து பார்த்திருக்க வேண்டும். தலைவராகக் கூடியவர்களுக்கு மேலிருப்பவர்கள் செய்து பார்க்கும் வாய்ப்புகள் கொடுக்க வேண்டும்.

ஒரு குறிப்பிட்ட வேலையைத் தானே திட்டமிட்டுப் பலரையும் அனுசரித்து, அழைத்து, வெற்றிகரமாக நடத்திவிட எதைச் செய்யலாம், எதைச் செய்யக்கூடாது, எப்படிச் செய்தால் பலன் கூடுதலாகக் கிடைக்கிறது. எதில் எங்கு தவறு நிகழ்கிறது என்பதெல்லாம் நேரடி அனுபவமாகக் கிடைக்கிறது. செய்து பார்த்ததால் தன்னம்பிக்கை வருகிறது. இது இப்படித்தான், இவ்வளவுதான் என்ற தெளிவு பிறக்கிறது. பலருடன் பழகும் வாய்ப்பும், புரிந்து கொள்ளும் சந்தர்ப்பங்களும், கிடைக்கின்றன. முடிக்க வேண்டும் என்ற பொறுப்பும், சரியாக முடிக்க

வேண்டுமே என்ற கடமையுணர்வும் அனுபவப்படுகிறது. சரி, சரியில்லை என்று முடிவெடுக்கும் திறமை வளர்கிறது.

இவையெல்லாம்தானே செய்து பார்ப்பதால் கிடைக்கும் பயிற்சி. இப்படிச் சிலதைச் செய்ய மற்றதும் எளிதாகத் தெரிகிறது. ஒருவர் சொல்வதைக் கேட்டால் 25 சதவிகிதம் புரியும். அவர் செய்வதைப் பார்த்தால் 50 சதவிகிதம் புரியும். அதை அவரே செய்து பார்க்க, 100 சதவிகிதமும் புரியும் என்று சொல்வார்கள். எதையும் தானே செய்து பார்க்க, திறமையும் நம்பிக்கையும் கூடும்.

அடுத்து பெரிய பொறுப்புகள் என்பதைப் போலவே, வித்தியாசமான பொறுப்புகளையும் ஏற்றுக்கொள்ள வேண்டும். அதனால் கிடைக்கும் பரந்துபட்ட அனுபவம் தலைமை ஏற்பவருக்கு உதவக் கூடுதல் தகுதியாக இருக்கும். இதுபோன்ற வாய்ப்புகள் தானாகக் கிடைத்தால் நல்லது. இல்லாவிட்டால் தலைவர்தான் உருவாக்கித் தரவேண்டும் அப்பொழுதுதான் அனுபவமும் தன்னம்பிக்கையும் விரிவடையும்.

நிரூபிக்கப்பட்ட தகுதிகள்

'ஒருவருடைய தகுதி எப்படி மற்றவர்களுக்குத் தெரியும்? அடிக்கடி கிடைக்கிற வாய்ப்புகளை எல்லாம் தவறாது பயன் படுத்திக் கொண்டு, தங்களின் அனுபவத்தையும் திறமையையும் அதிகரித்துக் கொண்டால் போதும். அப்படி நல்ல தலைவர்கள் உருவாக வேண்டுமானால், மேலே இருப்பவர்கள், சரியானவர் களுக்கு அப்படிப்பட்ட செய்துபார்க்கும் அனுபவங்களைக் கொடுக்க வேண்டும்.

பிரச்னைகள்

பெரிய ஆலமரத்தின் அடியில் எந்தச் செடியும் வளராது. நிறைய வேலை தெரிந்த தலைவர்களும் அப்படித்தான். தன்னால் மிக நேர்த்தியாக, குறைகள் இன்றி ஒரு வேலையைச் செய்யமுடியும் என்பதால், அவர்களே எல்லாவற்றையும் செய்து விடுவார்கள். அல்லது அவர்கள் சொன்னபடியே மற்றவர்களும் செய்ய வேண்டும் என்பார்கள். இது தவறு. நாளைய தலைவர்கள் உருவாவதை இது தடுத்துவிடும்.

எப்பொழுது மாற்றம்?

பல சமயங்களில் தலைமை மாற்றம் என்பது திடீரென்று எதிர்பாராத சூழ்நிலைகளில் ஏற்படும் என்று பார்த்தோம். அந்தச்

சமயம் அந்த அமைப்போ, இயக்கமோ, நிறுவனமோ மாற்றத்துக்குத் தயாராக இல்லை. மாற்றுத் தலைமை எவர் என்பதும் தீர்மானிக்கப் பட்டிருக்காது.

அந்த அவசரச் சூழ்நிலையில் யாரோ ஒருவர் புதிய தலைவராகி விடுவார். சமயத்தில் இது சரியாக அமையும். வேறு சமயங்களில் சரியில்லாமலும் போய்விடலாம்.

இவை திட்டமிடப்படாத தலைமை மாற்றங்கள். அதுவாக நடந்தது. இது சரியில்லை. மாற்றங்களைத் திட்டமிட்டே, முறையாகக் கொண்டு வரலாம். அது அமைப்புக்கும் நிறுவனத்துக்கும் பலன் கொடுக்கும். நன்மை செய்யும்.

அடுத்து யார்?

ஒரு தலைமை சிறப்பாகச் செயல்பட்டுக் கொண்டிருக்கும்போதே அடுத்தது யார் என்பதைப் பற்றி உள் அமைப்பில் யோசிக்கலாம், பேசலாம், முடிவெடுக்கலாம். தவறு இல்லை.

இதற்கு Succession Plan என்று பெயர். 'வாரிசுத்திட்டம்' என்று தமிழில் சொல்லலாம். யார் அடுத்தது என்பதைத் தகுதி, திறமை, அனுபவ அடிப்படையில் முன்கூட்டியே யோசித்து வைப்பது.

இது உயர்ந்த தலைமையில் இருக்கும் ஒரே தலைமை நிர்வாகி இடத்துக்கு மட்டுமல்ல. நிறுவனத்தில் உள்ள பல்வேறு தலைமைப் பொறுப்புகளுக்கும்தான்.

இப்படிப்பட்ட வாரிசுத்திட்டம் பற்றி முன்கூட்டியே யோசித்திருக்கும் நிறுவனங்களில் ஏற்கெனவே பொறுப்பில் இருப்பவர் நகர, 'இவர் அங்கு போவார்' என உடனே சிரமமின்றி அறிவிப்பார்கள். இவர் போய்விட்டால், அடுத்து இவர் இடத்துக்கு! அதற்கும் ஒரு சக்சஷன் திட்டம் இருக்கும்.

இப்படி இவருக்கு அடுத்து இவர் என்றெல்லாம் முன்கூட்டியே திட்டமிட்டதை மாற்றலாமா? என்று கேட்கலாம். ஏன் மாற்றக்கூடாது? ஒரு காலகட்டத்தில் இந்த இடத்துக்கு இவர் என்று தோன்றியது. மாறிவிட்ட சூழ்நிலையில் இவர் சரியில்லை என்று படுகிறது. எனவே தாராளமாக மாற்றலாம்.

1997-ல் கொக்கோ கோலா நிறுவனத்தின் தலைமை நிர்வாகி ரோபெர்டோ காய்சுஇட்டா (Roberto Goizueta) திடீரென்று காலமானார். அதனால் அந்த நிறுவனம் தடுமாறி விடவில்லை.

அதற்கு முக்கிய காரணம், இறந்துபோன தலைமை நிர்வாகி, தனக்குப் பின் நிறுவனத்தை நடத்துவதற்கு எம். டக்ளஸ் வெஸ்டர் என்பவரை ஏற்கெனவே சரியாகத் தயாரித்து வைத்திருந்ததுதான்! அவ்வளவு சீக்கிரம் இறந்து போகக் கூடுமென்று தெரியாமலேயே கூட, அவர் மிக நீண்ட காலமாக தயார்படுத்தியது மட்டுமின்றி, வெளிப்படையாக அவரை தன் 'பார்ட்னர்' என்றே தனக்கு அடுத்தவராக விளித்து வந்திருக்கிறார். எல்லாச் செயல்பாடுகளிலும் அவருக்கும் முக்கியத்துவம் கொடுத்து வந்திருக்கிறார்.

அப்படியென்றால், அந்த டக்ளஸ் வெஸ்டர், அடுத்துத் தலைவனாகப் போகிறோம் என்று தெரிந்து, கூடவே இருந்திருக்கிறார். அவரும் முடிவுகள் எடுப்பதில், பொறுப்புகளை ஏற்றுக்கொள்வதில் பங்கெடுத்திருப்பார். அவர் ரோபெர்டோ காய்சுஇட்டாவுக்குத் திடீரென்று இப்படி ஆகும் என்று நினைத்திருக்க மாட்டார். அப்படியானால் இரண்டாம் நிலைத்தலைவராக வெகு காலம் இருக்க, தெரிந்தே, அவர் தயாராகவே இருந்திருக்கிறார்.

இப்படிப்பட்ட தலைமைக்கு, அடுத்தபடியான நிலையில் இருப்பவர்களைப் பற்றியும் ஆராய்ச்சிகள் உண்டு. அதையும் ஆராய்ச்சியாளர்கள் விட்டு வைக்கவில்லை.

ஃபார்ட்சூன் 500 (Fortune 500) என்று அறியப்படும் உலகின் மிகச்சிறந்த 500 நிறுவனங்களில் 86 சதவிகிதம், அதாவது 430 நிறுவனங்களில் தலைமைப் பொறுப்பில் இருப்பவர்கள் அதே நிறுவனத்தில் முன்பு இரண்டாவது இடத்தில் இருந்தவர்கள் என்று 2003-ல் மேற்கொள்ளப்பட்ட ஓர் ஆராய்ச்சி சொல்கிறது.

இன்றைக்கும் நல்ல நிர்வாகங்கள் உள்ள நிறுவனங்களில் 'சக்சஷன் பிளான்' (Succession Plan) என்று ஒரு திட்டம் உண்டு. இன்றைக்கு இவர் தலைவர். சரி. நிறுவனம் நன்கு நடக்கிறது. சரி. நாளை? அடுத்து யார் இந்த நிறுவனத்திற்குத் தலைமை தாங்கி வழிநடத்தப் போகிறார்கள். அவர் யார்? அவர் எங்கிருக்கிறார்? அவர் எப்படி இந்தப் பொறுப்பை ஏற்கத் தயாராகி வருகிறார்? என்றெல்லாம் யோசிப்பார்கள். முடிவெடுப்பார்கள். முழு நிறுவனம்தான் என்றில்லை. நிறுவனத்திற்குள் உள்ள ஒரு துறையாகக் கூட அது இருக்கலாம்.

முன்னதாகவே ஒருவரைத் தேர்வுசெய்து தயாராக வைத்திருப்பார்கள். அதனால் தலைமை மாற்றம் என்பது அங்கு ஒரு பிரச்னையாக

இருக்காது. முந்தைய தலைவர் இருக்கும்போதே அது முடிவு செய்யப்பட்டு விடுவதால் குழப்பங்களும், அதனால் ஏற்படும் நஷ்டங்களும் தவிர்க்கப்படும்.

புதிய தலைவருக்குப் பயிற்சி

நிறுவனங்களில் புதிதாகச் சேருபவர்களுக்கு நிறுவனத்தைப் பற்றி அறிமுகப்படுத்துவார்கள். யார், எவர்? என்ன என்ன வேலைகள்? இங்கு எது முக்கியம்? நிறுவனத்தின் மதிப்பீடுகள் (Values) என்ன? எல்லாவற்றையும் பற்றி முறையாகச் சொல்வார்கள். உடன் எதைச் செய்யலாம், எதைச் செய்யக்கூடாது என்றும் சொல்வார்கள். இதனால் புதியவர் அந்த நிறுவனத்தில் சுலபமாகத் தன்னை நிலை நிறுத்திக்கொள்வார். இப்படிப்பட்ட அறிமுகம் எல்லா இடங்களிலும், எல்லாத் தலைவர்களுக்கும் சரியாகக் கிடைப்ப தில்லை.

ஏற்கெனவே அதே அமைப்பில் இருந்து வருபவர்கள் பற்றிக் கவலையில்லை. நம்பர் 2வாக அறிவிக்கப்பட்டிருந்தவர்கள் பற்றியும் பிரச்னையில்லை. அவர்களுக்கெல்லாம், தான் தலைமையேற்கும் அமைப்பு, அதன் செயல்பாடுகள், நோக்கம், வழிமுறைகள், எல்லாம் தெரிந்திருக்கும்.

வெளியில் இருந்து வரும் தலைவர்களுக்கு...

கைமாற்றுதல் என்பது இங்கே Handing over எனப் பொருள் படும். தமிழில் பொறுப்புக் கொடுத்தல் அல்லது ஒப்படைத்தல்.

குறிப்பிட்ட காலம் வரை ஒருவர் தலைவர் ஆக இருக்கிறார். பதவிக்காலம் முடிந்து அவர் வெளியேறுகிறார். அடுத்தவர் வருகிறார். நிறுவனத்திற்குப் புதியவர். ஏற்கெனவே அமைப்பில் நிறுவனத்தில் இருப்பவர்களைப் பற்றி அவருக்கு எதுவும் தெரியாது. அவர்களைப் பற்றி, நிறுவனத்தின் பார்வை என்னவென்று அவருக்குத் தெரிவிக்கப்பட வேண்டும். நிறுவனத்தில் பல்வேறு பொறுப்புகளில் இருப்பவர்கள் பற்றி, அவர்கள் நிறுவனத்திற்கு செய்துள்ள நன்மைகள், அவர்களுக்கு நிறுவனம் கொடுத்துள்ள வாக்குறுதிகள் எல்லாம் முறையாக எடுத்துச் சொல்லப்பட வேண்டும்.

தலைமை மாறியதால் அவர்கள் பாதிக்கப்படக் கூடாது. அவர்கள் செய்த மதிக்கத்தக்க, கைமாறு செய்ய வேண்டிய செயல்கள் தெரியாமல் போய்விடக்கூடாது. அதேபோல, நிறுவனம்

(தலைவர்) எதிரிகளிடம் எச்சரிக்கையாக இருக்கவேண்டும், எவர் என்ன சிரமங்கள் கொடுத்திருக்கிறார்கள், கொடுக்கக் கூடும். அவர்களுடைய எதிர்பார்ப்புகள் என்ன, நோக்கங்கள் என்ன போன்றவற்றையும் வெளியேறும் தலைவர் புதியவருக்குத் தெரிவிக்க வேண்டும். சில நிறுவனங்களில் இவற்றைப் பற்றி குறிப்புகள்கூட எழுதி வைப்பார்கள்.

இவற்றை ஓரிரு நாட்களில் செய்துவிட முடியாது. அதனால் வெளியேறுபவருக்கும் உள் வருபவருக்கும் போதிய கால அவகாசம் கொடுக்கப்பட வேண்டும். இதனை ஓவர் லேப்பிங் பீரியட் (Overlapping Period) என்பார்கள்.

பெப்ஸிகோ இண்டியா தொடங்கப்பட்டதில் இருந்து சுமார் 10 ஆண்டுகளுக்குத் தலைவர் (CMD) ஆக இருந்தவர் சுமன் சின்ஹா. அவருடைய பணி ஓய்வு முன்கூட்டியே தெரிந்ததனால் அடுத்த தலைவரை தேர்வு செய்யும் வேலையை ஒன்றரை ஆண்டுகளுக்கு முன்பாகவே தொடங்கினார்கள். கேட்பரி (இந்தியா), மற்றும் கேட்பரி (சவுத் ஆப்பிரிக்கா)வில் பணியாற்றிய ராஜிவ் பக்ஷி என்பவரைத் தேர்வு செய்து சுமார் ஓர் ஆண்டுக்காலம் சுமன் சின்காவுடன் பணியாற்ற வைத்தார்கள்.

ஓர் ஆண்டுக் காலம் இரண்டு பெரும் தலைவர்கள். இருவருக்கும் ஊதியம். நிறுவனம் திட்டமிட்டே செய்தது. காரணம், தலைமை மாற்றத்தால் நிறுவனம் தடுமாறிவிடக்கூடாது, என்பதுதான்.

வேண்டும் தலைமை மாற்றம்

எல்லா நிறுவனங்களிலும், அதிலும் குறிப்பாகத் தனியார் நிறுவனங்களில் தலைவர்கள், சுமன் சின்காபோல, பதவிக்காலம் முடிந்துதான் வெளியே போவார்கள் என்பதில்லை. சில சமயங்களில் நிறுவனத்தின் நலன், வளர்ச்சி கருதி, தலைமை கட்டாயமாக மாற்றப்படுவதும் உண்டு.

1980களில் தகவல் தொழில்நுட்பத் துறையில் பல மாற்றங்கள் வேகமாக வந்தன. குறிப்பாக மைக்ரோ பிராசர்களில் பல முன்னேற்றங்கள்.

1982ல் தொடங்கப்பட்ட காம்பாக் (COMPAQ) நிறுவனம் அவற்றைச் சரியாகப் புரிந்துகொண்டு, வெளியில் தூக்கிச் செல்லக்கூடிய போர்ட்டபிள் கம்ப்யூட்டர்களைத் தயாரித்து விற்பனை செய்தது. அதுவரை அப்படிப்பட்ட கம்ப்யூட்டர்கள்

சந்தையில் கிடையாது. துறையின் ஜாம்பவான் 'மார்கெட் லீடர்' ஆன IBMக்கே அது அதிர்ச்சிதான். ஆனால் காம்பாஃக் செய்துவிட்டது. இத்தனைக்கும் நிறுவனம் தொடங்கப்பட்ட அடுத்த ஆண்டே இப்படி தூள் கிளப்பியது.

'மார்கெட் லீடர்' IBMக்கு வேறு வழியில்லை. உடனடியாக காம்பாஃக்கைப் பின்பற்ற வேண்டிய நிலைக்குத் தள்ளப்பட்டது. புதிய சூழ்நிலையைச் சந்திக்கத் தேவை புதிய சிந்தனை என்று உணர்ந்த IBM நிர்வாகம், உடனடியாகத் தலைமை மாற்றத்தைச் செய்தது. எட்டு மாதங்களுக்குப் பிறகு, IBM நிறுவனமும் போர்ட்டபிள் கம்ப்யூட்டர்களை விற்பனைக்குக் கொண்டு வந்தது.

தலைமை மாற்றம் கொடுத்த வெற்றி இது!

•

அத்தியாயம் 14

முடிவுரை

தலைமை என்பது எப்பொழுதுமே எல்லா அமைப்புகளிலுமே தேவைப்படுவதாக இருந்து வந்திருக்கிறது. நல்ல தலைவர்களின் செயல்பாடுகள் எப்படியிருக்க வேண்டும் என்பதைப் பற்றிச் சொல்ல வேண்டும் என்று நினைத்தேன்.

கடந்த 25 ஆண்டுகளில், நான் பணியாற்றிய பல்வேறு நிறுவனங்களில் பலவிதமான தலைமைப் பண்புள்ளவர்களைச் சந்தித்திருக்கிறேன். அந்த நிறுவனங்களில் பல நிகழ்வுகளைப் பார்த்திருக்கிறேன். பலரிடமிருந்து பல விஷயங்களையும் கற்றும் இருக்கிறேன். அவையும், நான் எனது துறை சார்ந்த படிப்புகளுக்காகப் படித்தனவற்றின் சாரமும்தான், என்னை இந்தத் தலைப்பில் ஆர்வம்கொள்ள வைத்தன.

நான் அடிப்படையில் ஒரு பயிற்சியாளன். நிறுவனங்களிலும், கல்லூரிகளிலும், மேலாண்மைக் கல்வி நிலையங்களிலும் தொடர்ந்து வகுப்புகள் எடுத்து வந்தபொழுது, அதற்காக நான் பல தகவல்களைத் திரட்ட வேண்டிய அவசியம் ஏற்பட்டது. பல புத்தகங்களைப் படிக்க வேண்டி வந்தது. அவையெல்லாம் எனக்கு இந்தப் புத்தகத்தை எழுதப் பயன்பட்டன.

இந்த லீடர்ஷிப் சப்ஜெக்ட்டைப் பொறுத்தவரை நான் இன்னும் தொடர்ந்து கற்று வரும் மாணவனாகத்தான் இருக்கிறேன். எனக்கு மிகவும் ஆச்சரியமளிக்கும், சுவாரசியமாகத் தெரியும் இந்த விஷயங்களை இந்தப் புத்தகம் மூலமாக உங்களுடன் பகிர்ந்து கொள்வதில் பெரு மகிழ்ச்சி அடைகிறேன். அதுவும் இதைத் தமிழில் கொடுப்பதில் எனக்கு இரட்டிப்பு மகிழ்ச்சி.

இந்தப் புத்தகத்தை எழுதுவதற்காகவே நிறையப் புத்தகங்களை வாங்கினேன். அது தவிர IFMR நிறுவனத்தைச் சேர்ந்த பேராசிரியை நாகராணி மற்றும் பா.ரா முதலியவர்கள் சில புத்தகங்கள் கொடுத்து உதவினார்கள். நிறைய எழுதினேன் என்பதைவிட இந்தப் புத்தகத்திற்காக நிறையப் படித்தேன் என்பதுதான் உண்மை.

ராபர்ட் ஃப்ராஸ்ட் ஒரு பாடலில் தலைமை பற்றி இப்படிக் குறிப்பிடுகிறார்.

> *'அந்தச் சந்திப்பில் இரண்டு பாதைகள் பிரிந்தன. அந்த இரண்டில் அதிகம் பேர் பிரயாணம் செய்யாத பாதையை நான் தேர்ந்தெடுத்தேன். அந்தத் தேர்வு (முடிவு) செய்தது பெரிய மாயம்.'*

நாம் புரிந்துகொள்ள வேண்டியதெல்லாம் இதைத்தான். தலைவன் என்பவன் புதிய பாதைகள் உருவாக்கித் தருபவனாக இருக்க வேண்டும். அப்படிப்பட்டவர்கள் யாராயிருந்தாலும் அவர்கள் தலைவர்கள் ஆகலாம். அதற்கான மனப்பக்குவம், உறுதி இருக்கவேண்டும் அவ்வளவுதான். பலரும் நினைப்பது போலத் தலைமை என்பது ஒரு பதவியல்ல. அது ஒரு பாத்திரம். அது ஒரு பொறுப்பு.

வாழ்த்துகள்.

•

உதவிய புத்தகங்களின் பட்டியல்

- The Eleven keys to Leadership - Dagle M Smith
- Leadership - classical, contemprory and critical approaches - edited by Keith Grint
- Traditional Theories - Chester Bernard
- Leading lessons from Literature - Sampath P Singh
- Business Leadership - A Jossey - Bass reader
- Leadership Challenges - Kouzes / Posner
- Mastering Leadership - Micheal Williams
- HBR on leading in turbulent times
- From the world of Business - Devangshu Dutta
- Leaders talk leadership - Ed by Meridith D Ashby & Stephan A Miles
- Organisational Behavior - Stephen P. Robbins
- Behavioral dimensions of Charismatic Leadership - JA Longer and RN Kanungo

- Hardward Business Review
- Leadership in Action - Helmut Maucher
- The Leadership Mystique - Manfred Kets De Vries
- The Leadership Engine - Noel M Tichy & Ellicohen
- The luminous Life of Lal Bahadur Sastry - print line 2004 Remembering our Leaders - 1999 - Bhavan Nair, Suda Sanjeev
- Prime Ministers of India, 2004
- The new Leaders - Paul Taffinder
- The life of Mahatma Gandhi - Louis Fischer
- Dr. Ambedkar - Sriram
- Wings of Fire - APJ Abdul Kalam
- Kamarajarai Sanththitheen - Cho
- PVP - 80th Birthday Souvenier
- All together now - John Harvey-Jones
- From the Third World to the First - Lee Kuan Yew

•

ஆசிரியரின் நூல்கள்

சுயமுன்னேற்றம்

1. இட்லியாக இருங்கள் - எமோஷனல் இன்டெலிஜென்ஸ்
2. எமோஷனல் இண்டெலிஜென்ஸ் 2.0
3. ரசவாதம்: ஏதிலும் பெரும் வெற்றி (NLP பற்றி)
4. தடையேதுமில்லை (சுயமுன்னேற்றக் கட்டுரைகள்)
5. உஷார் உள்ளே பார் (மனமும் சக்தியும்)
6. ஆல் தி பெஸ்ட்! (நீங்கள் விரும்பும் வேலையை வென்றெடுப்பது எப்படி?)
7. தள்ளு (மோட்டிவேஷன்)
8. சின்னத் தூண்டில் பெரிய மீன்
9. சிறு துளி பெரும் பணம்
10. டீன் தரிகிட (பதின் பருவம்)
11. சொல்லாததையும் செய்!
12. மனதோடு ஒரு சிட்டிங்
13. இவ்வளவுதானா நீ?
14. முன்னேற்றம் இந்தப் பக்கம்
15. எல்லோரும் வல்லவரே
16. காதலில் இருந்து திருமணம் வரை
17. சிக்கனம் சேமிப்பு முதலீடு
18. நல்லதாக நாலு வார்த்தை
19. திட்டமிடுவோம் வெற்றிபெறுவோம்
20. அதிகாரம் அல்ல, அன்பு
21. உடல் மனம் புத்தி
22. யார் நீ?
23. You vs You: *Everything you need to know about Emotional Intelligence*

பங்குச்சந்தை

1. அள்ள அள்ளப் பணம் 1 - பங்குச்சந்தை: அடிப்படைகள்
2. அள்ள அள்ளப் பணம் 2 - பங்குச்சந்தை: அனாலிசிஸ்
3. அள்ள அள்ளப் பணம் 3 - பங்குச்சந்தை: ஃபியூச்சர்ஸ் அண்ட் ஆப்ஷன்ஸ்
4. அள்ள அள்ளப் பணம் 4 - பங்குச்சந்தை: போர்ட்ஃபோலியோ முதலீடுகள்
5. அள்ள அள்ளப் பணம் 5 - பங்குச்சந்தை: டிரேடிங்
6. அள்ள அள்ளப் பணம் 6 - மியூச்சுவல் ஃபண்ட்
6. அள்ள அள்ளப் பணம் 7 - தங்கம்
7. அள்ள அள்ளப் பணம் 8 - இன்சூரன்ஸ்
8. அள்ள அள்ளப் பணம் 9 - கடன்
9. ஷேர் மார்க்கெட் சீக்ரெட்ஸ்
10. பங்கு சந்தை என்றால் என்ன
11. Bulls and Bears - *All about Shares*
12. ஷேர் பசார் சீக்ரெட்ஸ் (ஹிந்தி)

வியாபாரம்

1. நம்பர் 1 சேல்ஸ்மேன் (சிறந்த விற்பனையாளர் ஆவது எப்படி?)
2. பணமே ஓடி வா
3. தொட்டதெல்லாம் பொன்னாகும்
4. பணம், சில ரகசியங்கள்
5. பணம் சந்தேகங்கள் விளக்கங்கள்
6. நேர்மையாக சம்பாதிக்க இவ்வளவு வழிகளா!
7. எந்தத் தொழிலிலும் ஜெயிக்கலாம்

நிர்வாகம்

1. ஆளப்பிறந்தவர் நீங்கள் (தலைமைப் பண்புகள்)
2. காலம் உங்கள் காலடியில் (நேர நிர்வாகம்)
4. உலகம் உன் வசம் (கம்யூனிகேஷன்)
5. உறுதி மட்டுமே வேண்டும் (கமிட்மெண்ட்)
6. உறவுகள் மேம்பட (*Secrets of Managing People*)
7. சிறந்த நிர்வாகி ஆவது எப்படி?
8. மேனேஜ்மென்ட் குரு கம்பன்
9. வீட்டுக் கணக்கு
10. நேரத்தை உரமாக்கு (காலம் உங்கள் காலடியில் - 2)

பொருளாதாரம்

1. நாட்டுக் கணக்கு
2. நாட்டுக்கணக்கு - 2
3. அதிர்ந்த இந்தியா
4. அவசரம்- உடனடியாக செய்யவேண்டிய சமூக பொருளாதார மாற்றங்கள்

மாணவர்களுக்கு

1. மன அழுத்தம் விரட்டலாமா
2. இந்தமுறை நீதான்
3. நீங்கள் அசாதாரணமானவர்
4. You are Extraordinary
5. திட்டமிடுவோம் வெற்றிபெறுவோம்

மற்றவை

1. எங்குமிருப்பவர் (சாய் சரிதம்)
2. கே பாலசந்தர்- வேலை டிராமா சினிமா
3, நல்ல மனம் வாழ்க
4. மகிழ்ச்சியாக வாழுங்கள்
5. அப்பா, மகன் - நெருக்கமும் நெருடல்களும்

புதினம்

1. நெஞ்சமெல்லாம் நீ
2. பட்டாம்பூச்சிகளின் கண்ணாமூச்சி காலம்
3. ஜெமினி சர்க்கிள்

www.ingramcontent.com/pod-product-compliance
Ingram Content Group UK Ltd.
Pitfield, Milton Keynes, MK11 3LW, UK
UKHW042134021026
15589UKWH00003B/829

9 789390 958665